AF883208

കുന്ദലത

kundalatha

•

appu nedungadi

•

novel pazhama series editor
n santhosh kumar

•

first chintha edition
january 2013

•

second edition
march 2013

•

typesetting
info needs, kariyam

•

published
chintha publishers, thiruvananthapuram

•

•

cover
black mole

വിതരണം

ദേശാഭിമാനി ബുക്ക് ഹൗസ്

H O തിരുവനന്തപുരം–695 035
www.chinthapublishers.com
chinthapublishers@gmail.com

ബ്രാഞ്ചുകൾ

ഹെഡ്ഡാഫീസ് ബ്രാഞ്ച് കുന്നുകുഴി • ഓവർബ്രിഡ്ജ് തിരുവനന്തപുരം • കെ എസ് ആർ ടി സി ബസ് സ്റ്റേഷൻ ആലപ്പുഴ • കെ എസ് ആർ ടി സി ബസ് സ്റ്റേഷൻ എറണാകുളം • മച്ചിങ്ങൽ ലെയ്ൻ തൃശൂർ • ഐ ജി റോഡ് കോഴിക്കോട് • കെ എസ് ആർ ടി സി ബസ് സ്റ്റേഷൻ കോഴിക്കോട് • എൻ ജി ഒ യൂണിയൻ ബിൽഡിങ് കണ്ണൂർ • സെൻട്രൽ ബസ് ടെർമിനൽ കോംപ്ലക്സ് താവക്കര കണ്ണൂർ

CR - 1245 / 3158

കുന്ദലത

നോവൽ പഴമ : 4
1887

അപ്പു നെടുങ്ങാടി

നോവൽ പഴമ സീരീസ് എഡിറ്റർ
എൻ സന്തോഷ് കുമാർ

പഠനം
ഇ വി രാമകൃഷ്ണൻ

ചിന്ത പബ്ലിഷേഴ്സ്
തിരുവനന്തപുരം-695 035

പ്രസാധകക്കുറിപ്പ്

പത്തൊമ്പതാം നൂറ്റാണ്ടിൽ മലയാളഭാഷയിൽ രചിക്കപ്പെട്ട പതിനഞ്ചു നോവലുകളാണ് 'നോവൽ പഴമ' എന്ന പേരിൽ ചിന്ത പബ്ലിഷേഴ്സ് പുനഃപ്രസിദ്ധീകരിക്കുന്നത്. കൊളോണിയൽ ആധിപത്യവും അതിന്റെ സാംസ്കാരികാധിനിവേശവും കേരളത്തിന്റെ സാമൂഹിക ജീവിതത്തിൽ സൃഷ്ടിച്ച ആഘാതങ്ങളും നിർമിതികളും ഈ നോവലുകളിൽ വായിച്ചെടുക്കാവുന്നതാണ്. കേരളത്തിന്റെ ഉൽപ്പാദന ബന്ധങ്ങൾ, ആൺ-പെൺ ബന്ധം, കുടുംബജീവിതം, ലൈംഗികത, ജാതിവ്യവസ്ഥ, ആചാരങ്ങൾ, ആരാധനാരീതികൾ, വാമൊഴിവഴക്കങ്ങൾ, സൗന്ദര്യദർശനം, രാഷ്ട്രീയബോധം, ആഖ്യാനസമ്പ്രദായങ്ങൾ തുടങ്ങിയവയെല്ലാം വിശദമായി ചർച്ചചെയ്യപ്പെടുന്ന കൃതികളാണിവ. കൊളോണിയൽ സാംസ്കാരികവ്യവസായം എങ്ങനെയാണ് തദ്ദേശീയ ജനകീയ സംസ്കാരങ്ങളുടെമേൽ മേൽക്കൈ നേടിയതെന്നും വിക്ടോറിയൻ സദാചാരബോധത്തിന്റെയും കൊളോണിയൽ ആധുനികതയുടെയും അച്ചിൽ മലയാളികളുടെ സാംസ്കാരിക-സാമൂഹിക ജീവിതത്തെ എങ്ങനെയാണ് പുനർനിർമിച്ചതെന്നും മനസിലാക്കാൻ ഈ കൃതികൾ നമ്മെ സഹായിക്കുന്നതാണ്. ഏഷ്യാറ്റിക് ലോകങ്ങളെയെല്ലാം പ്രാകൃത സമൂഹങ്ങളായും പാശ്ചാത്യലോകത്തെ സാംസ്കാരത്തിന്റെ സ്രോതസായും വിഭാവനം ചെയ്യുന്ന പാശ്ചാത്യയുക്തി ഇന്നും പ്രബലമായി ലോകത്തിൽ നിലനിൽക്കുകയാണ്. അധിനിവേശം എന്ന ഹിംസാത്മകത അതിന്റെ സഹജമായ വംശീയാഹന്തയോടെ ലോകത്തിനുമേൽ നടത്തുന്ന സംഹാരതാണ്ഡവത്തെ പ്രശ്നവൽക്കരിക്കേണ്ട ഈ കാലഘട്ടത്തിൽ മലയാള സാഹിത്യത്തിലെ ഈ അപൂർവ വസന്തങ്ങൾ പുനർവായിക്കപ്പെടേണ്ടത് അത്യാവശ്യമാണ്. കേരളീയ സമൂഹം ഒരു ആധുനിക സമൂഹമായി പരിവർത്തിക്കപ്പെടുമ്പോൾ അതിന് അനിവാര്യമായും അഭിമുഖീകരിക്കേ

ണ്ടിവന്ന പുതിയ പ്രശ്നങ്ങളെയും ഈ നോവലുകൾ അനാവരണം ചെയ്യുന്നുണ്ട്. എന്നാൽ അതേസമയംതന്നെ നവോത്ഥാനത്തിന് തിരി കൊളുത്തിയ കാലഘട്ടത്തിലാണ് ഈ നോവലുകൾ രചിക്കപ്പെട്ടത്. ബ്രാഹ്മണാധിപത്യത്തിനും ജാതിമർദനത്തിനുമെതിരായ നവോത്ഥാന–കീഴാള ഉയിർപ്പുകളെ സാക്ഷ്യപ്പെടുത്തുകയും ചെയ്യുന്നവയാണ് ഇതിലെ പല കൃതികളും.

ഈ പുസ്തകങ്ങളും ഇവയെക്കുറിച്ചുള്ള പഠനക്കുറിപ്പുകളും സമാഹരിച്ചു നൽകിയ എൻ സന്തോഷ് കുമാറിന്റെ ശ്രമം മലയാള സാഹിത്യ ചരിത്രത്തിലെ ഒരു വലിയ സംഭവമായി ഞങ്ങൾ കരുതുന്നു.

ഈ കൃതികൾ മലയാളി വായനാസമൂഹത്തിനു മുമ്പിൽ സസന്തോഷം സമർപ്പിക്കുന്നു.

ചിന്ത പബ്ലിഷേഴ്സ്

കേരളീയ നവോത്ഥാനത്തിന്റെ ഭൂമിക

പത്തൊമ്പതാം നൂറ്റാണ്ടിലെ മലയാള നോവലുകൾ ഇന്ന് വായിക്കുമ്പോൾ

രണ്ടുതരം ആഖ്യാനലക്ഷ്യങ്ങളാണ് തങ്ങളുടെ രചനകളെക്കുറിച്ച് വിശദീകരിക്കുമ്പോൾ പത്തൊമ്പതാം നൂറ്റാണ്ടിലെ മലയാള നോവലിസ്റ്റുകൾ സൂചിപ്പിച്ചിട്ടുള്ളത്. അപ്പുനെടുങ്ങാടിയെയും ചന്തുമേനോനെയും പോലെയുള്ളവർ ഇഷ്ടജനങ്ങളുടെ വിനോദത്തിനായി നോവലുകൾ രചിച്ചപ്പോൾ പോത്തേരി കുഞ്ഞമ്പുവും ജോസഫ് മൂളിയിലും സോദ്ദേശ്യാധിഷ്ഠിതമായിത്തന്നെയാണ് തങ്ങളുടെ രചനകൾ എന്നു തുറന്നുപറയുന്നുണ്ട്. നോവൽ രചനയ്ക്കു പിന്നാലെ പരസ്പരപൂരകങ്ങളായ രണ്ടു ധർമങ്ങളെയും കൂട്ടിയിണക്കുകയായിരുന്നു ഈ എഴുത്തുകാരെല്ലാം തന്നെ. നോവൽ എന്ന സാഹിത്യശാഖ ഇന്ത്യൻ ഭാഷകളിൽ രൂപപ്പെടാനും വളർന്നുവികസിക്കാനും ഈ രണ്ടുഘടകങ്ങളും ഒരുപോലെ കാരണമായിട്ടുണ്ട്. ഒരു നൂറ്റാണ്ടിന് ഇപ്പുറത്തുനിന്ന് ആ നോവലുകൾ വായിക്കുമ്പോൾ അവ കേവലം വിനോദത്തിനുമപ്പുറം അക്കാലത്തെ ചരിത്രപരവും രാഷ്ട്രീയവും സാംസ്കാരികവുമായ വ്യവഹാരങ്ങൾകൂടിയായി മാറുന്നതെങ്ങനെയെന്ന് തിരിച്ചറിയാൻ കഴിയുന്നുണ്ട്.

ഇന്ത്യൻ നവോത്ഥാനമാണ് ആദ്യകാല ഇന്ത്യൻ നോവലുകൾക്ക് ജന്മം നൽകിയതെന്ന വസ്തുത വിസ്മരിച്ചുകൊണ്ട് അവയെ സമീപിക്കുന്നത് ചരിത്രവിരുദ്ധമാണ്. യൂറോപ്യൻ നോവലുകളുടെ കേവലാനുകരണമാണ് ആദ്യകാല ഇന്ത്യൻ നോവലുകൾ എന്ന വാദം അതുകൊണ്ടുതന്നെ അപ്രസക്തമായിത്തീരുന്നു. നോവലുകൾ മുന്നോട്ടുവെക്കുന്ന ആധുനികമായ ഭാവുകത്വവും അനുഭവപരിസരവും കൊളോണിയൽ വിദ്യാഭ്യാസം ലഭിച്ച ഇന്ത്യൻ ഉപരിവർഗത്തിനിടയിലെങ്കിലും വേരോടിയിരുന്നു എന്നതിന്റെ ശക്തമായ തെളിവുകൾകൂടിയാണ് അവ. അത്തരം അനുഭവപരിസരം ബ്രിട്ടീഷ് ഇന്ത്യയിൽ എങ്ങനെ രൂപപ്പെട്ടു എന്നതിന്റെ

രേഖകൾകൂടിയായി സ്വാഭാവികമായും പത്തൊമ്പതാം നൂറ്റാണ്ടിലെ മലയാള നോവലുകൾ മാറുന്നുണ്ട്. അതുകൊണ്ടുതന്നെ കേരളീയമായ നവോത്ഥാനശ്രമങ്ങളുടെ ഒരു മുന്നോടിയായി ഈ നോവലുകളെ വായിച്ചെടുക്കാൻ കഴിയും.

ബംഗാളി ഭാഷയിൽ മിസിസ്സ് കാതറീൻ ഹന്നാ മുല്ലൻസ് രചിച്ച *ഫുൽമോനി ഓ കരുണാർ ബിബരണിന്* റവ. ജോസഫ് പീറ്റ് നിർവഹിച്ച *ഫുൽമോനി എന്നും കോരുണ എന്നും പേരായ രണ്ടു സ്ത്രീകളുടെ കഥ* (1858) വിവർത്തനം ചെയ്യപ്പെട്ടതോടെ ആരംഭിക്കുന്നു മലയാള നോവലുകളുടെ ചരിത്രം എന്നു പറയാം. ബംഗാളിഭാഷയിൽനിന്നും മലയാളവൽക്കരിക്കുമ്പോൾ മലയാള സമൂഹത്തെക്കൂടി അഭിസംബോധന ചെയ്യുന്ന എഴുത്തായി അത് മാറുന്നു. പിൽക്കാലത്ത് 1894ൽ കേരളവർമ വലിയകോയിത്തമ്പുരാൻ വാൻലിം ബർഗ് ബ്യൂവറുടെ ഡച്ച് നോവലായ *അക്ബർ* ഇംഗ്ലീഷിൽനിന്ന് മലയാളത്തിലേക്ക് വിവർത്തനം ചെയ്തപ്പോൾ ഇല്ലാതെപോയതും ഈയൊരു ഗുണമാണ്. ഇങ്ങനെയാണ് റവ. ജോസഫ് പീറ്റ് മൊഴിമാറ്റം നിർവഹിച്ച *ഫുൽമോനിയുടെയും കോരുണയുടെയും കഥ* പത്തൊമ്പതാം നൂറ്റാണ്ടിലെ മലയാള നോവലുകളുടെ സമഗ്രസമാഹാരമായ നോവൽ പഴമയിലെ ആദ്യനോവലായി പരിണമിച്ചത്. പി പി രവീന്ദ്രന്റെ ആമുഖപഠനം വിവർത്തന നോവലുകൾ ഭാഷാനോവലുകളായിത്തീർന്നതിന്റെ പശ്ചാത്തലം വ്യക്തമായിത്തന്നെ വിശദമാക്കുന്നുണ്ട്. ഇങ്ങനെ *ഫുൽമോനിയുടെയും കോരുണ*യുടെയും കഥ എന്ന വിവർത്തനത്തിൽ തുടങ്ങുന്ന പതിനഞ്ച് നോവലുകളുടെ സമാഹാരമാണ് നോവൽ പഴമ എന്ന പത്തൊമ്പതാം നൂറ്റാണ്ടിൽ പ്രസിദ്ധീകരിച്ച മലയാള നോവലുകളുടെ ഒരു പാക്കേജിൽ ഉൾപ്പെടുത്തിയിരിക്കുന്നത്.

നോവലിന്റെ രൂപഘടനയെക്കുറിച്ചുള്ള സാമ്പ്രദായിക വീക്ഷണങ്ങൾ ഇല്ലാതായ പുതിയ കാലത്ത്, നോവലിന്റെ സ്വരൂപഘടനയെക്കുറിച്ചുള്ള അപ്രസക്തമായ വിചാരങ്ങൾക്കപ്പുറത്ത് പത്തൊമ്പതാം നൂറ്റാണ്ടിലെ മലയാള നോവലുകളെ ഇന്നു വായിക്കുമ്പോൾ അക്കാലത്തെ ചരിത്രവും സംസ്കാരവും രൂപപ്പെട്ടതിന്റെ വ്യക്തമായ ദിശാബോധം ലഭിക്കുന്നുണ്ട്. ഒറ്റയൊറ്റയായി വായിക്കുന്നതിനേക്കാൾ ഒരു സമഗ്രസമാഹാരമായി വായിക്കുമ്പോൾ പത്തൊമ്പതാം നൂറ്റാണ്ടിലെ ചരിത്രത്തിന്റെയും സംസ്കാരത്തിന്റെയും തുടർച്ച അതിൽ കണ്ടെത്താനാവും. ആധുനിക കേരളീയ സമൂഹത്തിന്റെ രൂപപ്പെടലും അതിനെ നിയന്ത്രിച്ച വിവിധ ശക്തികളും ഘടകങ്ങളുമെല്ലാം ഈ സമഗ്രവായനയിൽ തെളിയുന്നുണ്ട്. ഈ വായനയ്ക്ക് സഹായകമാകുന്ന തരത്തിൽ തന്നെയാണ് ഇവയുടെ ആമുഖപഠനങ്ങളും രേഖപ്പെടുത്തിയെടുത്തിട്ടുള്ളത്. ഇക്കാര്യങ്ങളെല്ലാം ഓരോ നോവലിന്റെയും ആമുഖ പഠനങ്ങൾ വളരെ വിശദമായി ചർച്ച ചെയ്യുന്നുണ്ട്. പത്തൊമ്പതാം നൂറ്റാണ്ടിലെ നോവലുകളുടെ സമഗ്രതയായ നോവൽ പഴമ പുറത്തുവരുന്നതോടുകൂടി നമ്മുടെ സാഹിത്യ

പാരമ്പര്യത്തിന്റെ പൊതു അന്തരീക്ഷത്തിൽ ഒരു സംവാദം രൂപപ്പെടുമെന്ന് ഉറപ്പുണ്ട്. അധിനിവേശം/ദേശീയ, മേലാളൻ/കീഴാളൻ, സവർണ്ണൻ/അവർണ്ണൻ, പുരുഷൻ/സ്ത്രീ, ആധുനികത/പാരമ്പര്യം തുടങ്ങിയ സംവർഗങ്ങൾ പല പ്രകാരത്തിൽ സംഘർഷത്തിലേർപ്പെടുന്നതിന്റെ സൂചനകൾ ഈ നോവലുകളിൽ തെളിയുന്നുണ്ട്. സ്ത്രീ വിദ്യാഭ്യാസവും സ്ത്രീ സ്വാതന്ത്ര്യവും ഉൾപ്പെടുന്ന വിഷയങ്ങൾ മലയാളത്തിൽ ആദ്യമായി ചർച്ച ചെയ്ത മാധ്യമവും ഈ നോവലുകൾ തന്നെ. കീഴാളരുടെ ഉദ്ഗ്രഥനവും മതപരിവർത്തനവും അടക്കമുള്ള വിഷയങ്ങളും ഇവയെ സജീവമാക്കുന്നു. ഒപ്പം മാറിവരുന്ന ലോകബോധവും നീതിന്യായക്രമങ്ങളും സജീവമായ ചർച്ചയാവുന്നു. വൃത്തിയും വെടിപ്പും ആധുനികമായ കുടുംബവും വിദ്യാഭ്യാസവുമൊക്കെ ഉൾപ്പെടുന്ന ആധുനികവൽക്കരണ പ്രക്രിയയും നിരന്തര സംവാദമായിത്തീരുന്നുണ്ട്. ഒപ്പം പിൽക്കാലത്ത് കേരളീയ നവോത്ഥാന പ്രക്രിയയുടെ രൂപീകരണത്തിലേക്ക് നയിച്ച സാഹചര്യങ്ങളും പരിഗണിക്കപ്പെടുന്നുണ്ട്. ഇങ്ങനെ പത്തൊമ്പതാം നൂറ്റാണ്ടിനെ സാംസ്കാരികമായി വായിക്കാനുള്ള മികച്ച ഉപാധികൂടിയാണ് അക്കാലത്തെ നോവലുകളുടെ സമഗ്രതയായ നോവൽ പഴമ എന്ന ഈ സമാഹാരം.

ഈ നോവലുകൾക്ക് വിശദമായ ആമുഖപഠനം തയാറാക്കിത്തന്ന വിശിഷ്ടരായ എഴുത്തുകാർക്കും ഇത്തരമൊരു സമഗ്രതയുടെ പ്രസക്തി മനസിലാക്കി പ്രസാധനത്തിന് മുൻകൈയെടുത്ത ചിന്ത പബ്ലിഷേഴ്സിനും ഞാൻ നന്ദി രേഖപ്പെടുത്തുന്നു. കേരളീയ വായനാസമൂഹം പത്തൊമ്പതാം നൂറ്റാണ്ടിലെ നോവലുകളുടെ സമഗ്രതയായ നോവൽ പഴമയെ സ്വീകരിക്കുമെന്ന പ്രത്യാശയോടെ.

പിലിക്കോട്
04–01–2013

എൻ സന്തോഷ് കുമാർ
നോവൽ പഴമ സീരീസ് എഡിറ്റർ

പഠനം

തൃഷ്ണകളുടെ ഭൂപടങ്ങൾ: ദേശത്തെ നോവലിലേക്കു വിവർത്തനം ചെയ്യുമ്പോൾ

ഇ വി രാമകൃഷ്ണൻ

ഇന്ന് തിരിഞ്ഞുനോക്കുമ്പോൾ അത്ഭുതകരമെന്നു തോന്നുന്ന ഒരു കാര്യം; 19–ാംനൂറ്റാണ്ടിന്റെ ഉത്തരാർധത്തിൽ ഏറ്റവും സ്വാഭാവികമായി, ഇന്ത്യയിൽ മറ്റുപലേടത്തും പോലെ തന്നെ, കേരളത്തിലും സംഭവിക്കുകയായിരുന്നു. കാവ്യകേന്ദ്രിതമായിരുന്ന മലയാളസാഹിത്യം ഗദ്യത്തിന്റെ നാനാതരം സാധ്യതകളെ സാർഥകമാക്കുകവഴി സ്വയം നവീകരിച്ചു. സാഹിത്യത്തിന്റെ നിർവചനം തന്നെ മാറി. പുതിയൊരു സമൂഹരൂപവൽക്കരണത്തിന്റെ ആദ്യഘട്ടങ്ങളിലൂടെയാണ് ഇക്കാലം കടന്നുപോയത്. ഭൗതികമായ പരിപ്രേക്ഷ്യത്തിലൂടെ ചരിത്രത്തെ നോക്കിക്കാണുന്ന രീതി നമുക്ക് ഈ സമയത്താണ് തുറന്നുകിട്ടിയത്. മതകേന്ദ്രിതമായ മൈത്തികലോകവും അതിന്റെ സമയകാലങ്ങളും അങ്ങനെ സാപേക്ഷികമായി മാറി. അവയ്ക്കുണ്ടെന്ന് സങ്കൽപ്പിക്കപ്പെട്ടിരുന്ന ആധികാരികത നഷ്ടമായി. ഇത് സങ്കീർണമായൊരു സാമൂഹ്യ–രാഷ്ട്രീയ പരിണാമത്തിന്റെ ഭാഗമായാണ് സംഭവിക്കുന്നത്. പാരമ്പര്യം ഈ മാറ്റത്തെ അടയാളപ്പെടുത്താൻ കഴിയില്ല. പലതരം അധികാരകേന്ദ്രങ്ങളുടെ, സാഹിത്യവ്യവഹാരങ്ങളുടെ മധ്യസ്ഥതയിലൂടെയാണ് മാറ്റങ്ങൾ ഇവിടെ സംഭവിക്കുന്നത്. അധിനിവേശം, സാമ്രാജ്യത്വം, ദേശീയത, ആധുനികത, പൊതുമണ്ഡലം മുതലായ പലതരം വ്യവഹാരങ്ങളുമായും ബന്ധപ്പെടുത്തിവേണം ഈ മാറ്റത്തെ മനസിലാക്കാൻ. പത്തൊമ്പതാംനൂറ്റാണ്ടിന്റെ പ്രത്യയശാസ്ത്രപരമായ സങ്കീർണതകളെ ആന്തരികവൽക്കരിക്കുന്ന സാഹിത്യരൂപമെന്നനിലയിൽ നോവൽ ഈ കാലത്തിന്റെ മനസിലേക്കുള്ള പ്രവേശികയാവുന്നു.

നോവലിന്റെ ഘടനയിൽത്തന്നെ പ്രത്യയശാസ്ത്രപരമായ മുൻവിധികൾ അടങ്ങിയിട്ടുണ്ട്. ഇന്ത്യയിലെ എഴുത്തുകാർ ഈ സാഹിത്യരൂപത്തെ

സ്വാംശീകരിക്കാനും വരുതിയിലാക്കാനും ശ്രമിച്ച 19-ാം നൂറ്റാണ്ടിൽ എഴുത്തുകാരൻ പറയാൻ ശ്രമിച്ചതും നോവൽ പറഞ്ഞതും തമ്മിൽ പൊരുത്തക്കേടുകളുണ്ടായി. സാമൂഹ്യരൂപവൽക്കരണത്തിന്റെ ഭാഗമായി ഉയർന്നുവന്ന പൊതുമണ്ഡലത്തിന്റെ ആവിഷ്കാരമെന്ന നിലയിൽ നോവൽ; സംബോധന ചെയ്തത് മുഴുവൻ സമൂഹത്തെയുമാണ്. *കുന്ദലത*യുടെ ഒന്നാംപതിപ്പിനെഴുതിയ മുഖവുരയിൽ അപ്പു നെടുങ്ങാടി "ഇംഗ്ലീഷ് പരിജ്ഞാനമില്ലാത്ത ബഹുജനങ്ങൾക്കും, പ്രത്യേകിച്ച് പിടിപ്പതു പണിയില്ലാത്തതിനാൽ നേരം പോകാതെ ബുദ്ധിമുട്ടുന്നവരായ സ്ത്രീകൾക്കും വേണ്ടിയുള്ള ദോഷരഹിതമായ വിനോദ"മാണ് തന്റെ കൃതി ലക്ഷ്യമാക്കുന്നതെന്ന് പറയുന്നുണ്ട്. ഭാഷാമിശ്രിതങ്ങളുടെ സമർത്ഥമായ ഉപയോഗം പിന്നെ വന്ന *ഇന്ദുലേഖ*യിലുള്ളപോലെ *കുന്ദലത*യിലും ഉണ്ട്. രാമദാസനെന്ന ഭൃത്യൻ സംസാരിക്കുമ്പോൾ "പെരുത്ത് നല്ലോരാണമ്മേ ഇവര്..... മറ്റാരെങ്കിലും ഇവിടെ വന്നാൽ ഇവരുള്ള വർത്തമാനം മാത്രം മുണ്ടിപ്പോകരുത്" എന്നിങ്ങനെ ആഖ്യാനം സംസാര ഭാഷയെ ഉൾക്കൊള്ളാൻ ശ്രമിക്കുന്നു. ഭാഷാവ്യതിയാനങ്ങളിവിടെ അസമത്വങ്ങൾ നിറഞ്ഞ സമൂഹത്തെയാണ് കുറിക്കുന്നത്. വേടർക്കര ചനോടും കുടുംബത്തോടും രാജകുമാരിയും രാജാവും കാണിക്കുന്ന ഔദാര്യം നിറഞ്ഞ പരിഗണന അവർ സമന്മാരല്ലെന്ന കാര്യത്തിന് അടിവരയിടുന്നു. പക്ഷേ, ഇത്തരമൊരു മുഖാമുഖത്തിലൂടെ രാജകുടും ബത്തിന്റെ 'സ്വഭാവമഹിമ' വിളംബരം ചെയ്യപ്പെടുമ്പോൾ ആഖ്യാനം ആരുടെ പക്ഷത്തുനിന്നാണ് നിർവഹിക്കപ്പെടുന്നതെന്ന് മനസിലാവും. സാമാന്യജനങ്ങളെ അഭിസംബോധനചെയ്യുമ്പോഴും അവരുടെ സ്വത്വ ങ്ങളെ പത്തൊമ്പതാംനൂറ്റാണ്ടിലെ ഇന്ത്യൻ നോവലുകൾ ഉൾക്കൊള്ളു ന്നില്ല എന്ന വസ്തുതയെ *കുന്ദലത*യും ഉദാഹരിക്കുന്നു. സമാന്തരമായി വർത്തിക്കുന്ന അന്യലോകങ്ങളെപ്പറ്റിയുള്ള ബോധമാണ് ഇക്കാലത്തെ നോവലെന്ന സാഹിത്യരൂപത്തെ വ്യത്യസ്തമാക്കുന്നത്.

അധിനിവേശത്തിന്റെ രാഷ്ട്രീയം സംസ്കാരലോകത്തെ കീഴ്പ്പെ ടുത്തുന്നത് നോവലിന്റെ മധ്യസ്ഥതയിലൂടെയാണ്. ഈ അർത്ഥത്തിൽ നോവൽ; ആധുനികതയുമായുള്ള അധിനിവേശസംസ്കാരത്തിന്റെ ഉട മ്പടിയാണ്. ഇംഗ്ലീഷ് വിദ്യാഭ്യാസം ഇന്ത്യയിലെ ജനങ്ങളെ മെരുക്കാ നുള്ള തന്ത്രത്തിന്റെ ഭാഗമായിരുന്നു. കൊളോണിയൽ ഭരണകൂടത്തിന റിയാമായിരുന്നു, ഇംഗ്ലീഷ് സാഹിത്യത്തിന്റെ മേധാവിത്വം ഉറപ്പുവരുത്തു ന്നതിലൂടെ ഇന്ത്യൻ മനസുകൾ അതിന്റെ മാന്ത്രികതയിലകപ്പെടും എന്ന്. അച്ചടിയെന്ന സാങ്കേതികവിദ്യയുടെ പിൻബലവുംകൂടി ആയപ്പോൾ ഇംഗ്ലീഷ്നോവൽ ആധുനികതയുടെ യുക്തിഭദ്രമായ വാർപ്പുരൂപമായി വിളങ്ങി. അപ്പുനെടുങ്ങാടിയെപ്പോലുള്ള ഇന്ത്യൻ എഴുത്തുകാർ ആകൃ ഷ്ടരാകുന്നത് പാശ്ചാത്യനവോത്ഥാനമൂല്യങ്ങളെ സ്വാംശീകരിച്ച, വ്യക്തി കേന്ദ്രിതമായ അവകാശങ്ങളുടെ പ്രാതിനിധ്യം വഹിക്കുന്ന പുതിയൊരു ഭാവനയുടെ മാതൃകയിലാണ്. അത് അവരിൽ പ്രവർത്തിച്ചത് അഭിലാഷ

ങ്ങളുടെ, തൃഷ്ണകളുടെ പരമ്പരകളുൽപ്പാദിച്ചുകൊണ്ടാണ്. അപ്പുനെടുങ്ങാടി പെൺകുട്ടികളുടെ വിദ്യാഭ്യാസത്തിനുവേണ്ടിയൊരു വിദ്യാലയവും ആധുനികരീതിയിലുള്ള പണമിടപാടുകൾക്കു വേണ്ടിയൊരു ബാങ്കും പൊതുജനങ്ങളെ ഉദ്ബുദ്ധരാക്കാൻ *കേരളപത്രിക*, *കേരളസഞ്ചാരി* മുതലായ പ്രസിദ്ധീകരണങ്ങളും പാൽ വിതരണത്തിനായി ക്ഷീരവ്യവസായക്കമ്പനിയും സ്ഥാപിച്ചു. ഇത്തരം സ്ഥാപനങ്ങൾക്കു സമാന്തരമായാണ് അദ്ദേഹത്തിന്റെ *കുന്ദലത* എന്ന നോവൽ വരുന്നത്. ഈ സ്ഥാപനങ്ങൾക്കു പൊതുവായുള്ള സാമൂഹിക-രാഷ്ട്രീയ അന്തർഘടനതന്നെയാണ് *കുന്ദലത*യുടെ ആവിർഭാവത്തിനും കാരണമായത്. നഗരസഭാധ്യക്ഷനും, വക്കീലും വ്യവസായിയും വിദ്യാഭ്യാസപ്രവർത്തകനും പ്രസാധകനുമായിരുന്ന നെടുങ്ങാടി ഒരേസമയം അധിനിവേശത്തിന്റെ യുക്തികളെ പിൻപറ്റുകയും പ്രതിരോധിക്കുകയുമാണ് ചെയ്തത്. "*നോവൽസ്* എന്ന ഇംഗ്ലീഷ് കഥകളുടെ ഏതൊണ്ടൊരുമാതിരിയിൽ" മലയാളത്തിലെഴുതുമ്പോഴും ഇതാവർത്തിക്കുന്നു. *കുന്ദലത* കൂടാതെ അദ്ദേഹമെഴുതിയത് ഒരു *പാഠമാല* ആണെന്നത് അർഥവത്താണ്. *കുന്ദലത* തന്നെ വളരെവേഗം പാഠപുസ്തകമായി അംഗീകരിക്കപ്പെടുകയും ചെയ്തു എന്നും ഓർമിക്കുക. സ്ഥാപനവൽക്കരിക്കപ്പെടുന്ന ആധുനികതയുടെ കർതൃത്വമാണ് നെടുങ്ങാടിയിലൂടെ പ്രവർത്തിക്കുന്നത്. ഈ ആധുനികതയിൽ അധിനിവേശത്തിന്റെ വിരൽപ്പാടുകളുണ്ട്. അതിന്റെ പ്രയോഗത്തിൽ അധിനിവേശത്തെപ്പറ്റിയുള്ള അവബോധമുണ്ട്. പ്രത്യയശാസ്ത്രപരമായ ഒരു പിരിയൻകോണി ഇവിടെ ബോധത്തെയും അതിന്റെ പ്രതിഫലനത്തെയും ആധുനികതയെയും അതിന്റെ ആവിഷ്കാരത്തെയും ബന്ധിപ്പിക്കുന്നു. ഒരേസമയം വരേണ്യവും ജനകീയവുമായിരിക്കുക അതിന്റെ നിയോഗമാണ്. ആധികളും ഉൽക്കണ്ഠകളും ഏറെ ഉൾക്കൊള്ളേണ്ടിവന്നതുകൊണ്ടാണ് ഇന്ത്യൻ നോവലുകളുടെ ആദ്യകാലരൂപങ്ങൾ 'റൊമാൻസ്' എന്ന രൂപത്തിന്റെ സാധ്യതകളിലൂന്നിയത്.

പലതരം ലോകങ്ങളെ തമ്മിലിണക്കേണ്ടിവരുമ്പോൾ 'ഹിസ്റ്റോറിക്കൽ റൊമാൻസ്' (അത്ഭുതപരാക്രമങ്ങളിലൂന്നുന്ന ചരിത്രാഖ്യായിക) പ്രത്യേകിച്ചും പ്രസക്തമാവുന്നു. സാമൂഹ്യപരിഷ്കാരങ്ങളെപ്പറ്റി നിരന്തരമായ ചർച്ചകൾ നടക്കുന്നകാലമാണിത്. സ്ത്രീകളുടെ വിദ്യാഭ്യാസം, വിവാഹപ്രായം, ജാതിമതഭേദങ്ങളുടെ യുക്തി, ദേശീയതയുടെ പ്രസക്തി, ഇന്ത്യൻ പാരമ്പര്യത്തിന്റെ സവിശേഷതകൾ, ശാസ്ത്രീയസമീപനത്തിന്റെ ആവശ്യം എന്നിങ്ങനെ പല മണ്ഡലങ്ങളുമായി ബന്ധപ്പെട്ട കാര്യങ്ങളാണ് ഇക്കാലത്ത് ഇന്ത്യയിലുടനീളം, ചർച്ചചെയ്യപ്പെട്ടത്. ഈയർഥത്തിൽ *കുന്ദലത* എന്ന നോവൽ കേരളത്തെ ഇന്ത്യയുടെ ഭാഗമായി തിരിച്ചറിയുന്ന പുതിയൊരുതരം ദേശീയകർതൃത്വത്തിന്റെ അടയാളവുമാണ്. നോവലിൽ വർണിക്കപ്പെടുന്ന സ്ഥലങ്ങൾ കേരളത്തിന് പുറത്താവുന്നത് ഇതുകൊണ്ടാണ്. കലിംഗം, കുന്തളം, വിലാദ്രി,

ധർമപുരി മുതലായ സ്ഥലപ്പേരുകളുടെ ധ്വനികൾ അതീതകാലത്തിന്റെ തെന്നപോലെ മധ്യകാലഭാരതത്തിന്റേതുമാണ്. മാറ്റങ്ങൾക്കുവേണ്ടിയുള്ള ഉൽക്കടമായ അഭിലാഷമാണ് സാമൂഹ്യപരിഷ്കാരശ്രമങ്ങളിലും നോവൽ രചനകളിലും പ്രതിഫലിച്ചത് എന്ന് പറയുമ്പോൾ 'ഹിസ്റ്റോറിക്കൽ റൊമാൻസ്' എന്ന രൂപം പിറകോട്ടും മുന്നോട്ടും ഒരേസമയം എങ്ങനെ നോക്കുന്നു എന്നുകൂടി പഠിക്കേണ്ടതുണ്ട്.

1865 ൽ ബങ്കിംചന്ദ്രചാറ്റർജിയുടെ *ദുർഗേശനന്ദിനി* പുറത്തുവന്നതോടെ തന്നെ തുടങ്ങുന്നുണ്ട് ഹിസ്റ്റോറിക്കൽ റൊമാൻസിന്റെ പുതിയൊരു ആഖ്യാനപാരമ്പര്യം. *കപാൽകുണ്ഡല* (1866), *മൃണാളിനി* (1869) എന്നീ കൃതികളും ബങ്കിംചന്ദ്ര ഇതേ പാരമ്പര്യത്തിലാണെഴുതിയത്. ആഖ്യാനത്തിലൂടെ വെളിപ്പെടുന്ന മാന്ത്രികഭാവങ്ങളുള്ള സ്ഥലങ്ങൾ—കോട്ടകൾ, രാജകൊട്ടാരങ്ങൾ, പർവതങ്ങൾ, നദികൾ, യുദ്ധക്കളങ്ങൾ, സമുദ്രതീരങ്ങൾ മുതലായവ—ഇത്തരം കഥകളിൽ ആവർത്തിച്ചു വരും. മറാത്തിയിൽ *മുക്തമാല* എന്ന നോവലോടുകൂടി *അത്ഭുതകാദംബരി*യുടെ പാരമ്പര്യം തുടങ്ങുന്നു. തമിഴിലെ *പ്രതാപമുതലിയാർ ചരിതം*, ഗുജറാത്തിലെ *കരൺഘേലോ* മുതലായ നോവലുകളെയും ഇവിടെയോർക്കാം. കൊളോണിയൽ ആധുനികതയുടെ പുരാവൃത്തങ്ങൾക്ക് അത്ഭുതകഥകളുടെ പരിവേഷമുള്ള ആഖ്യാനവുമായി പ്രത്യേകം ചാർച്ചയുണ്ടായി എന്നാണ് ഈ ഉദാഹരണങ്ങൾ ഉറപ്പിച്ചു പറയുന്നത്. അതിനൊരു കാരണം കൊളോണിയൽ ആധുനികതയുടെ യുക്തി സ്വാംശീകരിച്ച ദേശീയതയുടെ ഉഭയസ്വഭാവമാണ്. ഇന്ത്യയുടെ അതീതഭൂതകാലത്തെ കണ്ടെടുക്കേണ്ടത് അതിന്റെ ആവശ്യമായിരുന്നു. ചരിത്രത്തിന്റെ വ്യവഹാരങ്ങൾ ഇന്ത്യയിൽ പെരുകുന്നത് ഇക്കാലത്താണ്. ബങ്കിംചന്ദ്രന്റെ നോവലുകൾ മധ്യകാലഭാരതചരിത്രത്തെയാണ് പ്രമേയമാക്കിയത്. 1882 ൽ പുറത്തുവന്ന *ആനന്ദമഠി*ലെ കേന്ദ്രബിന്ദു 1773 ൽ നടന്നൊരു കലാപമായിരുന്നു.

ആനന്ദമഠിലെ ചരിത്രം രേഖീയമായ കാലത്തിന്റേതല്ല. സുദീപ്താ കവിരാജ് ബങ്കിംചന്ദ്രയെപ്പറ്റിയെഴുതിയ പഠനത്തിൽ യൂറോപ്യൻ ചരിത്രകാരന്മാർ ഇന്ത്യയുടെ ചരിത്രത്തെ വ്യാഖ്യാനിച്ചത് കൊളോണിയൽ ഭരണത്തിന്റെ അനിവാര്യതയെ ന്യായീകരിക്കുന്നതിനാണെന്ന് പറയുന്നുണ്ട്. ഇത്തരം അധിനിവേശാഖ്യാനങ്ങളെ പ്രതിരോധിക്കുന്ന തരത്തിലുള്ള എഴുത്താണ് 'ഹിസ്റ്റോറിക്കൽ റൊമാൻസി'ൽ കാണുക. ഭാവികാലത്തിലൂടെ ചരിത്രത്തെ കാണുമ്പോൾ, ചരിത്രത്തെ പുതിയൊരു വർത്തമാനവുമായി ഘടിപ്പിക്കാനും അതിലൂടെ അതിനെ മാറ്റിയെഴുതാനും കഴിയുമെന്ന് ബങ്കിംചന്ദ്രയെപ്പോലുള്ള എഴുത്തുകാർ കണ്ടെത്തിയതായി കവിരാജ് സമർഥിക്കുന്നു. സന്താൾകലാപം പുതിയൊരു ഭാവിയെ സങ്കൽപ്പിക്കാനുള്ള മാധ്യമമായിത്തീരുന്നു. തൃഷ്ണകളെ സ്വതന്ത്രമായി വിഹരിക്കാൻ അനുവദിക്കുന്ന തുറസ്സുകൾ ഈ നോവലുകളിൽ വർണിക്കപ്പെടുന്ന മധ്യകാല ഭാരതത്തിൽ സുലഭമായി തുറന്നുകിട്ടുന്നു. സാമൂഹ്യയാഥാർ

ഥ്യങ്ങളെ ഇത്തരം നോവലുകൾ അഭിസംബോധനചെയ്യുന്നത് നേരിട്ടല്ല. അധിനിവേശസന്ദർഭത്തിന്റെ സാമൂഹ്യഭാവന ആവശ്യപ്പെട്ടത് ഉച്ഛൃംഖലമായ സഞ്ചാരങ്ങളാണ്. അതിലൂടെ ചരിത്രത്തിൽ ഇന്ത്യനെഴുത്തുകാരൻ അവകാശവാദമുന്നയിക്കുകയാണ്. ഇതു നമ്മുടെ സ്ഥലവും ചരിത്രവുമാണെന്നു പറയാൻ ഉള്ള കെൽപ്പ് ഇവിടെ ആഖ്യാനത്തിന് സിദ്ധിക്കുന്നു. ചരിത്രത്തെ പുതിയൊരു പ്രതീകാത്മകക്രമവുമായി ബന്ധപ്പെടുത്തുമ്പോൾ പുതിയ പാഠങ്ങൾ ഉണ്ടാകുന്നു.

ഇത്തരം നോവലുകൾ സംസ്കൃതപാരമ്പര്യത്തിലുള്ള *കാദംബരി* മാതിരിയുള്ള ആഖ്യാനങ്ങളുടെ തുടർച്ചകളെയും കണ്ടെടുക്കുന്നുണ്ട്. *കുന്ദലത*യിലെ ഭാഷ 'പ്രഭുവർഗസംഭോഗസാഹിത്യമായ മണിപ്രവാളത്തിന്റെ ഗദ്യരൂപത്തിലുള്ള അവതാരമാണെന്ന്' ജോർജ് ഇരുമ്പയം അഭിപ്രായപ്പെടുന്നുണ്ട്. ഇത് ശരിയല്ലെന്ന് കാണിക്കുവാൻ നോവലിന്റെ ഏത് അധ്യായത്തിൽനിന്നും ഉദാഹരണങ്ങൾ നിരത്താൻ കഴിയും. ഭാഷാരീതിക്ക് 'അഭിനന്ദനീയമായ ആധുനികത്വ'മുണ്ടെന്ന് പറഞ്ഞ എം പി പോളാണ് സത്യത്തിനടുത്ത് നിൽക്കുന്നത്. സംസ്കൃതത്തിലുള്ള അത്ഭുതപരാക്രമകഥകളുടെ പാരമ്പര്യത്തെ ഇത്തരം നോവലുകൾ ഉപജീവിക്കുന്നു എന്നു പറഞ്ഞത് അധിനിവേശസന്ദർഭത്തിൽ ദേശീയതയുടെ വ്യവഹാരം അതീതഭൂതകാലത്തിന്റെ സാധ്യതകളിൽ നിന്ന് ബൃഹദ് ആഖ്യാനങ്ങൾ ഉൽപ്പാദിപ്പിക്കാൻ ശ്രമിക്കുന്നു എന്ന കാര്യം എടുത്തുകാണിക്കാനാണ്. *കുന്ദലത*യിൽ കാളിദാസനെയും ഉണ്ണായി വാര്യരെയും എഴുത്തച്ഛനെയും ഓർമിപ്പിക്കുന്ന വർണനകൾ സാംസ്കാരികസ്വത്വത്തിന്റെ പുനർനിർമിതിക്കുവേണ്ട അസംസ്കൃത വിഭവങ്ങൾ സമാഹരിക്കുകയാണ്. പ്രാദേശിക വാമൊഴിവഴക്കങ്ങളെ ഉപയോഗിക്കുമ്പോൾത്തന്നെ നെടുങ്ങാടി മഹാകാവ്യങ്ങളെയും വരേണ്യകൃതികളെയും തന്റെ ഭാവനാവ്യവഹാരത്തിൽ ഇണക്കിച്ചേർക്കുന്നു. സാമാന്യജനങ്ങളെ ദേശമെന്ന പുതിയ സാംസ്കാരിക നിർമിതിയിലേക്കു ക്ഷണിക്കുകയായിരുന്നു നോവലെന്ന സാഹിത്യരൂപം ചെയ്തത്. അതിനായി അവരുടെ ഓർമകളെ ഉണർത്തുക ആവശ്യമായിരുന്നു. *കുന്ദലത*യിലൂടെ വെളിപ്പെടുന്ന തപോവനവും നായാട്ട്-യുദ്ധരംഗങ്ങളും ദൂതുകളും നിഗൂഹനങ്ങളും അവസാനമായിവരുന്ന അഭിജ്ഞാനവും പഴയൊരാഖ്യാനത്തെ പുതിയ കാലത്തിൽ ബന്ധിക്കുകയാണ് ചെയ്യുന്നത്. "കേരളസമ്പ്രദായത്തിന് അനുസരിക്കാത്ത ചിലമാതിരികളും മര്യാദകളും" കഥയിലുണ്ടെങ്കിൽ അതു വായനക്കാരെ അലോസരപ്പെടുത്തരുതെന്ന് കരുതിയാണ് അന്യദേശങ്ങളിൽ കഥ നടക്കുന്നതായി താൻ സങ്കൽപ്പിച്ചതെന്ന് നെടുങ്ങാടി 'മുഖവുര'യിൽ എഴുതുന്നുണ്ട്. മുരുഗാരധ്യായ എന്ന കന്നഡനോവലിസ്റ്റ് താനാദ്യം ഇംഗ്ലീഷ്നോവലുകളിലൊന്നിനെ പരിഭാഷപ്പെടുത്താനുദ്ദേശിച്ചപ്പോൾ അതിൽ 'ഹിന്ദുമര്യാദ'ക്ക് യോജിക്കാത്ത പലതുമുള്ളതുകൊണ്ട് അതുവേണ്ടെന്നുവെച്ചുവെന്നും പുരാണകഥകളിലൊന്നിനെ നോവൽരൂപത്തിലെഴുതാൻ വിചാരിച്ചപ്പോൾ

അത് നോവലിന്റെ 'മര്യാദ'ക്കു യോജിക്കാത്തതുകൊണ്ട് അതും വേണ്ടെന്നു വെച്ചാണ് പുതിയൊരു കൽപ്പിതകഥ – ഹിന്ദുമര്യാദക്കും നോവലിന്റെ മര്യാദയ്ക്കും അനുയോജ്യമായത് – എഴുതിയതെന്ന് പറയുന്നുണ്ട്. 'ഇംഗ്ലീഷ് പരിജ്ഞാനമില്ലാത്ത ബഹുജനങ്ങൾക്ക്' മുന്നിൽ പുതിയൊരു സാഹിത്യരൂപത്തെ അവതരിപ്പിക്കുക എന്ന ദൗത്യമാണ് അപ്പുനെടുങ്ങാടി ഏറ്റെടുത്തത്. നാടിന്റെയും നോവലിന്റെയും നിയമാവലികൾക്കുള്ളിൽ നിന്നുകൊണ്ടാണ് നെടുങ്ങാടി ഇതു നിർവഹിക്കുന്നത്. അദ്ദേഹം ദേശത്തെ നോവലിലേക്കും നോവലെന്ന സാഹിത്യരൂപത്തെ ദേശത്തിലേക്കും പരിഭാഷപ്പെടുത്തുകയായിരുന്നു.

മറാത്തിയിലെ ആദ്യകാലനോവലുകളെപ്പറ്റിയുള്ള ശ്രദ്ധേയമായ ലേഖനത്തിൽ അനികേത് ജാവരെ 'ഹിസ്റ്റോറിക്കൽ റൊമാൻസ്' എന്ന രൂപം വാൾട്ടർ സ്കോട്ടിൽ നിന്നുമാത്രം പകർന്നുകിട്ടിയതാണെന്ന വാദത്തെ നിശിതമായി എതിർക്കുന്നുണ്ട്. ഇന്ത്യൻ ഭാഷകളിലെഴുതിയ നോവലിസ്റ്റുകൾ തങ്ങളുടെ കൃതികളിലെ സൗന്ദര്യാനുഭവത്തെ സാധൂകരിക്കാൻ ഉപജീവിച്ചത് ഇന്ത്യൻപാരമ്പര്യത്തിലെ വാങ്മയങ്ങളെയാണെന്ന് അദ്ദേഹം നിരീക്ഷിക്കുന്നു. പാശ്ചാത്യരൂപത്തിന്റെ നേർപ്പകർപ്പ് ആയിരുന്നെങ്കിൽ *കുന്ദലത* പാഠപുസ്തകമെന്ന രീതിയിൽ പ്രതിഷ്ഠാപനം ചെയ്യപ്പെടുമായിരുന്നില്ല. അതിന്റെ സ്വീകാര്യത ഉറപ്പുവരുത്തിയ ഘടകങ്ങൾ പ്രാദേശികഭാവനയുടെ വ്യാപാരങ്ങളിൽ തിരയേണ്ടിവരും. പാശ്ചാത്യ നോവൽ ചരിത്രവ്യവഹാരങ്ങളെ ഉപജീവിച്ച് സാധൂകരണം നേടിയപ്പോൾ ഇന്ത്യൻനോവലുകൾ മഹാകാവ്യ-നാടക-കാവ്യ പാരമ്പര്യങ്ങളെ ആശ്രയിച്ചാണ് സ്വയം ന്യായീകരിച്ചതെന്ന് ജാവരെ പറയുന്നതിൽ കാര്യമുണ്ട്. കഥാഘടനയിൽ *കുന്ദലത* പലതരം കേട്ടുമറന്ന ഐതിഹ്യങ്ങളെയും ഇതിഹാസസന്ദർഭങ്ങളെയും ആശ്രയിക്കുന്നുണ്ടെന്ന് സൂക്ഷ്മനിരീക്ഷണത്തിൽ തെളിയും. ഇത്തരം സാഹിത്യവ്യവഹാരങ്ങളെ നോവലിസ്റ്റ് ഉപജീവിച്ചത് നോവലിന്റെ ആഖ്യാനഘടനയ്ക്ക് നാടകീയത പകരാൻ വേണ്ടി മാത്രമല്ല. അവയിലൂടെ ദേശവും പ്രദേശവും ഒന്നാകുന്നുണ്ട്. പ്രച്ഛന്ന വേഷധാരികളായ അമാനുഷരുടെ ധീരകൃത്യങ്ങൾ 'വിമോചന'ത്തിന്റെ സംയമ മുഹൂർത്തത്തിലാണ് മൂല്യാധിഷ്ഠിതമായ ദർശനത്തിന് വഴിമാറുന്നത്. 'അഭിജ്ഞാന'വും 'വിവരണ'വും കഥയിലെ നിഗൂഹനങ്ങളുടെ കെട്ടഴിക്കുകമാത്രം ചെയ്യുമ്പോൾ 'വിമോചനം' ആത്മബലത്തെയും അഭിമാനത്തെയും കുറിച്ച് പുതിയൊരു ഭാഷ്യം ചമയ്ക്കുന്നു. 'ഇത്ര വലിയ ഒരു യോദ്ധാവിനു കീഴടങ്ങേണ്ടി വന്നതുകൊണ്ട് എനിക്കു ലേശംപോലും ലജ്ജ തോന്നുന്നില്ല' എന്ന് കൃതവീര്യൻ പറയുന്നു. അഭിമാനത്തെപ്പറ്റിയുള്ള സൂക്ഷ്മവിവരണങ്ങൾ കഥാഘടനയിൽ ഉടനീളമുണ്ട്. കപിലനാഥൻ വനത്തിലഭയം തേടുന്നതുമുതൽ അതു തുടങ്ങുന്നുണ്ട്. വേടർക്കരചരുമായി രാജാവിന്റെ പെരുമാറ്റത്തിലും അംഗീകാരമെന്നത് സ്വത്വപ്രഖ്യാപനത്തിന്റെ ഭാഗമാണെന്ന തിരിച്ചറിവുണ്ട്. ഇത്തരം നാടകീയ മുഹൂർത്തങ്ങൾ ഈ

നോവലിൽ സംഭാഷണപ്രധാനമാണെന്ന് കാണാം. വായനക്കാരന്റെ വാങ്മയസ്മരണകൾ ഇവിടെ പുനർജനിക്കുന്നു. നോവലിൽ ഒരു സ്ഥലത്ത് രാജാവ് തന്നെ വായനക്കാരനാവുന്നുണ്ട്. കപിലനാഥന്റെ കഥകളൊക്കെ കേട്ടശേഷം രാജാവ് പറയുന്നു: "ഇവരുടെ ചരിത്രം ആശ്ചര്യം തന്നെ. ഇതൊക്കെയും എഴുതിവെച്ചാൽ വായിക്കുന്നവർക്ക് വളരെ നേരം പോക്കുണ്ടാകും, അജ്ഞാതവാസവും-പ്രച്ഛന്നവേഷവും-കൈതവനാമവും-ചിത്രം!ചിത്രം!" ഷേക്സ്പിയറിന്റെ *സിംബലിൻ*വരെ പോകാതെ തന്നെ അജ്ഞാതവാസവും പ്രച്ഛന്നവേഷവുമൊക്കെ അടങ്ങുന്ന കഥകൾ നമുക്ക് പ്രാപ്യമാണ് എന്ന സൂചനകൂടി പാഠത്തിന്റെ അവബോധത്തിൽ വായിച്ചെടുക്കാം. ഇത്തരം സന്ദർഭങ്ങളും കഥകളിയുടെ ദൃശ്യഭാവങ്ങളും ഈ നോവലിലുള്ളതുപോലെ പിന്നീട് സി വി രാമൻപിള്ളയിലും പല ചേരുവകളുമായും കൂട്ടുചേരുന്നുണ്ട്.

'കേരള സമ്പ്രദായത്തിന് അനുസരിക്കാത്ത മാതിരികളും മര്യാദകളും' എന്ന നെടുങ്ങാടിയുടെ ഉൽക്കണ്ഠ ഈ നോവലിന്റെ കഥാഘടനയിലെ പ്രണയചിത്രങ്ങളെക്കുറിച്ചാവാനാണിട. *കുന്ദലത* ഭാവനയിലൂടെ നടത്തുന്ന ഉല്ലംഘനങ്ങൾ ഏറ്റവും ഫലവത്താകുന്നത് ഇവിടെയാണ്. സ്ത്രീപുരു ഷബന്ധത്തെക്കുറിച്ചൊരു പുതിയ പരിപ്രേക്ഷ്യം ഈ നോവൽ അവതരിപ്പിക്കുന്നുണ്ട്. കാട്ടിൽ വളരുന്ന കുന്ദലതയും കൊട്ടാരത്തിൽ വളരുന്ന സ്വർണമയിയും ഇക്കാര്യത്തിൽ വ്യത്യാസമില്ല. നോവലെന്ന സാഹിത്യരൂപം തൃഷ്ണകളുടെ വിളംബരമാവുന്നത് പ്രണയത്തിന്റെ പ്രത്യയശാസ്ത്രവിവക്ഷകൾ പിന്തുടരുന്നതിലൂടെയാണ്. നിലവിലുള്ള അധികാരഘടനകളെ പൊളിച്ചെഴുതാൻ അക്രമാസക്തമായ യുദ്ധങ്ങൾക്കുള്ളതിലേറെ കഴിവുണ്ട്, സ്വത്വങ്ങളെത്തന്നെ പുതുക്കിപ്പണിയുന്ന പ്രേമത്തിന്. ആധുനികതയുടെ വ്യവഹാരങ്ങൾ കണ്ടെടുത്ത സ്ഥാപനങ്ങൾ പ്രജകളെ വ്യക്തികളാക്കി പുനർനിർമിക്കുന്നുണ്ട്. അപ്പു നെടുങ്ങാടി സമൂഹത്തിലിടപെട്ടത് വ്യക്തിനിർമാണത്തിനുതകുന്ന സ്ഥാപനങ്ങളുണ്ടാക്കാനാണ്. പത്രങ്ങളും സ്കൂളുകളും വ്യവസായങ്ങളും കോടതികളും സാധ്യമാക്കുന്നത് സ്വന്തം അവകാശങ്ങളെക്കുറിച്ച് അടിസ്ഥാന ബോധമുള്ള വ്യക്തികളെയാണ്. സ്വർണമയിയും കുന്ദലതയും സ്വന്തം കമിതാക്കളെ തിരഞ്ഞെടുക്കുമ്പോൾ സ്വന്തം മനസിന്റെ ഉൾവിളിമാത്രം കേൾക്കുന്നവരാണ്. ഇവർക്ക് സിദ്ധിക്കുന്ന വ്യതിരിക്തമായ വ്യക്തിത്വം ഇവരുടെ ആന്തരികതയുടെ പ്രഖ്യാപനമാണ്. നോവലിന്റെ വ്യവഹാരത്തിൽ ആന്തരികതയുടെ വാങ്മയമായാണ് പ്രണയം കടന്നുവരുന്നത്. പുരുഷപ്രധാനമായ ഈ സമൂഹത്തിൽ ശരീരശക്തിയും യുദ്ധവീര്യവും പ്രധാനമാണ്. നോവലിൽ ആവർത്തിച്ചു വരുന്ന രംഗങ്ങൾ-നായാട്ടിന്റെയും ആയുധപ്രയോഗങ്ങളുടെയും യുദ്ധക്കളത്തിലെ ക്ഷോഭവിക്ഷുബ്ധമായ ആംഗ്യപ്രകടനങ്ങളുടെയും- പൗരുഷത്തിന്റെ ആഖ്യാനങ്ങളാണ്. അഭ്യാസബലത്തിലൂന്നുന്ന ഈ പൗരുഷത്തിൽനിന്ന് വ്യത്യസ്തമാണ് നൈസർഗിക ചോദനകളുടെ മേധാവിത്വത്തെ കാണിക്കുന്ന പ്രണ

യാർദ്രകളായ സ്ത്രീകളുടെ നിശ്ചയദാർഢ്യം. നോവലിന്റെ കഥാഘടന യിൽ വിശ്വാസത്തിന്റെയും ചതിയുടെയും ഉൽക്കണ്ഠകൾ പുരുഷകഥാ പാത്രങ്ങളിലാണ് കാണുക. നിഷ്ഠുരമായി രാജനീതിയെക്കുറിച്ച് പലേട ത്തും സൂചനകളുണ്ട്. കപിലനാഥൻ കൃതവീര്യനെ പരാജയപ്പെടുത്തിയ ശേഷം കാരാഗൃഹത്തിലടച്ചതിന് ശേഷമാണ് വിമോചിപ്പിക്കുന്നത്. എന്നാൽ സ്ത്രീകളുടെ ആന്തരികസ്വത്വങ്ങളിലൂടെ പ്രസരിക്കുന്ന പ്രണ യത്തിന്റെ ഉണർവ് പുതിയൊരു സമൂഹരൂപീകരണത്തിനുള്ള ഊർജം ആവാഹിക്കുന്നു.

ചരിത്രം തൃഷ്ണകളുടെ മാധ്യസ്ഥത്തിലൂടെയാണ് സാമൂഹ്യബന്ധ ങ്ങളിലേക്കു കടക്കുന്നത്. *കുന്ദലത*യിൽ തൃഷ്ണകളുടെ വാങ്മയമായി വനസ്ഥലികളും ദുർഗമമായ ഏകാന്തമാർഗങ്ങളും ചന്ദനോദ്യാനങ്ങളും വിചിത്രമായ കൊത്തുപണികളുള്ള കൊട്ടാരങ്ങളും മാത്രമല്ല വിരഹം, അജ്ഞാതവാസം, അജ്ഞാതരായ വിദേശികൾ, ഗൂഢസന്ദേശങ്ങൾ, അസാധാരണസംഭവങ്ങൾ എന്നിവയും സന്നിവേശിക്കപ്പെട്ടിരിക്കുന്നു. ആഖ്യാനത്തിന്റെ അധോഘടനയിൽ കാവ്യനാടകപാരമ്പര്യത്തിനുള്ള പങ്ക് തൃഷ്ണകളെ ദേശ–പ്രദേശങ്ങളുടെ സന്ദർഭത്തിൽ സാധൂകരിക്കുന്നു. അത്ഭുതപരാക്രമ കഥകളുടെ സ്ഥലകാലസംയുക്തങ്ങളെ (chronotopes) ദേശീയതയുടെ വ്യവഹാരങ്ങളിലേക്കു മാറ്റി സ്ഥാപിക്കുക വഴിയാണ് തൃഷ്ണകളുടെ വാങ്മയം സമകാലീന സമൂഹത്തെ അഭിസംബോധന ചെയ്യുന്നത്. മധ്യഭാരതത്തിന്റെ അരക്ഷിതാവസ്ഥ നിറഞ്ഞ സ്ഥലസമയ ങ്ങളെ കുറിക്കുന്ന വനമാർഗങ്ങളും അപഹരണങ്ങളും വിചിത്രവേഷ ധാരികളുടെ ആഗമനങ്ങളും മറ്റും ഉളവാക്കുന്ന അന്തരീക്ഷം പ്രണയ ത്തിന്റെ ആന്തരികലോകങ്ങളുടെ സ്വകാര്യതയുമായി ഇടയുമ്പോൾ വിശ്വാസത്തിന്റെയും പാരസ്പര്യത്തിന്റെയും വ്യവഹാരങ്ങളിലേക്ക് കഥ പരിണമിക്കുന്നു. *കുന്ദലത* എന്ന നോവൽ അടയാളപ്പെടുത്തുന്നത് അതെഴുതപ്പെട്ട സമൂഹത്തിന്റെ തൃഷ്ണകളിൽ നിറഞ്ഞുനിന്ന ആശയ ലോകങ്ങളെയാണ്. കഥാപാത്രങ്ങളുടെ ആന്തരികസ്ഥലങ്ങളെ ദ്യോതി പ്പിക്കുന്നവയായി മാറുന്നുണ്ട് നോവലിൽ വർണിക്കപ്പെടുന്ന ഭൂവിഭാ ഗങ്ങൾ. ഈ ബന്ധംതന്നെ പുതിയൊരു സ്ഥലകാലസംയുക്തമാണ്. മലയാളനോവലിന്റെ ചരിത്രത്തിൽ ഭൂവിഭാഗങ്ങൾ (landscapes) മനോനി ലകളുമായി ബന്ധപ്പെട്ടാണ് പിൽക്കാലത്ത് പ്രത്യക്ഷപ്പെടുക. സന്യാസി യോദ്ധാവായി മാറുന്ന കപിലനാഥന്റെ കഥയിൽ കർമവും ത്യാഗവും തമ്മിലുള്ള ബന്ധത്തെക്കുറിച്ചുള്ള ഉൾക്കാഴ്ചയുണ്ട്. രണ്ടും അധികാ രവുമായി ബന്ധപ്പെട്ടുകിടക്കുന്നു. പ്രണയബന്ധങ്ങളുടെ ആവിഷ്കാര ത്തിലൂടെ സാക്ഷാൽക്കരിക്കപ്പെടുന്നത് സ്വകാര്യതയും ആന്തരികതയും തമ്മിലുള്ള പുതിയൊരു സമവാക്യമാണ്. പുരാണകഥാപാത്രങ്ങളിൽ ഒരിക്കലും നാം കാണാത്തൊരു കാര്യമാണ് ഗഹനതയുടെ ഈ മൂന്നാംമാനം. നോവലിന്റെ ഏറ്റവും വലിയനേട്ടം പൊതുമണ്ഡലത്തിന്

സമാന്തരമായി വ്യക്തിയുടെ സ്വകാര്യതയെയും കണ്ടെടുത്തു എന്ന താണ്. മനോനിലകളെ സൂചിപ്പിക്കുന്ന ഭൂവിഭാഗങ്ങൾ ധ്വനിസാന്ദ്രമായി ആവിഷ്കരിക്കുന്നത് ഉൾക്കനമുള്ള സ്വത്വങ്ങളുടെ സാന്നിധ്യമാണ്. ഇത്തരം സ്വത്വങ്ങളിലേക്ക് കാലം ഘനീഭവിച്ചിറങ്ങിവരുന്നു. അതു കൊണ്ടാണ് അവരുടെ വാക്കുകൾ വലിയൊരു കാലത്തിൽ പ്രതിധ്വനി ക്കുന്നത്. ദേശീയതയുടെ ഉഭയഭാവങ്ങൾ കഥാഗതിയെ നിയന്ത്രിക്കു മ്പോൾ സംസ്കാരവും രാഷ്ട്രീയവും—സമൂഹത്തിന്റെ മേൽത്തട്ടും അടി ത്തറയും—ഒന്നാവുന്നു. ദേശത്തെ നോവലിലേക്കു പരിഭാഷപ്പെടുത്തു മ്പോൾ നെടുങ്ങാടി സമൂഹത്തിന്റെ സാംസ്കാരികമൂലധനത്തെ മുഴുവൻ—ആഖ്യാനം ചെയ്യാനുള്ള കഴിവ്, പുരാണേതിഹാസങ്ങളുടെ സ്മരണകൾ, നാടോടിക്കഥകളിൽ കാണുന്ന പരാക്രമങ്ങളും കഥാവ്യതി യാനങ്ങളും, സ്ത്രൈണസ്വത്വങ്ങളെ തൃഷ്ണകളുടെ ഭൂവിഭാഗങ്ങളുമായി ബന്ധിപ്പിക്കുന്ന രീതികൾ എന്നിങ്ങനെ പലതും—വിന്യസിക്കാനുള്ള ഒരു പ്രത്യയശാസ്ത്രഘടനയ്ക്ക് രൂപംനൽകുകയായിരുന്നു. നോവലിന്റെ ആഖ്യാനത്തെ സാധ്യമാക്കിയത് ഈ ഘടനയാണ്. അടഞ്ഞ ഭൂതകാല ത്തെ തുറക്കുവാൻ അതിനുകഴിഞ്ഞു. അതിലൂടെ കാലത്തെത്തന്നെ വർത്തമാനത്തിനഭിമുഖമായി നിർത്തി, അദ്ദേഹം *കുന്ദലത*യുടെ പുനർവായന ഈ നോവലിനെ മറ്റിന്ത്യൻഭാഷകളുടെ സന്ദർഭത്തിൽ പഠി ക്കേണ്ടതുണ്ടെന്ന് തെളിയിക്കുന്നു. കേരളസമൂഹത്തെ താൻ വിഭാവനം ചെയ്യുന്ന ദേശത്തിന്റെ ഭാഗമായി നെടുങ്ങാടി കണ്ടെടുക്കുന്നു. പത്തൊ മ്പതാം നൂറ്റാണ്ടിലെ നോവലുകളെ വരികൾക്കിടയിലൂടെ വായിച്ചെടു ക്കേണ്ടതായുണ്ട്. കഥാകാരനെക്കാൾ കഥയെ നമുക്കു വിശ്വസിക്കേ ണ്ടതുണ്ട്. കഥാഘടനയുടെ ക്രമം നിർണയിക്കുന്നത് രസിപ്പിക്കാനൊരു കഥപറയാനുള്ള ത്വര മാത്രമല്ല, സമൂഹഭാവനയെ ഗ്രസിച്ച തൃഷ്ണക ളുടെ വലിയൊരധോലോകമാണ്. സ്വപ്നങ്ങളിൽ നാം നമ്മുടെ മനസിന്റെ അബോധം ദർശിക്കുന്നതുപോലെ ഹിസ്റ്റോറിക്കൽ റൊമാൻസിന്റെ ഭ്രമകൽപ്പനകളിൽ (ഫാന്റസി) സമൂഹമനസിന്റെ അബോധമാണ് വെളിപ്പെടുന്നത്. ഭദ്രമായ കഥാന്ത്യം അബോധമനസിൽ ചോദനകൾ എങ്ങനെ പ്രവർത്തിക്കുന്നു എന്നതിന്റെ സൂചനകളാണ്. കപിലനാഥന്റെ ഭൗതികവീക്ഷണം പ്രജ്ഞാപരതയുടെ മാനം നോവലിന് നൽകുന്നു. സമാന്തരമായി നിൽക്കുന്ന പല ലോകങ്ങളെ സംഭവക്രമങ്ങളുടെ നൈര ന്തര്യത്തിലൂടെ ഒന്നിപ്പിക്കുമ്പോൾ മൈത്തിക കാലത്തിനു പകരം ചരിത്ര പരതയിലൂന്നുന്ന കാലം നോവലിൽ നിറയുന്നു. പലതരം പരിമിതികളുള്ള കൃതിയാണെങ്കിലും *കുന്ദലത* ദേശത്തെ അതിന്റെ വൈരുധ്യങ്ങളോടെ എഴുതുന്നതിൽ വിജയിക്കുന്നു.

കുറിപ്പുകൾ

1 അപ്പു നെടുങ്ങാടി, *കുന്ദലത* (ഡി സി ബുക്സ്, 2004)
2 Meenakshi Mukherjee, Ed. *Early Novels in India*, (Sahitya

Akademi, New Delhi 2002)

3 ------, *The Perishable Empire* (Oup, 2000)

4 ------, *Realism and Reality* (Oup, 1985)

5 Sumit Sarkar, *Writing Social History* (Oup, Delhi, 1997)

6 Gauri Viswanathan, *Masks of Conquest* (Columbia Press, 1989)

7 Udayakumar, -*Seeing and Reading : The Early Malayalam Novel and some questions of Visibility*- *in Early Novels in India*.

8 Aniket Jaaware, -*Two sentences O A Speculation on Genre in Early Marathi Novels* - in Early Novels in India.

9 രാമകൃഷ്ണൻ, *ഇ വി ദേശീയതകളും സാഹിത്യവും* (ഡി സി ബുക്സ്, 1999).

മുഖവുര

(ഒന്നാംപതിപ്പിന് എഴുതിയത്)

ഇംഗ്ലീഷിൽ പുതുമാതിരികഥ എന്നർത്ഥമായതും നോവൽ എന്നു പേരു പറയുന്നതും വായനക്കാർക്കു വളരെ നേരംപോക്കുള്ളതും ആയ അനേകം പുസ്തകങ്ങൾ ഉണ്ട്. മലയാളഭാഷയിൽ അതുപോലുള്ള പുസ്തകങ്ങൾ ഇല്ലായ്കയാൽ മലയാളക്കാരിൽ ഇംഗ്ലീഷുപരിജ്ഞാനമില്ലാത്തവരായ അധികപക്ഷക്കാർക്ക് ആവക പുസ്തകങ്ങളിലെ കഥാരസത്തേയും ഭാഷാചാതുര്യത്തേയും ലേശംപോലും അറിവാൻ കഴിയാതെ, ചെറുപ്പകാലങ്ങളിൽ മാതാപിതാക്കന്മാർ പറഞ്ഞ് അറിവാൻ സംഗതിയുള്ള ചില പുരാണകഥകൾ അവർ രാമായണം, ഭാരതം, നളചരിതം മുതലായ ചുരുക്കം ചില പുസ്തകങ്ങളിൽനിന്നു വായിച്ചറിഞ്ഞ് അവയെതന്നെ പിഷ്ടപേഷണംപോലെ ഒട്ടും രസംകൂടാതെ പിന്നെയും പിന്നെയും പലവുരു ആർത്തിച്ചുകൊണ്ടു കാലം കഴിച്ചുവരുന്നതു വളരെ കഷ്ടംതന്നെ. ഇംഗ്ലീഷുഭാഷാപരിജ്ഞാനവും പ്രാപ്തിയും ഉള്ള അപൂർവ്വം ചില കേരളീയരുള്ളവർ ഇതുവരേയും ആ അവസ്ഥയെ ഭേദപ്പെടുത്തുവാൻ ശ്രമിക്കാത്തതും ആശ്ചര്യമാണ്.

നാലുമാസംമുമ്പേ നോവൽസ് എന്ന ഇംഗ്ലീഷുകഥകളുടെ ഏതാണ്ടൊരുമാതിരിയിൽ ഒരു ചെറിയ കഥ ഞാൻ ഉണ്ടാക്കിയത് എന്റെ സ്നേഹിതന്മാർ ചിലർ നോക്കി അത് കേരളീയരായ മഹാജനങ്ങൾക്കു സ്വീകാരയോഗ്യമായിത്തീരുമെന്നും ഒട്ടും താമസിയാതെ പ്രസിദ്ധപ്പെടുത്തേണമെന്നും അഭിപ്രായപ്പെട്ട് എന്നെ ധൈര്യപ്പെടുത്തുകയാൽ ഞാൻ എഴുതിക്കൂട്ടിയതിനെ ഒരിക്കൽക്കൂടി പരിശോധനചെയ്ത് അച്ചടിപ്പിക്കുവാൻ തീർച്ചയാക്കിയതാണ്. ഈ കഥയിൽ കലിംഗം, കുന്തളം മുതലായ രാജ്യങ്ങളുടെ പേരുകളും, കുന്ദലത, താരാനാഥൻ എന്നിങ്ങനെ ആളുകളുടെ പേരുകളും ഉപയോഗിച്ചിരിക്കുന്നതിന്റെ മുഖ്യആവശ്യം കേരളസമ്പ്രദാ

യത്തിന്നു അനുസരിക്കാത്ത ചില മാതിരികളും മര്യാദകളും ഇതിൽ എങ്ങാനും കാണ്മാനിടയുണ്ടെങ്കിൽ ഈ കഥ കേരളത്തിൽനിന്നു വളരെ ദൂരമുള്ള ഒരു അന്യദേശത്തു സംഭവിച്ചതായിട്ടാണ് പറഞ്ഞിരിക്കുന്നത് എന്നും ആയവ ആ ദേശത്തെ നടപ്പുകൾക്കനുസരിച്ചതായിരിക്കാമെന്നും വായനക്കാർ ഓർമ്മവെയ്ക്കുവാൻവേണ്ടി മാത്രമാണ്. എന്നാൽ ഈ കഥ പുരാണപ്രസിദ്ധങ്ങളായ ആ രാജ്യങ്ങൾക്കു ശരിയായതും ഇപ്പോൾ വേറെ പേരുകൾ പറഞ്ഞുപോകുന്നതും ആയ രാജ്യങ്ങളിൽതന്നെയാണ് സംഭവിച്ചത് എന്നു വായനക്കാർ ധരിച്ചുപോകയും വേണ്ട.

ഈ പുസ്തകം ഇംഗ്ലീഷു പരിജ്ഞാനമില്ലാത്ത ബഹുജനങ്ങൾക്കും പ്രത്യേകിച്ചു പിടിപ്പതു പണിയില്ലാത്തതിനാൽ നേരംപോകാതെ ബുദ്ധിമുട്ടുന്നവരായ സ്ത്രീകൾക്കും ദോഷരഹിതമായ ഒരു വിനോദത്തിന്നു ഹേതുവായിത്തീർന്നേക്കാമെന്നു ഞാൻ വിചാരിക്കുന്നുണ്ട്. എന്നാൽ മലയാളക്കാരിൽ അധികപക്ഷക്കാരുടെമേൽ പ്രസ്താവിച്ച കഷ്ടാവസ്ഥയെ ഭേദപ്പെടുത്തിയാൽ കൊള്ളാമെന്ന് എനിക്കു മോഹമുണ്ടെങ്കിലും അപ്രകാരം ഭേദംവരുത്തത്തക്ക യോഗ്യത ഇതിനുണ്ടെന്നു ബോധ്യമില്ലതാനും. പ്രാംശുലഭ്യേ ഫലേ ലോഭാദുദ് ബാഹുരിവ വാമനഃ എന്നാണ് ഈ ആരംഭത്തിൽ ഉദ്യോഗിച്ചിരിക്കുന്ന എന്റെ അവസ്ഥ, എങ്കിലും എന്റെ ഈ പ്രയത്നം പ്രാംശുക്കളായ ചിലരുടെ ദൃഷ്ടിയിൽപ്പെടുമ്പോഴെങ്കിലും മറ്റോരോ വിഷയങ്ങളിൽ പരിശ്രമിച്ചുകൊണ്ടോ സ്വസ്ഥന്മാരായോ കാലക്ഷേപം ചെയ്തുവരുന്ന അവരും ഞാൻ കാംക്ഷിച്ചിരിക്കുന്ന ഫലത്തിങ്കൽത്തന്നെ ലുബ്ധന്മാരായിത്തീർന്ന അതിനെ ലംഘിക്കുവാനായിട്ടു ഉദ്ബാഹുക്കളാവുകയും ചെയ്താൽ ആ ഫലം അനായാസേന ഹസ്തപ്രാപ്തമാകുന്നതോടുകൂടി എന്റെ മോഹവും സാധിക്കുന്നതായിരുന്നു.

എന്ന്
ത.മ. അപ്പു നെടുങ്ങാടി

മദിരാശി
ലിംഗിചെട്ടിത്തെരുവ്
1887 ഒക്ടോബർ

1

യോഗീശ്വരൻ

ദണ്ഡകാരണ്യത്തിന്റെ എത്രയും ഉത്തരഭാഗത്തു വില്വാദ്രി എന്നൊരു മലയുടെ താഴ്‌വാരത്തിൽ ധർമ്മപുരി എന്നൊരു ഗ്രാമം ഉണ്ടായിരുന്നു. അവിടെ ഈ കഥയുടെ കാലത്തു രണ്ടോ നാലോ ബ്രാഹ്മണ ഗൃഹങ്ങൾ മാത്രമേ ഉണ്ടായിരുന്നുള്ളു. അധികം ജനങ്ങൾ ചക്കാലന്മാരായിരുന്നു. ധർമ്മപുരിയിൽനിന്ന് ഒരു കാതം ദൂരത്ത് ഒരു ചന്തയും ഉണ്ടായിരുന്നു. ആ ചന്തയിൽ എണ്ണ വിറ്റിട്ടായിരുന്നു അവരുടെ നിത്യവൃത്തി. ഒരു ദിവസത്തെ വഴി കിഴക്കോട്ടായി സാമാന്യം വലിയ ഒരു പട്ടണം ഉണ്ടായിരുന്നതിലേയ്ക്ക് പോകുന്ന പെരുവഴി ധർമ്മപുരിയുടെ സമീപത്തിൽക്കൂടിയായിരുന്നതിനാൽ ഒരു കുഗ്രാമമാണെങ്കിലും അവിടെ ദിവസേന രണ്ടുനാലു വഴിപോക്കന്മാർ എവിടുന്നെങ്കിലും എത്തിക്കൂടുക പതിവായിരുന്നു.

ഒരു ദിവസം തിരിഞ്ഞ് പതിറ്റടി സമയമായപ്പോൾ ഒരു ബ്രാഹ്മണൻ വഴിനടന്നു ക്ഷീണിച്ചു ധർമ്മപുരിയിൽ എത്തി. ദുർഗ്ഗാലയത്തിന്റെ മുമ്പിലുള്ള ആൽത്തറയിന്മേൽ വന്നിരുന്നു. അല്പനേരം കാറ്റുകൊണ്ടു ക്ഷീണം തീർന്നപ്പോഴേയ്ക്ക് വേറെ ഒരാൾകൂടി എത്തി. ആ ആളെ കണ്ടാൽ ഒരു യോഗീശ്വരനാണെന്നു തോന്നും. പീതാംബരം ചുറ്റിയിരിക്കുന്നു. വേറെ ഒരു വസ്ത്രംകൊണ്ട് ശരീരം നല്ലവണ്ണം മറയത്തക്കവിധത്തിൽ പുതച്ചിരുന്നതിനു പുറമെ ഒരു മാന്തോൽകൊണ്ട് ഇടത്തുഭാഗം മുഴുവനും മറയ്ക്കുകയും ചെയ്തിരിക്കുന്നു. കഴുത്തിൽക്കൂടി പുറത്തേയ്ക്ക് ഒരു ചെറിയ ഭാണ്ഡം തൂക്കീട്ടുണ്ട്. കൈയിൽ ഒരു ദണ്ഡും ഉണ്ട്. വലിയ ജടാഭാരം ശിരസ്സിന്റെ മുൻഭാഗത്തു നിർത്തിക്കെട്ടിവെച്ചിരിക്കുന്നു. താടി അതിനിബിഡമായി വളർന്നിട്ടുള്ളതിൽ അങ്ങുമിങ്ങും ദുർല്ലഭമായി ഒന്നോ രണ്ടോ നരച്ച രോമവും കാൺമാനുണ്ട്. ഉന്നതകായനായ

അദ്ദേഹത്തിന്റെ ലക്ഷണയുക്തമായ മുഖവും വ്യൂഢമായിരിക്കുന്ന ഉരസ്സും പീവരമായിരിക്കുന്ന സ്കന്ധവും ഉജ്ജ്വലത്തുക്കളായിരിക്കുന്ന നേത്രങ്ങളും, ശരീരത്തിന്റെ തേജസ്സും കണ്ടാൽ സാമാന്യനല്ലെന്ന് ഉടനെ തോന്നാതിരിക്കയില്ല. അങ്ങനെയിരിക്കുന്ന യോഗീശ്വരനും ആ ആൽത്തറയിന്മേൽ തന്നെ വന്നിരുന്നു. ദുർഗ്ഗാലയത്തിലേയ്ക്ക് ദർശനത്തിനുപോയിക്കൊണ്ടിരുന്ന ചിലരല്ലാതെ അവിടെ സമീപം വേറെ ആരും ഉണ്ടായിരുന്നില്ല. ബ്രാഹ്മണൻ യോഗീശ്വരനെ കണ്ടപ്പോൾ വളരെ വിസ്മയിച്ചു എങ്കിലും യോഗീശ്വരൻ മൗനവ്രതക്കാരനായിരിക്കുമോ എന്നു ശങ്കിച്ച് ഒന്നും ചോദിച്ചില്ല. കുറച്ചുകഴിഞ്ഞപ്പോൾ യോഗീശ്വരൻതന്നെ സംഭാഷണം തുടങ്ങി.

യോഗീശ്വരൻ: അങ്ങുന്ന് ഏതുദിക്കിൽനിന്നാണ് വരുന്നത്, എങ്ങോട്ടേയ്ക്കാണ് ഇപ്പോൾ പോകുന്നത് എന്നറിവാൻ ആഗ്രഹിക്കുന്നു.

ബ്രാഹ്മണൻ: ഞാൻ അവന്തിരാജ്യത്തിൽനിന്നാണ് ഇപ്പോൾ വരുന്നത്. കുറേക്കാലമായിട്ടു സഞ്ചാരംതന്നെയായിരുന്നു. ഇപ്പോൾ പോകുന്നതു ബദരീപട്ടണത്തിലേയ്ക്കാണ്. അങ്ങുന്ന് ആരാണെന്ന് അറിഞ്ഞാൽ കൊള്ളായിരുന്നു.

യോഗീശ്വരൻ: ഞാനും അങ്ങേപ്പോലെതന്നെ ഒരു സഞ്ചാരിയാണ്. എന്നാൽ ഈയിടെ കുറേക്കാലമായി ഒരു ദിക്കിൽ സ്ഥിരമായിട്ടാണ് താമസിച്ചുവരുന്നത്. അങ്ങേ കണ്ടപ്പോൾ വിശേഷവർത്തമാനങ്ങൾ വല്ലതും ഉണ്ടെങ്കിൽ അറിയാമല്ലോ എന്നു വിചാരിച്ചു ചോദിച്ചതാണ്. ചേദിരാജ്യത്തോ, അതിന്നടുക്കെയോ മറ്റോ വിശേഷവർത്തമാനങ്ങൾ വല്ലതും ഉണ്ടോയെന്നറിയാമോ? എനിക്കു കുറച്ചു കാലം കഴിഞ്ഞാൽ ആ ദിക്കുകളിലേയ്ക്കു പോകണമെന്നുണ്ടായിരുന്നു.

ബ്രാഹ്മണൻ: അവന്തിരാജ്യത്തെ വലിയ രാജാവ് വാനപ്രസ്ഥത്തിനു പോയിരിക്കുന്നു എന്നറിയുന്നു. അദ്ദേഹത്തിന്റെ സീമന്തപുത്രന് അഭിഷേകമായിരുന്നു ഞാനവിടെ ചെന്നപ്പോൾ. പിന്നെ വിശേഷാൽ–വിശേഷാൽ ഒന്നുമില്ലെന്നില്ല. കലിംഗരാജാവിന്റെ പുത്രന്നു വിവാഹം ആലോചിക്കുന്നുണ്ടെന്നോ നിശ്ചയിച്ചിരിക്കുന്നുവെന്നോ ഒരു വർത്തമാനം കേൾക്കയുണ്ടായി.

യോഗീശ്വരൻ: നിശ്ചയിച്ചുകഴിഞ്ഞുവോ? എന്നാണെന്നു കേൾക്കയുണ്ടായോ?

ബ്രാഹ്മണൻ: അത് എനിക്കു രൂപമില്ല. ആ ദിക്കിൽ രാജകുമാരന്ന് മന്ത്രികുമാരിയുമായി വിവാഹം നിശ്ചയിച്ചിരിക്കുന്നു എന്നൊരു കിംവദന്തിയുണ്ട്. ഞാൻ ഇങ്ങോട്ടു പോരുന്നതാകയാൽ സൂക്ഷം അന്വേഷിപ്പാൻ എനിക്ക് അത്ര താത്പര്യം ഉണ്ടായതുമില്ല.

യോഗീശ്വരൻ: വേറെ വിശേഷവർത്തമാനങ്ങൾ ഒന്നും ഇല്ലായിരിക്കും?

ബ്രാഹ്മണൻ: വേറെഒന്നും കേട്ട ഓർമ്മ തോന്നുന്നില്ല.

ഇങ്ങനെ ബ്രാഹ്മണനും യോഗീശ്വരനും തമ്മിൽ കുറച്ചുനേരം കൂടി സംഭാഷണം ചെയ്തശേഷം ബ്രാഹ്മണൻ സ്നാനത്തിന്നായിട്ടു യോഗീ

ശ്വരനോടു യാത്ര പറഞ്ഞുപോയി നേരം സന്ധ്യയുമായി. യോഗീശ്വരൻ ചിന്താപരനായിട്ടോ എന്നുതോന്നും; അല്പനേരം അവിടെത്തന്നെ കാറ്റു കൊണ്ടും കൊണ്ടിരുന്നശേഷം എഴുനീറ്റു നേരെ വടക്കോട്ട് ഒരു ചെറിയ ഊടുവഴിയിൽക്കൂടെ പോയി വിലാദ്രിയുടെ താഴ്‌വാരത്തിൽ ജനസഞ്ചാരമില്ലാത്ത ഒരേടത്തുകൂടി യാതൊരു ഭയമോ സംശയമോ കൂടാതെ ആ ദിക്കൊക്കെയും നല്ല പരിചയമുള്ളതുപോലെ നടന്നു. നാലുപുറത്തും അതിഘോരമായ വനം. ജനങ്ങൾ ആരും നല്ല പകൽസമയത്തുകൂടി ആ ദിക്കിലേയ്ക്ക് സ്മരിക്കയില്ല. വിലാദ്രിയുടെ മുകളിൽ യക്ഷകിന്നരന്മാരുടെ വാസസ്ഥലമാണെന്നായിരുന്നു പൊതുജനങ്ങളുടെ വിശ്വാസം. വിജനതകൊണ്ട് സ്വതേ ഭയങ്കരമായിരുന്ന ആ വനപ്രദേശം കൂടണയുവാൻ ശ്രമിക്കുന്ന പലപക്ഷികളുടെ ഉച്ചത്തിലുള്ള ക്രേങ്കാരങ്ങളാലും രാത്രിമാത്രം സഞ്ചരിക്കുന്ന മറ്റു പല പക്ഷികളുടേയും ദുഷ്ടമൃഗങ്ങളുടേയും ഉത്സാഹസൂചകങ്ങളായ ബഹുവിധ അപശബ്ദങ്ങളാലും അപ്പോൾ അധികം ഭയങ്കരമായിരുന്നു. ധൈര്യശാലികൾക്കുകൂടി അപ്പോൾ ആ പ്രദേശത്ത് സഞ്ചരിക്കുന്നതായാൽ എന്തെന്നില്ലാത്ത ഒരു ഭയം തോന്നാതിരിക്കയില്ല. യോഗീശ്വരനാകട്ടെ യാതൊരു കുലുക്കവും കൂടാതെ പെരുത്ത വങ്കാട്ടിൻനടുവെ മലയുടെ മുകളിലേയ്ക്ക് കയറിത്തുടങ്ങി. ഇടയ്ക്കിടെ തന്റെ വഴി തെറ്റിപ്പോകാതിരിപ്പാൻ ചില വൃക്ഷങ്ങളെയോ പാറകളെയോ അടയാളംവെച്ചിട്ടുള്ളതുമാത്രം നോക്കിക്കൊണ്ടു വേഗം കയറിച്ചെന്നപ്പോൾ, വഴിയിൽ വലിയ ഒരു പാറപ്പുറത്തു കരിമ്പടംകൊണ്ടു ശരീരം മുഴുവൻമൂടി ഒരു മനുഷ്യൻ ഇരിക്കുന്നതു കണ്ടു. സാധാരണ ഒരാളാണെങ്കിൽ ആ രൂപം കണ്ടാൽ പേടിക്കാതിരിക്കയില്ല. യോഗീശ്വരനെ കണ്ടപ്പോൾ ആ മനുഷ്യൻ എഴുനീറ്റ് അടുത്തുവന്നു വണങ്ങി. "സ്വാമി ഇത്രതാമസിച്ചതുകൊണ്ടു ഞങ്ങൾ കുറെ ഭയപ്പെട്ടു", എന്നു പറഞ്ഞു. യോഗീശ്വരൻ "ഞാൻ വിചാരിച്ചതിൽ അല്പം അധികം വൈകിപ്പോയി. ആകട്ടെ, നീ വേഗം മുമ്പിൽ നടന്നോ" എന്നുത്തരം പറഞ്ഞു, രണ്ടു പേരുംകൂടി വേഗത്തിൽ നടന്നുതുടങ്ങി. വൃക്ഷങ്ങളുടെ നിബിഡതകൊണ്ടും രാത്രിയായതിനാലും കാത്തുനിന്നിരുന്ന അവൻ ഒരു ചൂട്ടു കൊളുത്തി ഏകദേശം ഒരു നാഴിക മേല്പട്ടുകയറിയപ്പോഴേയ്ക്ക് ദൂരെ വേറൊരു വെളിച്ചം കാണുമാറായി. ആ വെളിച്ചത്തിന്റെ നേരെ ഇവർ രണ്ടാളുകളും നടന്നു താമസിയാതെ ഒരു പർണ്ണാശ്രമത്തിൽ എത്തി.

ആയതു യോഗീശ്വരന്റെ വാസസ്ഥലമാണ്. വലിയ വൃക്ഷങ്ങൾ അതിന്നു വളരെ അരികെ ഒന്നും ഇല്ല. തുറന്നു പരന്ന സ്ഥലം, ശീതളമായ കാറ്റ്. വിശേഷപരിമളമുള്ള അനവധി കുസുമങ്ങൾ ഭവനത്തിന്റെ മുൻഭാഗത്തുതന്നെ പൂത്തുനില്ക്കുന്നുണ്ടാകയാൽ മന്ദാനിലൻ വീശുന്ന സമയം പരമാനന്ദംതന്നെ. യോഗീശ്വരന്റെകൂടെ വന്നവൻ അദ്ദേഹത്തിന്റെ ഭൃത്യനായിരുന്നു. രണ്ടുപേരുംകൂടി ആശ്രമത്തിന്റെ പടിക്കൽ എത്തിയപ്പോഴേക്ക് കുറെപ്രായംചെന്ന ഒരു സ്ത്രീ ഒരു കോലുവിളക്കുംകൊണ്ട് പുറത്തുവന്നു. യോഗീശ്വരൻ ചെന്നുകയറിയ ഉടനെ "കുന്ദലത എവിടെ"

എന്നു ചോദിച്ചു. ഉറങ്ങുന്നു എന്ന് ആയവൾ ഉത്തരം പറഞ്ഞു. 'ഇത്ര നേരത്തെ ഉറക്കമായത് എന്തെ' എന്നു ചോദിച്ചപ്പോൾ 'പകലൊക്കെയും വളരെ അഹങ്കരിച്ച് ഓടിനടക്കുകയാൽ ക്ഷീണംകൊണ്ട് ഉറങ്ങുന്നതായിരിക്കണം' എന്നുത്തരം പറഞ്ഞു. 'ആകട്ടെ, ഉറങ്ങട്ടെ' എന്നു പറഞ്ഞു യോഗീശ്വരൻ അകത്തേക്കു കടന്ന് തന്റെ ഉടുപ്പഴിച്ചുവച്ചു. അതിന്റെ കൂടെ ജടയും താടിയുംകൂടി അഴിച്ചുവച്ചു. ആയവ കൃത്രിമമായിരുന്നുവെന്ന് പറയേണ്ടതില്ലല്ലോ. യോഗീശ്വരൻ പുറത്തേക്കു പോകുമ്പോൾ ആ ജടയും താടിയും വച്ചുകെട്ടുക പതിവായിരുന്നു. അതിന്റെ ആവശ്യം എന്തെന്നറിവാൻ പ്രയാസം. പക്ഷേ, സ്വകാരാച്ഛാദനത്തിനായിരിക്കാം. മഹാന്മാരുടെ അന്തർഗതം അറിവാൻ എളുതല്ലല്ലോ.

എതെങ്കിലും വേഷം ഒക്കെയും അഴിച്ചുവച്ചപ്പോൾ മുഖത്തിനു വളരെ സൗമ്യതകൂടി. സ്വതേയുള്ള പകുതി നരച്ച താടിയും മീശയും കാണുമാറായി. മുഖത്ത് പ്രായാധിക്യസൂചകങ്ങളായ ഒന്നുരണ്ടു ചുളിവുകൾ ഉണ്ട്. ചുരുണ്ടുനീളം കുറഞ്ഞ തലമുടി വകഞ്ഞു പിൻഭാഗത്തേക്കു മാടിവെച്ചു. ഉടുപ്പുകോപ്പുകളും അതാതിന്റെ പാട്ടിൽ എടുത്തുവെച്ച്, 'ആ....ആ--വൂ! കാലം! കാലം! എത്ര വേഗത്തിൽ പോകുന്നൂ കാലം! അത്ഭുതം' എന്നു പറഞ്ഞ് വളരെ വിചാരങ്ങൾ ആ ക്ഷണനേരംകൊണ്ട് തന്റെ മനസ്സിൽകൂടി പാഞ്ഞുപോയതുപോലെ ഒരു ദീർഘശ്വാസം അയച്ച് മറ്റേ അകത്തിന്റെ വാതിൽ പതുക്കെ തുറന്നുകടന്നു.

ചുമരിന്മേൽ വളരെ മങ്ങിക്കൊണ്ട് കത്തിയിരുന്ന വെളിച്ചം കുറച്ചുകൂടി പ്രകാശിപ്പിച്ച് കുറഞ്ഞൊരു പരിഭ്രമത്തോടുകൂടി അടുക്കെ ഒരു കട്ടിലിന്മേൽ കിടന്നുറങ്ങിയിരുന്ന ഒരു കുമാരിയെ അധികമായ പ്രേമമോടും ആനന്ദത്തോടുംകൂടി കുറച്ചുനേരം കുമ്പിട്ടുനോക്കി. അപ്പോൾ മനസ്സിൽ നിറഞ്ഞിരുന്ന വിചാരങ്ങൾ ജലരൂപേണ പുറപ്പെടുകയോ എന്നു തോന്നുംവണ്ണം രണ്ടുമൂന്ന് അശ്രുബിന്ദുക്കൾ യോഗീശ്വരന്റെ നേത്രങ്ങളിൽ നിന്ന് അദ്ദേഹത്തിന്റെ അറിവുകൂടാതെ ഉറങ്ങുന്ന കുമാരിയുടെ മാറിടത്തിൽ പൊടുന്നനവെ വീണു. ഉടനെ ആ കുമാരി കണ്ണുമിഴിച്ച് അച്ഛാ! അച്ഛാ! എന്നു വിളിച്ച് എഴുന്നേറ്റിരുന്ന്, യോഗീശ്വരനെ ഗാഢമായി ആലിംഗനംചെയ്തു. ഈ വ്യസനത്തിന് കാരണമെന്തെന്ന് ചോദിക്കും വിധത്തിൽ അതിഖിന്നതയോടുകൂടി യോഗീശ്വരന്റെ മുഖത്തേയ്ക്കു നോക്കി. യോഗീശ്വരൻ: 'ഒട്ടും പരിഭ്രമിക്കേണ്ട, വിശേഷാൽ ഒന്നും ഇല്ല, ഞാൻ കുറച്ചുമുമ്പെ പറത്തേയ്ക്കുപോയിരുന്നു, വരുവാൻ കുറെ വൈകിപ്പോയി. വന്ന ഉടനെ എന്റെ കുട്ടിക്ക് തരക്കേട് ഒന്നും ഇല്ലല്ലോ എന്നറിവാൻ വേണ്ടി വന്നുനോക്കിയതാണ്. സുഖമായി ഉറങ്ങുന്നതു കണ്ടപ്പോൾ എനിക്ക് സന്തോഷവും കുട്ടിക്ക് വല്ലതും വന്നുപോയാൽ എനിക്കുണ്ടാകുന്ന വ്യസനവുംകൂടി വിചാരിച്ചപ്പോൾ ഞാൻ അറിയാതെ കണ്ണുനീർ പൊടിഞ്ഞതാണ്. അല്ലാതെ ഒന്നും ഇല്ല, ഉറങ്ങിക്കൊള്ളൂ. ഞാൻ നമുക്ക് അത്താഴത്തിന് കാലാമായാൽ വന്നു വിളിക്കാം' എന്നു പറഞ്ഞു. കുമാരി; അച്ഛാ! എനിക്കു സംസാരിപ്പാൻ ആരും ഇല്ലാഞ്ഞിട്ടും തോട്ടത്തിൽ പണി

എടുത്തതിന്റെ ക്ഷീണം കൊണ്ടും ഇത്രനേരത്തെ ഉറങ്ങിപ്പോയതാണ്. 'അച്ഛൻ വന്നുവല്ലോ ഇനി എനിക്ക് ഉറങ്ങേണ്ട' എന്നു പറഞ്ഞു യോഗീശ്വരനും ആ കുമാരിയുംകൂടി ഉമ്മറത്തേക്കു പോകുമ്പോൾ, മുമ്പെ പറഞ്ഞ മുത്തശ്ശി അമ്മ 'ഉമ്മാൻ കാലായിരിക്കുന്നു' എന്നു പറഞ്ഞു. യോഗീശ്വരൻ 'എന്നാൽ ഊൺ കഴിയട്ടെ' എന്നു പറഞ്ഞു കാലും മുഖവും കഴുകി ഉമ്മാൻ ഇരുന്നു.

കുന്ദലത എന്ന ആ കുമാരി യോഗീശ്വരന്ന് പതിവുപോലെ ചോറു മാത്രം വിളമ്പിക്കൊടുത്ത് അടുക്കേതന്നെ ഉമ്മാൻ ഇരുന്നു. യോഗീശ്വരൻ ഒന്നും സംസാരിക്കാതെ വേഗത്തിൽ ഉമ്മാൻ തുടങ്ങി. കുന്ദലത 'എന്താ അച്ഛാ! എനിക്ക് ഉരുള തരാതെ ഉമ്മാൻ തുടങ്ങിയത്?' എന്നു ചോദിച്ചു. യോഗീശ്വരൻ 'ഓ! അതു ഞാൻ മറന്നു പോയെ! എന്നു പറഞ്ഞ് കൈ കഴുകി വേറെ കുറെ ചോറുമേടിച്ച് വേഗത്തിൽ ഒരു ഉരുള ഉരുട്ടി കുന്ദലതയ്ക്ക് കൊടുത്തു. ഞാൻ വഴിനടന്ന ക്ഷീണംകൊണ്ടും വിശപ്പു കൊണ്ടും പതിവുപോലെ ഉരുള തരുവാൻ മറന്നതാണ് എന്നു പറഞ്ഞു. കുന്ദലത 'അച്ഛൻ ക്ഷീണംകൊണ്ട് മറന്നതായിരിക്കും എന്നു ശങ്കിച്ചു; എങ്കിലും എനിക്ക് അച്ഛൻ തരുന്ന ഉരുള ഒന്നാമതുണ്ടിട്ടില്ലെങ്കിൽ സുഖമില്ല. അതുകൊണ്ട് ചോദിച്ചതാണ്' എന്നു പറഞ്ഞ് ഉമ്മാൻ തുടങ്ങി. ഊൺകഴിഞ്ഞാൽ രണ്ടുപേരും കൂടി ഉമ്മറത്തും മുറ്റത്തും കുറച്ചുനേരം നടക്കുക പതിവുണ്ട്. അന്നു രാത്രി അധികം നേരം നടന്നില്ല. എന്നു തന്നേയല്ല, തമ്മിൽ അധികമായി ഒന്നും സംസാരിച്ചതും ഇല്ല. പൂന്തോട്ടത്തിൽ താൻ അന്നുചെയ്ത പ്രയത്നങ്ങളെക്കുറിച്ച് കുന്ദലത ചിലതൊക്കെ പറഞ്ഞത് യോഗീശ്വരൻ മൂളികേട്ടു എങ്കിലും മറുപടി പറഞ്ഞില്ല. അസാരംനേരം നടന്നശേഷം യോഗീശ്വരൻ 'പാർവ്വതീ' എന്നു വിളിച്ചു. അപ്പോൾ ആ പ്രായംചെന്ന സ്ത്രീ പുറത്തുവന്നു കിടക്ക വിരിച്ചിരിക്കുന്നുവെന്നറിയിച്ചു. 'കിടക്കാൻ സമയമായാൽ പോയി കിടന്നു കൊള്ളു' എന്നു പറഞ്ഞു. യോഗീശ്വരൻ കുന്ദലതയെ കൊണ്ടുപോയി കിടത്തി, 'ഞാനും കിടക്കട്ടെ' എന്നു പറഞ്ഞു പോകുവാൻ തുടങ്ങുമ്പോൾ 'ഇന്ന് അച്ഛനെന്താ ഇത്ര മറവി' എന്നു കുന്ദലത ചോദിച്ചു. 'ഓ! എന്റെ മറവി ഇന്ന് കുറെ അധികംതന്നെ, ക്ഷീണംകൊണ്ടാണ്' എന്നു പറഞ്ഞു പതിവുപോലെ കുന്ദലതയുടെ കവിളിന്മേൽ ഗാഢമായി ചുംബനം ചെയ്ത് 'ഉറങ്ങിക്കൊള്ളു' എന്നുപറഞ്ഞ് വിളക്ക് നന്നെതാഴ്ത്തി പുറത്തേക്കുപോയി.

എന്നാൽ കുന്ദലതയോടു പറഞ്ഞപോലെ ഉറങ്ങുകയല്ല ചെയ്തത്. കുറെനേരം ഉമ്മറത്ത് ഉലാത്തിയശേഷം മുറ്റത്തേക്കിറങ്ങി 'രാമദാസാ' എന്നു വിളിച്ചു. അപ്പോഴേക്ക് യോഗീശ്വരന്റെ ഭൃത്യൻ വന്നു. അവനോട് മൂന്നുനാലു നാഴികനേരം രഹസ്യമായി ചിലത് സംസാരിച്ച് അവനെ ഉറങ്ങുവാൻ പറഞ്ഞയച്ചു. പിന്നെയും വളരെ മനോരാജ്യത്തോടും ആലോചനയോടുംകൂടി താൻ ഏകനായി കുറെനേരം മുറ്റത്ത് അങ്ങോട്ടും ഇങ്ങോട്ടും നടന്ന്, ഏകദേശം അർദ്ധരാത്രി സമയമായപ്പോൾ ഉറങ്ങുവാൻപോകയും ചെയ്തു.

2

കുന്ദലത

ഇനി യോഗീശ്വരന്റെ ഈ വനവാസത്തെക്കുറിച്ച് അല്പം പറയേണ്ടിയിരിക്കുന്നു. അദ്ദേഹത്തിന്റെ കൂടെയുള്ളവരെ ഒക്കെയും നാം ഇപ്പോൾ പറഞ്ഞുകഴിഞ്ഞു. ഒന്നാമതായിട്ട് അദ്ദേഹത്തിന്റെ വാത്സല്യത്തിന്നും ദയയ്ക്കും പാത്രമായത് കുന്ദലത എന്ന കുമാരിയാണ്. ഈ കുമാരിക്ക് പതിനാറുവയസ്സു പ്രായമായെങ്കിലും അതേ പ്രായത്തിലുള്ളവരോടൊന്നിച്ചു പരിചയിപ്പാൻ ഇടവരായ്കയാൽ 'യൗവനംവന്നുദിച്ചിട്ടും ചെറുതായില്ല ചെറുപ്പം' എന്നു പറഞ്ഞതുപോലെ വാക്കുകൾക്കും പ്രവൃത്തിക്കും ബാല്യകാലത്തിന്റെ കൗതുകം കേവലം വിട്ടിട്ടുണ്ടായിരുന്നില്ല. ഭക്ഷണത്തിന്റെ കാര്യത്തിലും മറ്റു ദിനചര്യയിലും യോഗീശ്വരൻ വളരെ ശ്രദ്ധവെക്കുകയാൽ നല്ല ആരോഗ്യവും ശരീരപുഷ്ടിയും അനല്പമായ സൗന്ദര്യവും ഉണ്ട്. എന്നാൽ കുന്ദലതയെ നല്ലവണ്ണം പരിചയമായി എങ്കിൽ, അവളുടെ രൂപലാവണ്യത്തെക്കാൾ സ്വഭാവഗുണവും ബുദ്ധിഗൗരവവുമാണ് അധികം വിസ്മയനീയമായിട്ടു തോന്നുക. ഉത്തമസ്ത്രീകളുടെ സ്വഭാവത്തിന് സഹജങ്ങളായ സാധുത, ദയ, സ്നേഹം, അധർമ്മ ഭീരുത്വം, വിനയം മുതലായ വിശേഷഗുണങ്ങൾ ആ ചെറുപ്രായത്തിൽ തന്നെ അവളുടെ സ്വഭാവത്തിൽ വ്യക്തമായി പ്രകാശിച്ചിരുന്നു. അത്രയുമല്ല, യോഗീശ്വരന്റെ ദുർല്ലഭമായ ഉപദേശംകൊണ്ടും അനുപമമായ ഉദാഹരണം കൊണ്ടും അദ്ദേഹത്തിന്റെ സഹവാസത്താൽ ഉണ്ടാകുന്ന സൽഗുണങ്ങളെ വിഫലമാക്കിതീർക്കേണ്ടതിന് ചപലബുദ്ധികളും അവിവേകികളും ആയ ആളുകൾ ആരും ഇല്ലാതിരുന്നതിനാലും സാധാരണ സ്ത്രീകൾക്കുണ്ടാകുന്ന ദുസ്വഭാവങ്ങളും വക്രതകളും ചപലതകളും മനസ്സിൽ അങ്കുരിപ്പാൻ സംഗതി വരാതെ, അവൾ മറ്റു സ്ത്രീകളിൽ കാണാത്തതായ പല വിശേഷഗുണങ്ങൾക്കും ആസ്പദമായി തീരു

കയും ചെയ്തത്. അത്ഭുതമല്ലതാനും. യോഗീശ്വരന് ബാലലാളനത്തിനും ശിക്ഷയ്ക്കും ഉള്ള സാമർത്ഥ്യം അസാമാന്യംതന്നെയായിരുന്നു. എന്നാൽ കുന്ദലത കാവ്യനാടകാലങ്കാരാദികളിൽ പരിജ്ഞാനമുള്ള ഒരു വിദുഷിയോ, സംഗീതാദികളിൽ നൈപുണ്യമുള്ളവളോ അല്ല. യോഗീശ്വരൻ ആവക അഭ്യാസങ്ങളുടെ ആവശ്യത്തേയും ഉപകാരത്തേയും വളരെ സൂക്ഷ്മമായി ആലോചിച്ചു ഖണ്ഡിച്ചിട്ടുള്ളാളാകയാൽ കുന്ദലതയെ ആ വിഷയങ്ങളിൽ പരിശ്രമിപ്പിച്ചിട്ടുണ്ടായിരുന്നില്ല. സംഗീതസാഹിത്യാദികൾ കേവലം മനസ്സിന്റെ ഭൂഷണങ്ങൾ. കാഞ്ചീകങ്കണാദികളെകൊണ്ട് വിരൂപികൾ ശോഭിക്കുമോ? സംഗീതസാഹിത്യാദി ഗുണങ്ങൾ ഉണ്ടെങ്കിലും ദുർബുദ്ധികൾ വന്ദനീയന്മാരോ? ആയതുകൊണ്ട് ആവക ഭൂഷണങ്ങൾ അത്ര സാരമായിട്ടുള്ളവയല്ല. ഒന്നാമതായി സമ്പാദിക്കേണ്ടത് നിർമ്മലമായും സുജ്ഞാതമായും ഉള്ള മനസ്സാണെന്ന് യോഗീശ്വരൻ തീർച്ചയാക്കീട്ടുണ്ടായിരുന്നു. ആയതിന്ന് ലോകവ്യുല്പത്തികൊണ്ട് മതികമലത്തെ വികസിപ്പിക്കേണ്ടത് ആവശ്യമാകയാൽ യോഗീശ്വരൻ കുന്ദലതയെ എപ്പോഴും കൂടെകൊണ്ടുനടന്ന് ബീജങ്ങൾ അങ്കുരിക്കുന്നതിനേയും വൃക്ഷലതാദികളുടെ ഗുണങ്ങളേയും പക്ഷിമൃഗാദികളുടെ സ്വഭാവങ്ങളേയും അവകളുടെ ജാതിതിരിച്ചറിവാനുള്ള വിധങ്ങളേയും ജീവികളുടെ ശരീരത്തിലുള്ള ഓരോ അംഗങ്ങളുടെ ധർമ്മങ്ങളേയും ഭൂമിയുടെ സ്ഥിതിയേയും സൂര്യചന്ദ്രന്മാരുടേയും നക്ഷത്രങ്ങളുടേയും സൂക്ഷ്മാവസ്ഥയേയും ഗതിഭേദങ്ങളേയും നദികളുടെ ഉല്പത്തിയേയും രാജ്യങ്ങളുടെ സ്വഭാവത്തേയും ഇടി, മഴ, മഞ്ഞ് എന്നിങ്ങനെ പ്രപഞ്ചത്തിലുള്ള പല അത്ഭുതങ്ങളുടെ വിവരണങ്ങളേയും മറ്റുമിങ്ങനെയുള്ള പലപല പ്രകൃതിതത്ത്വങ്ങളേയും കാര്യകാരണങ്ങളുടെ അന്യോന്യസംബന്ധത്തേയും ദൃഷ്ടാന്തങ്ങളോടുകൂടി പറഞ്ഞുമനസ്സിലാക്കിക്കൊടുക്കുക പതിവായിരുന്നു. മനസ്സിന്റെ അതാത് പ്രായത്തിലെ വളർച്ചയ്ക്കനുസരിച്ച് പറഞ്ഞുകൊടുക്കുന്ന വിഷയങ്ങളുടെ കാഠിന്യത്തെ ക്രമീകരിക്കയാൽ ആ വിഷയങ്ങൾ ഒക്കെയും കുന്ദലതയ്ക്ക് സുഗമമായിട്ടുതോന്നും എന്നുതന്നെയല്ലാ, പറഞ്ഞുകൊടുത്തത് മനസ്സിലായി എന്നറിയിക്കുവാൻ അവൾതന്നെ ഉത്സാഹത്തോടുകൂടി വേറെ ഉദാഹരണങ്ങളെ തേടിപ്പിടിക്കുകയും, വല്ല സംശയവുമുണ്ടായാൽ ആയത് ജാഗ്രതയോടുകൂടി ചോദിച്ചു മനസ്സിലാക്കുകയും സൂക്ഷ്മമായി ഓരോ സംഗതികളെ ഗ്രഹിച്ചാൽ മുഖപ്രസാദംകൊണ്ട് തന്റെ തൃപ്തിയെ പ്രത്യക്ഷപ്പെടുത്തുകയുംചെയ്യും. ഇങ്ങനെ യോഗീശ്വരന്റെ ബുദ്ധികൗശലംകൊണ്ട് മറ്റുപലരുടേയും വിദ്യാഭ്യാസത്തിനുണ്ടാകുന്ന ദുഃഖങ്ങളും ദുർഘടങ്ങളും അറിവാനിടവരാതെ കുന്ദലതയുടെ വിദ്യാഭ്യാസം അവൾക്ക് ഏറ്റവും വിനോദകരമായി ഭവിച്ചു.

ഈ വിധം വിദ്യാഭ്യാസം വളരെ ചെറുപ്പത്തിൽതന്നെ തുടങ്ങിയിരുന്നു എങ്കിലും, പന്ത്രണ്ടു വയസ്സായതിനുശേഷമാണ് കുന്ദലത അക്ഷരവിദ്യ അഭ്യസിച്ചത്. രണ്ടു സംവത്സരത്തിനുള്ളിൽ സ്വഭാഷ എഴുതു

വാനും വായിക്കുവാനും നല്ല പരിചയമായി. അതിന്നു പുറമെ, ജഗദീശ്വരനെ പ്രാർത്ഥിക്കുവാനായി എട്ടുപത്തു ഗാനങ്ങൾ അർത്ഥത്തോടുകൂടി പഠിപ്പിച്ചിട്ടുണ്ടായിരുന്നത് ചിലപ്പോൾ യോഗീശ്വരന്റെ കർണ്ണാനന്ദത്തിനായിട്ട് പാടുമാറുണ്ടായിരുന്നു. അതല്ലാതെ വേറെ ഒരുവിധ ഗാനങ്ങളും വശമാക്കീട്ടുണ്ടായിരുന്നതും ഇല്ല.

കുന്ദലതക്ക് ശൈശവംമുതൽക്ക് ഓരോപ്രായത്തിനടുത്ത കളികളും ഉണ്ടായിരുന്നു. ചങ്ങാതി യോഗീശ്വരൻ തന്നെ. അദ്ദേഹം അവളുടെ ഇഷ്ടം ഇന്നതാണെന്നറിഞ്ഞാൽ ഉടനെ അതു സാധിപ്പിക്കും. കുട്ടിക്കാലത്ത് വല്ലതും ഹിതംപോലെയാവാഞ്ഞിട്ട് കരഞ്ഞാൽ അതിന് കാരണമെന്തെന്നറിഞ്ഞ് ഹിതത്തെ ചെയ്തുകൊടുക്കും. എന്തിനേറെ പറയുന്നു, അദ്ദേഹം അവളുടെ കുട്ടിക്കളികൾക്കൊക്കെയും താലോലിച്ച് നിൽക്കുകയും, ചിലപ്പോൾ താൻതന്നെ ബാലചാപല്യം നടിച്ച് അവളുടെ കൂടെ കളിക്കുകയും ചെയ്യും. ആപത്തുള്ള കളികളിൽനിന്ന് വിരമിപ്പിക്കും, വ്യായാമംകൊണ്ട് ശരീരത്തിന് ലാഘവവും അംഗപുഷ്ടിയും ഉണ്ടാകുന്ന വിനോദങ്ങളിൽ ഇഷ്ടം ജനിപ്പിക്കും. ഇങ്ങനെ അവളുടെമേൽ അച്ഛന്റെ സ്നേഹത്തോടും കളിയിൽ ചങ്ങാതിമാരുടെ ഇണക്കത്തോടും ചില സമയങ്ങളിൽ ഉപദേഷ്ടാവിന്റെ ഗാംഭീര്യത്തോടും എപ്പോഴും അമ്മയുടെ ലാളനയോടും ഒരിക്കലും അപ്രിയം കൂടാതെയും വളർത്തിക്കൊണ്ടുവരുവാൻ യോഗീശ്വരൻ ചെയ്ത പ്രയത്നം, കുന്ദലത തന്റെ അപരിമിതമായിരിക്കുന്ന ഗുണോൽക്കർഷങ്ങളെക്കൊണ്ട് ഏറ്റവും സഫലമാക്കിത്തീർക്കുകയും ചെയ്തു. ഇങ്ങനെയെല്ലാമാണ് കുന്ദലതയുടെ അവസ്ഥ.

പിന്നെ പാർവ്വതി എന്ന് പേരായ സ്ത്രീയാണ് ഉള്ളത്. ആ സ്ത്രീക്ക് അമ്പതിൽ അധികം വയസ്സായിരിക്കുന്നു എങ്കിലും വാർദ്ധക്യത്തിന്റെ അതിക്രമങ്ങൾ പറവാൻ തക്കവണ്ണം ഒന്നും തുടങ്ങീട്ടില്ല. വളരെ നല്ല സ്വഭാവമാണ്. കുന്ദലതയെ കുട്ടിയിൽത്തന്നെ എടുത്തുവളർത്തിയ പോറ്റമ്മയാകയാൽ അവർക്ക് അന്യോന്യം വളരെ താല്പര്യമുണ്ടായിതീർന്നു. യോഗീശ്വരനെക്കുറിച്ച് അവൾക്ക് വളരെ ബഹുമാനവും ഭക്തിയും ഉള്ളവളാണ്. ഗൃഹകൃത്യങ്ങൾ ഒക്കെയും വെടിപ്പായി കഴിച്ച് ഇടയുള്ളപ്പോഴൊക്കെയും കുന്ദലതയോട് സംസാരിച്ചും അവളെ ലാളിച്ചുംകൊണ്ട് കാലക്ഷേപം ചെയ്യുകയും ചെയ്യും.

രാമദാസൻ എന്ന ഭൃത്യന് ഒരു നാല്പത് വയസ്സ് പ്രായമായിരിക്കണം. വളരെ വിശ്വാസയോഗ്യനും വകതിരിവുള്ളവനുമാണ്. ചെറുപ്പംമുതൽക്കെ യോഗീശ്വരന്റെ ഭൃത്യനാകയാൽ അദ്ദേഹത്തിന്റെ സംസർഗം ഹേതുവായിട്ട്, എല്ലാ ഭൃത്യന്മാർക്കും ഇല്ലാത്തതായ സ്വാമിഭക്തി, സത്യം എന്ന രണ്ട് ഗുണങ്ങൾ അവന്റെ സ്വഭാവത്തിന് സഹജമായിത്തീർന്നിരിക്കുന്നു. അവൻ യോഗീശ്വരന് എന്തുവേണം എന്നുവച്ചാൽ അതു ചെയ്യാൻ സന്നദ്ധനാണ്. ദേഹത്തിന്നു നല്ല ശേഷിയും

അധികമായ ധൈര്യവുമുണ്ട്. അവനെ കാണുന്നവർക്ക് അവന്റെ സ്വാമിയുടെ യോഗ്യത അവനിൽ പ്രതിഫലിച്ചു കാണാം.

യോഗീശ്വരന്റെ ഈ വനഭവനം ഘോരകാന്താരത്തിൽ വളരെ ഏകാന്തസ്ഥലത്താണെങ്കിലും ചുരുക്കത്തിൽ ഉറപ്പും രക്ഷയുമുള്ള ഭവനമാണ്. ഗജം, വ്യാഘ്രം മുതലായ കാട്ടുമൃഗങ്ങളുടെ ആക്രമം തട്ടാതിരിപ്പാൻവേണ്ടി നാലുപുറത്തും ബലമുള്ള വൃക്ഷങ്ങൾ വളരെ അടുപ്പിച്ച് വച്ച് ഒരു വളരുന്ന വേലിയുണ്ടാക്കീട്ടുണ്ട്. അതുകൊണ്ടും യോഗീശ്വരൻ അത്യാവശ്യം ചില ആയുധങ്ങൾ കരുതീട്ടുണ്ടായിരുന്നതിനാലും ആവക ദുഷ്ടമൃഗങ്ങളിൽനിന്ന് ഭീതിയുണ്ടാവാൻ സംഗതികൂടാതെ കഴിഞ്ഞു. ഭവനത്തിനുചുറ്റും ഒരു വലിയ തോപ്പാണ്. അതിൽ സസ്യാദികൾ കുന്ദലതയുടെ കയ്യുകൊണ്ട് ജലം ആസ്വദിച്ചവ അനവധിയുണ്ട്. ഉമ്മരത്ത് മുറ്റത്തിന്നരികെ കുന്ദലതയ്ക്ക് പ്രത്യേകമായി ഒരു വളപ്പുണ്ട്. അതിൽ മന്ദാരം, പനിനീര്, പിച്ചകം, മുല്ല മുതലായ സുഗന്ധപുഷ്പങ്ങളുടെ ചെടികളും വള്ളികളും നാരകം, ദ്രാക്ഷ, മാതളനാരകം മുതലായ വിശേഷഫലങ്ങൾ ഉണ്ടാവുന്ന വൃക്ഷങ്ങളും ചെടികളും കുന്ദലതയുടെ കൈകൊണ്ടുതന്നെ നട്ടുനനച്ചിട്ടുണ്ടാക്കീട്ടുണ്ടായിരുന്നു. ദിവസംപ്രതി രാവിലെ സമയങ്ങളിലും യോഗീശ്വരന്റെകൂടെ നടക്കാൻ പോകാത്ത മറ്റുസമയങ്ങളിലും കുന്ദലത ആ ചെടികളെ നനച്ച് അവക്ക് മണ്ണും വളവും ചേർത്ത് വളരെ വാത്സല്യത്തോടുകൂടി രക്ഷിക്കുകയും അവ മുളയ്ക്കുന്നതും വളരുന്നതും തെഴുക്കുന്നതും മൊട്ടിടുന്നതും പൂക്കുന്നതും കായ്ക്കുന്നതും കൗതുകത്തോടുകൂടി നോക്കിക്കണ്ട് സന്തോഷിക്കയും ചെയ്യും.

ഇല്ല നിങ്ങളെ നനച്ചിടാതെയൊരുനാളിവൾക്കു
ജലപാനവും
പല്ലവം തൊടുവതില്ല മണ്ഡനരതാവപി
പ്രിയതകൊണ്ടിവൾ
നല്ലൊരുത്സവമിവൾക്കു നിങ്ങളുടെയാദ്യമായ
കുസുമോൽഗമെ
വല്ലഭം വ്രജതി സാ ശകുന്തളയനുജ്ഞ
നിങ്ങളരുളീടുവിൻ

എന്ന ശ്ലോകത്തിൽ കണ്വമഹർഷി പറഞ്ഞതത്രയും വാസ്തവമായി കുന്ദലതയെക്കുറിച്ചും പറയാം. അങ്ങനെ കുന്ദലതയുടെ പ്രയത്നത്തിന്റെ ഫലവും വിനോദത്തിന്റെ ഹേതുവും ആയ ആ ചെറിയ പൂന്തോട്ടം സുഗന്ധമുള്ള പുഷ്പങ്ങളെക്കൊണ്ടും മാധുര്യമുള്ള ഫലങ്ങളെക്കൊണ്ടും, ആ ആരാമത്തിന്ന് ഒരു തൊടുകുറിയായി തീർന്നിട്ടുണ്ടായിരുന്നു. തോപ്പിന്റെ ഒരു ഭാഗത്ത് ഗോതമ്പും വിളയിട്ടിട്ടുണ്ട്. ആയതും കായ്കനികളുമാണ് അവരുടെ പ്രധാന ഭക്ഷണസാധനങ്ങൾ. തേൻ മുതലായ വന്യങ്ങളായ പദാർത്ഥങ്ങൾ സുലഭം. വന്യങ്ങളല്ലാത്ത സാധനങ്ങളും ഇല്ലെന്നില്ല. ആവക സാമാനങ്ങൾ ധർമ്മപുരിക്കു സമീപമുള്ള ചന്ത

യിൽനിന്നു വാങ്ങി കരുതുമാറുണ്ടായിരുന്നു. ഭവനത്തിന്റെ അല്പം തെക്കുഭാഗത്തായിട്ട് വിലാദ്രിയുടെ അധികം ഉയർന്ന ഒരു കൊടുമുടിയുണ്ട്. അധികം അടിയിൽനിന്ന് ഒരു ചെറുതായ ചോല ശാശ്വതമായി പ്രവഹിച്ചുവരുന്നതിന്റെ മാർഗ്ഗം തിരിച്ച് യോഗീശ്വരന്റെ വളപ്പിന്നുള്ളിലേയ്ക്കു കടത്തി, അവിടെ ഒന്നു രണ്ടു വലിയ കുഴികളിൽ കെട്ടിനിർത്തീട്ടുണ്ടായിരുന്നതിനാൽ കുടിക്കുവാനും കുളിക്കുവാനും ആ നിർമ്മലജലംതന്നെ ഉതകുമാറാക്കിയിരുന്നു. ആ കുഴിളിൽനിന്ന് കവിഞ്ഞൊഴുകിപ്പോരുന്ന വെള്ളം ചെറിയ ചാലുകളിൽക്കൂടി പല വഴിയും തിരിച്ചിട്ടുണ്ടായിരുന്നതിനാൽ തോപ്പിലെ വൃക്ഷാദികൾക്ക് നനയ്ക്കുവാൻ വളരെ എളുപ്പമായിത്തീർത്തിരുന്നു. ആകെപ്പാടെ വാസസൗഖ്യം രാജാക്കന്മാർക്ക് കൂടി ഇതിലധികം ഉണ്ടാവാൻ പ്രയാസമാണ്.

അങ്ങനെ ഏകാന്തമായിരിക്കുന്ന ആ ഭവനത്തിൽ, യോഗീശ്വരനും കുന്ദലതയുംകൂടി സൗഖ്യമായി വസിക്കട്ടെ. ഇനി നമ്മുടെ കഥ വിലാദ്രിയിൽനിന്ന് വളരെ ദൂരമുള്ള വേറെ ഒരു രാജ്യത്തുവച്ച് തുടങ്ങേണ്ടിയിരിക്കുന്നു.

3

നായാട്ട്

ശിശിരകാലം അവസാനിച്ച് വസന്തം ആരംഭമായി. സൗരഭ്യവാനായ മന്ദമാരുതനെക്കൊണ്ടും ശീതോഷ്ണങ്ങളുടെ ആധിക്യം ഇല്ലായ്മയാലും കോകിലങ്ങളുടെ കളകൂജിതങ്ങളെക്കൊണ്ടും പ്രഭാതകാലം വളരെ ഉത്സാഹകരമായിരുന്നു. അങ്ങിനെയിരിക്കും കാലം ഒരു നാൾ സൂര്യനുദിച്ച് പൊങ്ങുമ്പോൾ ആയുധപാണികളായി ഏദേശം നൂറാളുകൾ കലിംഗരാജ്യത്തിനു സമീപമുള്ള ഒരു വനപ്രദേശത്ത് വട്ടമിട്ടു നില്ക്കുന്നത് കാണായി. അവർ തമ്മിൽ തമ്മിൽ അകലമിട്ടാണ് നില്ക്കുന്നത്. അതുകൊണ്ട് അവരുടെ എല്ലാവരുടേയും മദ്ധ്യത്തിലുള്ള വൃത്താകാരമായ സ്ഥലം ഒന്നുംരണ്ടും നാഴിക വിസ്താരമുള്ളതായിരിക്കണം. അവർ അന്യോന്യം ഒന്നും സംസാരിക്കുന്നില്ല. ആംഗ്യങ്ങളെക്കൊണ്ടു മാത്രമേ വിവരം അറിയിക്കുന്നുള്ളു. ചിലർ വില്ലുകുലച്ചും ചിലർ കുന്തം തയ്യാറാക്കിപ്പിടിച്ചും മറ്റുചിലർ വാളൂരിപ്പിടിച്ചും ഇങ്ങനെ എല്ലാവരും സന്നദ്ധന്മാരായി നിൽക്കുന്നുണ്ട്. നായാട്ടുകാരാണ്, മൃഗങ്ങൾ വരുന്നവയെ സംഹരിപ്പാൻ തയ്യാറായിനില്ക്കുന്നതാണെന്ന് അറിവാൻ പ്രയാസമില്ല. എല്ലാവരും സശ്രദ്ധന്മാരായി നിശ്ശബ്ദന്മാരായി അങ്ങിനെ നില്ക്കുന്നേരം കറുത്ത കുപ്പായവും ചുവന്ന തൊപ്പിയും ഉള്ള നീണ്ട ഒരാൾ ഒരു വലിയ കുതിരപ്പുറത്തുകയറി നായാട്ടുകാർ നില്ക്കുന്നതിന്റെ ചുറ്റും ഓടിച്ച്, അവരോട് വാളുകൊണ്ട് ഓരോ അടയാളം കാണിച്ചും കൊണ്ടുപോയി. ആ അടയാളത്തിന്നനുസരിച്ച് നായാട്ടുകാർ എല്ലാവരും വേഗത്തിൽ മുമ്പോട്ടു വെക്കുംതോറും അവരുടെ നടുവിലുള്ള വൃത്തത്തിന്റെ പരിധി ക്രമേണ ചുരുങ്ങിത്തുടങ്ങി. അതിന്നിടയിൽ ആ വൃത്താകാരമായ സ്ഥലത്തിന്റെ നടുവിൽനിന്ന് നാലു ദിക്കുകളിലും മാറ്റൊലികൊള്ളുംവണ്ണം ഗംഭീരമായ ഒരു കാഹളശബ്ദം മുഴങ്ങി. ആ ശബ്ദത്തിന്റെ മുഴക്കം തീരുന്നതിനു

മുമ്പുതന്നെ അതേ സ്ഥലത്തുനിന്ന് ആർപ്പും വിളികളും ഭേരികളുടെ ചടാചടാശബ്ദങ്ങളും ഉച്ചത്തിൽ കേൾക്കുമാറായി. അപ്പോഴേക്ക് ഓരോ കടവുകളിലായി വട്ടത്തിൽ പതിയിരിക്കുന്ന വേടന്മാരുടെ പരിഭ്രമവും ജാഗ്രതയും ഉത്സാഹവും പറഞ്ഞാൽ തീരുന്നതല്ല. കാടിളകി; മൃഗങ്ങൾ പല ദിക്കിലേക്കും പ്രാണരക്ഷയ്ക്കായി പാഞ്ഞുതുടങ്ങി. എങ്ങോട്ടു പാഞ്ഞാലും ചെന്നുവീഴുന്നത് ആ അന്തകന്മാരുടെ മുമ്പാകെത്തന്നെ. അവർ അതാ! അതാ! ഇതാ! പോയി! പിടിച്ചോ! എന്നിങ്ങനെ പല വിരുതുകൾ പറയുന്നു, മൃഗങ്ങളെ അതിവിദഗ്ദ്ധതയോടും കൂടി സംഹരിക്കുന്നു. ആയുസ്സ് ഒടുങ്ങാത്ത ദുർല്ലഭം ചില മൃഗങ്ങൾ വേടന്മാരുടെ ഇടയിൽക്കൂടി ചാടിയോടി ഒഴിച്ച് ഇടയ്ക്കിടെ പിൻതിരിഞ്ഞ് നോക്കിക്കൊണ്ട് കുതിച്ചുപായുന്നതു കണ്ടാൽ

പശ്യോദഗ്രപ്ലുതത്വാദിയതിബഹുതരം
സ്തോകമുർവ്യാം പ്രയാതി

എന്ന സ്വഭാവോക്തിയുടെ താല്പര്യംപോലെ ആയവ അധികംനേരം ആകാശത്തിൽക്കൂടിത്തന്നെയോ പോകുന്നത് എന്നുതോന്നും; ഭൂസ്പർശം അത്രകുറച്ചുമാത്രമേയുള്ളു.

വ്യാഘ്രം, കരടി, പന്നി മുതലായ വലിയ മൃഗങ്ങളെ നടുവിൽനിന്ന് കാടിളക്കിയവർ നായ്ക്കളെക്കൊണ്ടും കുതിരപ്പുറത്തുനിന്ന് കുന്തങ്ങളെക്കൊണ്ടും ആട്ടിക്കൊണ്ടു വരുമ്പോൾ ചുറ്റുംനിൽക്കുന്ന വേടർ അവയെ വഴിതെറ്റിച്ച് കുണ്ടുകളിലേക്കും പാറകളുടെയും വൃക്ഷങ്ങളുടെയും ഇടുക്കുകളിലേക്കും പായിച്ച് എങ്ങും പോകാൻ നിവൃത്തിയില്ലാതാക്കി. നാലുപുറത്തുനിന്നും പലവിധ ആയുധങ്ങൾ അവയുടെമേൽ പ്രയോഗിക്കുമ്പോൾ, പ്രാണഭയംകൊണ്ടുണ്ടാവുന്ന ആർത്തനാദത്തോടു കലർന്ന് സ്വതെ ഭയങ്കരങ്ങളായ അവയുടെ ശബ്ദങ്ങളും നഖമുഖാദികളെകൊണ്ട് കാണിക്കുന്ന ഭയാനകങ്ങളായ പല ചേഷ്ടകളും നിഷ്ക്കണ്ടകന്മാരായ ആ വേടർക്ക് ഉത്സാഹത്തെ വർദ്ധിപ്പിക്കുന്നതല്ലാതെ അല്പംപോലും ദയ തോന്നിക്കുന്നില്ല. കഷ്ടം! എങ്കിലും ഈ വേട്ടയ്ക്കു വലിയ ഒരു ഗുണമുണ്ട്. മാൻ, മുയൽ, മുതലായ സാധുക്കളായ മൃഗങ്ങളെ ആരും ഉപദ്രവിച്ചുപോകരുതെന്ന കല്പനയുണ്ടായിരുന്നു. അതിനാൽ ദുഷ്ടമൃഗങ്ങൾമാത്രമെ നശിക്കുന്നുള്ളു.

മൃഗങ്ങളെ കൊന്നുകൊന്ന്, ആ വലയത്തിന്നുള്ളിലുണ്ടായിരുന്ന മൃഗങ്ങൾ ഒക്കെയും ഒടുങ്ങിയപ്പോഴേക്ക് ഭക്ഷിക്കത്തക്കതായ ചില മൃഗങ്ങളെ വേടർ തിരഞ്ഞെടുത്ത് വേറെ വച്ചുകൊണ്ടിരിക്കെ, നായാട്ടിനു വന്നിട്ടുള്ളതിൽ പ്രധാനികളായ രണ്ടാളുകൾ തങ്ങളുടെ ഭവനത്തിലേക്ക് മടങ്ങിപ്പോകുവാൻ തയ്യാറായി കുതിരപ്പുറത്തുകയറി. അവരുടെ വേഷംകൊണ്ടും മറ്റുള്ളവർ അവർക്കു കാണിക്കുന്ന വണക്കംകൊണ്ടും അവർ പ്രധാനികളാണെന്നു വേഗത്തിൽ അറിയാം. കറുത്തകുപ്പായവും ചുവന്ന തൊപ്പിയും ഉള്ള ഒരാളെക്കുറിച്ച് മുമ്പെ പറഞ്ഞുവല്ലോ. ആയാൾക്ക് ഒരു അമ്പതു വയസ്സു പ്രായമായിരിക്കുന്നു. പലപ്പോഴും ഇങ്ങനെയുള്ള

വ്യായാമം കൊണ്ടായിരിക്കുമെന്നു തോന്നുന്നു, അയാളുടെ അവയവങ്ങൾ വളരെ പുഷ്ടിയുള്ളവ ആയിരുന്നു. മുഖത്തിന്നു സൗമ്യത കുറയുമെങ്കിലും പുരുഷലക്ഷണം തികച്ചും ഉണ്ട്. നീണ്ട് അല്പം വളഞ്ഞ മൂക്കും, വിസ്തൃതമായ നെറ്റിയും വളരെ തടിച്ച പുരികക്കൊടികളും ഉണ്ടായിരുന്നതിനാൽ മറ്റ് അനവധി മുഖങ്ങളുടെ ഇടയിൽനിന്ന് ആ മുഖം തിരിച്ചറിയാൻ പ്രയാസമുണ്ടായിരുന്നില്ല. ഒരിക്കൽ കണ്ടാൽ ആ മുഖം മറക്കാനും എളുപ്പമല്ല.

മറ്റേ ആൾ അതിസുഭഗനും സൗമ്യനുമായ ഒരു ചെറുപ്പക്കാരനാണ്. ഏകദേശം ഇരുപത്തഞ്ചു വയസ്സുപ്രായമായിരിക്കുന്നു. അധികം എകരമില്ല. വളരെ കൗതുകംതോന്നുന്ന നീല വില്ലീസ്സുകൊണ്ട് ഒരു കുപ്പായവും ചുവന്ന കസവുതൊപ്പിയുമുണ്ട്. വേട്ടയ്ക്കു താല്പര്യമുണ്ടെങ്കിലും പരിചയം കുറയുമെന്ന്കണ്ടാൽ തീർച്ചയാവും. ദുർഘടമായ ദിക്കുകളിൽക്കൂടി കുതിരയെ വേഗത്തിൽ ഓടിപ്പാൻ സാമർത്ഥ്യം കുറയും. വേട്ടയുടെ അദ്ധ്വാനം കൊണ്ട് രണ്ടുപേർക്കും നല്ലവണ്ണം വിയർത്തിരിക്കുന്നു. ക്ഷീണം തീർക്കുവാനായിട്ട് ഒരുവൻ കുറെ പാലും പലഹാരങ്ങളും കൊണ്ടുവന്നു. രണ്ടുപേരുംകൂടി അതു ഭക്ഷിച്ച് ക്ഷീണം തീർത്തശേഷം നമ്മുടെ ‘കുമാരനെവിടെ?’ എന്ന് വലിയ ആൾ ഉച്ചത്തിൽ ചോദിച്ചതിന് ‘സ്വാമി അല്പം തെക്കോട്ടു പോയിരിക്കുന്നു. ഞങ്ങളിൽ ചിലരും ഒരുമിച്ചുപോയിട്ടുണ്ട്.’ എന്ന് ഒരു വേടൻ ഉത്തരം പറഞ്ഞു. ‘അയാൾക്ക് അപകടം ഒന്നും വരില്ലായിരിക്കും’ എന്ന് ആ ചെറുപ്പക്കാരനും പറഞ്ഞു. ഇങ്ങനെ രണ്ടാളുംകൂടി പോയ കുമാരൻ വരുന്നത് കാത്തുകൊണ്ടിരിക്കെ തെക്കുനിന്ന് അതിഘോഷമായ ആർപ്പും കോലാഹലവും കേൾക്കുമാറായി. ഉടനെ എല്ലാവരുംകൂടി ആ ദിക്കിന്നു നേരിട്ടുപാഞ്ഞു. ഇവരും അങ്ങോട്ട് കുതിരയെ ഓടിച്ചു. അവിടെ വൃക്ഷങ്ങൾ കുറഞ്ഞ നിരന്ന ഒരു സ്ഥലമുണ്ട്. അതിന്റെ അങ്ങേ അറ്റത്തുനിന്ന് ഇവർ കാത്തുനിന്നിരുന്ന കുമാരൻ, ജീനിയില്ലാതെ ഒരു കുതിരപ്പുറത്തു കയറി അതികേമത്തിൽ പായിപ്പിക്കുന്നതും അതിന്റെ പിന്നിൽ തൊട്ടുതൊട്ടില്ല എന്ന വിധത്തിൽ വലിയ ഒരു കൊമ്പനാന അയാളെ പിടിപ്പാൻ തുമ്പിക്കൈ നീട്ടിക്കൊണ്ട് പാഞ്ഞണയുന്നതും കണ്ടു. ആനയ്ക്ക് ദേഷ്യം സഹിക്കുന്നില്ല, ഉള്ള ശക്തിയൊക്കെയുമിട്ടു മണ്ടുന്നതുമുണ്ട്. ആപൽക്കരമായ ഈ അവസ്ഥ കണ്ടപ്പോൾ അയ്യോ! എന്ന ശബ്ദം കണ്ടുനില്ക്കുന്ന അധികം ആളുകളിൽനിന്നും ഒന്നായി പുറപ്പെട്ടു. ആ ശബ്ദം പുറപ്പെടാനിടയുണ്ടായില്ല, അപ്പൊഴേക്കുതന്നെ എങ്ങിനെ എന്നറിയാതെ ആന പൊടുന്നനെ അവിടെനിന്ന് ഇടത്തും വലത്തും ചുവട്ടിലേക്കും നോക്കിവട്ടം തിരിഞ്ഞുതുടങ്ങി. അതിനിടയിൽ കുമാരൻ കുതിരയെ ഓടിച്ച് ആനയെ വളരെ പിന്നിട്ടു. അപ്പോൾ ഹാ ഹാ! എന്ന സന്തോഷസൂചകമായ ശബ്ദം കാണികളിൽനിന്നു പുറപ്പെട്ടു.

ഉടനെ ജനങ്ങൾ എല്ലാവരും ഏകാഗ്രദൃഷ്ടികളായി ആന നിന്നുപോകാൻ കാരണമെന്തെന്ന് സൂക്ഷിച്ചുനോക്കിയപ്പോൾ ഒരു വേടൻ

ഓടുന്ന ആനയുടെ കാലിന്നിടക്ക് കടന്നുകൂടി. ഒരു കാലിന്മേൽ പറ്റിനിന്ന് അതിന്മേൽ കട്ടാരംകൊണ്ട് കുത്തുന്നതുകണ്ടു. കുമാരന്റെ പിന്നാലെ പായുകയാൽ അവൻ ഉപദ്രവം ഏല്പിക്കുന്നത് കുറെ നേരത്തേക്ക് ആന അറിഞ്ഞില്ല. പിന്നെ വേദന സഹിക്കുവാൻ കഴിയാതായപ്പോൾ ആന കുമാരനെ ഉപേക്ഷിച്ച് തന്റെ പുതിയ ശത്രുവിനെ പിടിപ്പാൻ ശ്രമിച്ചു തുടങ്ങിയതാണെന്നു തെളിവായി. അത്ര കഠിനമായി ഉപദ്രവിക്കുന്ന ആ ശത്രുവിനെ പിടികിട്ടായ്കയാൽ, ആ വലിയ ജന്തുവിന് പ്രാന്തുപിടിച്ചു കാണിക്കുന്ന ഗോഷ്ഠികൾ കണ്ട് കാണികൾ സന്തോഷിക്കുമ്പോൾ, കാലിന്നടിയിൽ പറ്റികൂടിയിരുന്ന വേടൻ വളരെ സാമർത്ഥ്യത്തോടുകൂടി ഉരണ്ടുപിരണ്ട് ആനയ്ക്കു പിടിപ്പാൻ കിട്ടാതെ പാഞ്ഞൊഴിഞ്ഞു. അപ്പോഴും ജനങ്ങളിൽനിന്ന് സന്തോഷശബ്ദം പുറപ്പെട്ടു.

ഇനി ആന എങ്ങോട്ടുപായുന്നുവോ എന്നറിയാതെ എല്ലാവരും ഒന്നു നടുങ്ങി. അപ്പോഴേക്ക് മറ്റൊരു വേടൻ ജീനികൂടാതെ ഒരു കുതിരപ്പുറത്തുകയറി പൃഷ്ഠഭാഗം ആനയുടെ മുന്നിലേക്കാക്കി ആനയുടെ അടുത്തുചെന്നുനിന്നും തലതിരിച്ചും പിന്നോക്കം ആനയെ നോക്കിക്കൊണ്ടും അതിനെ വെറിഎടുപ്പിക്കുവാൻ ഓരോന്നു പറഞ്ഞുകൊണ്ടും, കുതിരയെ പതുക്കെപ്പതുക്കെ ഓരോ അടിയായി പിന്നോട്ടുനടത്തി ആനയോട് അധികം അടുപ്പിച്ചുതുടങ്ങി. കണ്ടുനില്ക്കുന്നവർ അത്ഭുതംകൊണ്ട് നിശ്ശബ്ദന്മാരായി. ആന കുറെനേരത്തേക്ക് ഒന്നും അനങ്ങാതെനിന്നു. വേടനും കുതിരയും ഹസ്തപ്രാപ്തമായി എന്നു തോന്നിയപ്പോൾ അവിടെ നില്ക്കുന്നവർ ഒക്കെയും ഞെട്ടത്തക്കവണ്ണം ഒന്നു ചീറി, ചെവിയെടുത്തു പിടിച്ച് തുമ്പിക്കൈനീട്ടി, വാലുയർത്തി ഭൂമികുലുങ്ങത്തക്കവിധത്തിൽ മുമ്പോട്ടു പാഞ്ഞു. കയ്യിൽക്കിട്ടിപ്പോയി എന്നുതന്നെയാണ് ആന വിശ്വസിച്ചത്. നോക്കിയപ്പോൾ വേടൻ തന്റെ കുതിരയെ തിരിച്ചോടിച്ച് ആനയുടെ എടത്തുഭാഗത്തായി കുറെദൂരെ ചെന്നുനില്ക്കുന്നതു കണ്ടു. ആശാഭംഗംകൊണ്ട് ആനയ്ക്കുണ്ടായ ദ്വേഷ്യം, വിചാരിച്ചാൽ അറിയാവുന്നതാണ്. ഒട്ടും താമസിയാതെ ആന തിരിച്ചു പിന്നെയും അവനെ പിടിക്കുവാൻ പാഞ്ഞു. വേടൻ മുമ്പിലും ആന പിമ്പിലുമായി നേരും കിടയുമിട്ട് പായുന്നതിനിടയിൽ വേടൻ പിന്നോക്കം തിരിഞ്ഞ് ആനയെ ചൊടിപ്പിക്കുവാൻ ഒരു വടി നീട്ടിക്കാണിച്ചുകൊടുക്കുന്നു; കുതിര നില്ക്കാതെ പായുന്നു ആന വേടനെ അടുക്കുംതോറും അതിധീരനായ ആ വേടന്റെ ജീവനെക്കുറിച്ചു കാണികൾക്കെല്ലാവർക്കും പേടി തുടങ്ങി. ഇതിന്നിടയിൽ ആനയുടെ പിന്നാലെ വെട്ടുകത്തി ഊരിപ്പിടിച്ചുകൊണ്ട് രണ്ടു വേടന്മാർ പാളിപ്പതുങ്ങിയടുത്ത് കൂടുന്നത് എല്ലാവർക്കും കാണുമാറായി. ആന മാത്രം അവരെ കണ്ടില്ല. കഷ്ടം! വേടനെ പിടിച്ചു പിടിച്ചു എന്ന് എല്ലാവർക്കും തോന്നിയപ്പോഴേക്ക് ആന പൊടുന്നനെ പിന്നോക്കം ഇരുത്തുന്നതു കണ്ടു. നോക്കിയപ്പോൾ പിന്നാലെ വന്നിരുന്ന ഒരു വേടൻ മുഴങ്കാലിന്റെ പിൻഭാഗത്തുള്ള വലിയ പാർഷ്ണിക സ്നായുവിനെ വെട്ടി മുറിക്കുകയാൽ ആനയ്ക്കു പിന്നെ ഒരടിവെയ്ക്കുവാൻ നിവൃത്തിയില്ലാതായി

വീണതാണെന്ന് പ്രത്യക്ഷമായി. രണ്ടു കാലിന്മേൽനിന്നും രക്തം ധാരാളമായി ഒലിക്കുകയാൽ ആന മോഹാലസ്യപ്പെട്ടുകിടന്നു. വേടന്മാർക്ക് ജയംകൊണ്ട് വളരെ സന്തോഷം; ആനയ്ക്ക് അതികഠിനമായ മരണം.

ആന വീണ ഉടനെ, അതിന്റെ മുമ്പിൽ സാഹസമായി ഓടിച്ചുവന്നിരുന്ന കുമാരനെ കാത്തുനിന്നിരുന്ന ആ രണ്ടാളുകളും അടുത്തു ചെന്ന് സന്തോഷത്തോടുകൂടി ആലിംഗനം ചെയ്തു. പിന്നെ അല്പനേരം ആനയുടെ വ്യസനകരമായ അവസാനം കണ്ട് ഖിന്നന്മാരായി നിന്ന് മൂന്നുപേരുംകൂടി തങ്ങളുടെ ഭവനത്തിന് നേരിട്ട് കുതിരകളെ നടത്തുകയും അവരുടെ ആൾക്കാരായ പലരും അവരുടെ പിന്നാലെ തന്നെ പോകയും ചെയ്തു.

4

ചന്ദനോദ്യാനം

നായാട്ടുകാരിൽ പ്രധാനികളായ മേൽപറഞ്ഞ മൂന്നുപേരും തമ്മിൽ തങ്ങളുടെ പരാക്രമങ്ങളെക്കുറിച്ചു പറഞ്ഞുംകൊണ്ടു രണ്ടു നാഴിക വഴി വടക്കോട്ടു ചെന്നപ്പോഴേക്ക് അവരുടെ ഭവനം ദൂരത്തു കണ്ടുതുടങ്ങി. ഒരു വലിയ കുന്നിന്റെ മുകളിൽ വിസ്തീർണ്ണമായ ഒരു ഉദ്യാനമുള്ളതിന്റെ നടുവിലാണ് ആ ഭവനം. ആ ഉദ്യാനത്തിൽ ചന്ദനവൃക്ഷങ്ങൾ അധികം ഉണ്ടായതിനാൽ അതിന് ചന്ദനോദ്യാനമെന്നാണ് പണ്ടെയ്ക്കു പണ്ടെ പേരുപറഞ്ഞുപോരുന്നത്. കുന്ന് പൊക്കംകുറഞ്ഞ് പരന്നമാതിരിയാണ്. നാലുപുറത്തും ചുള്ളിക്കാടുകൾ ഉണ്ട്. അധികം ചെരിവുള്ള ഒരു ഭാഗത്ത് ആ ചുള്ളിക്കാടുകൾ വെട്ടി മുകളിലേക്കു പോകുവാൻ ഒരു വഴി ഉണ്ടാക്കീട്ടുണ്ട്. ആയത് സർപ്പഗതിപോലെയാകയാൽ കയറ്റത്തിന്റെ ഞെരുക്കം അധികം തോന്നുകയില്ല. വഴിയുടെ രണ്ടുഭാഗത്തും അടുപ്പിച്ചു പിലാവ്, മാവ്, പേരാൽ മുതലായ തണലുള്ള വൃക്ഷങ്ങൾ വെച്ചുപിടിപ്പിച്ചിട്ടുണ്ടായിരുന്നതിനാൽ വെയിലിന്റെ ഉഷ്ണം അല്പംപോലും തട്ടുകയില്ല. ആ വഴിയിൽക്കൂടെ കയറിച്ചെന്നാൽ പടിപ്പുരയിൽ എത്തും. പടിപ്പുരയല്ല, ഗോപുരം എന്നുതന്നെ പറയാം. അത്ര വലിയതാണ്. ആനവാതിലുകളും ചങ്ങലകളും വലിയ തഴുതുകളും ഉയർന്ന കൽത്തൂണുകളും കമാനങ്ങളും ഉണ്ട്.

പടിവാതിൽ കടന്നാൽ ചെല്ലുന്നത് ഒരു മനോഹരമായ പൂന്തോട്ടത്തിലേക്കാണ്, അതിൽ വിവിധമായ ചെടികളും സുഗന്ധപുഷ്പങ്ങളും ഭംഗിയിൽ നട്ടുണ്ടാക്കീട്ടുണ്ട്. അതിലൂടെയാണ് ഗൃഹത്തിലേക്കു ചെല്ലുവാനുള്ള വഴി. വഴിയുടെ ഇരുഭാഗത്തും ഉള്ള വേലിയിന്മേൽ കൗതുകമുള്ള ഓരോലതകൾ പടർന്നുപുഷ്പിച്ച് നില്ക്കുന്നുണ്ട്. ആ വഴിയിൽക്കൂടെ ചെന്നുകയറുന്നത് ഒരു താഴ്പുരയിലേക്കാണ്. അതിന്റെ

മീതെ അല്പം എകർന്ന ഒരു തറമേൽത്തറയും ഉണ്ട്. വളരെ ദീർഘവിസ്താരവും തട്ടെകരവും ഉള്ള വിലാസമായ പൂമുഖം. പൂമുഖത്തേക്കു കയറുന്നത്, ഒരു വലിയ കമാനത്തിൻ കീഴിൽകൂടെയാണ്. താഴ്പുരയുടെ മൂന്നു ഭാഗത്തും ഉള്ള വലിയ താലപ്രമാണങ്ങളായ തൂണുകൾ എല്ലാം കരിങ്കല്ലുകൊണ്ടുണ്ടാക്കി മീതെ വെള്ളക്കുമ്മായമിട്ടു മിനുക്കുകയാൽ വെണ്ണക്കല്ലുകൊണ്ടു കടഞ്ഞുണ്ടാക്കിയതാണെന്നു തോന്നിപ്പോകും. തറമേൽത്തറയുടെ മേലുള്ള കുറുംതൂണുകൾ, പാലുത്തരങ്ങൾ, തട്ട്, തുലാങ്ങൾ ഇതുകളിന്മേൽ ശില്പിശാസ്ത്രത്തിന്റെ വൈഭവത്തെ അതിശയമാകുംവണ്ണം കാണിച്ചിരിക്കുന്നു. തൂണുകളും തുലാങ്ങളും ഒരു നോക്കിന് വീരാളിപ്പട്ടുകൊണ്ടു പൊതിഞ്ഞിരിക്കയോ എന്നു തോന്നത്തക്കവണ്ണം വിശേഷമായി ചായം കയറ്റിയിരിക്കുന്നു. തട്ടിന്നു നാം വിരൽ കീഴായിട്ടു നാലുഭാഗത്തും ഭിത്തിയിന്മേൽ ഇരുവിരൽ വീതിയിൽ കുമ്മായം കൊണ്ട് ഒരു ഗളമുണ്ട്. അതിൻകീഴിൽ പലേടത്തും പഞ്ചവർണ്ണക്കിളികളുടെയും വെള്ളപ്പിറാക്കളുടെയും മറ്റും പല പക്ഷികളുടെയും രൂപങ്ങൾ ഉണ്ടാക്കി വെച്ചിരിക്കുന്നതു കണ്ടാൽ അവ ചിറകുവിരുത്തി, ഇപ്പോൾ പറക്കുമോ എന്നു തോന്നും. ശില്പികളുടെ സാമർത്ഥ്യംകൊണ്ട് അവെക്കു അത്ര ജീവസ്സും തന്മയത്വവും വരുത്തിയിരിക്കുന്നു.

താഴ്പുരയുടെ നടുവിൽ വേറെ ഒരു വിചിത്രപ്പണിയുണ്ട്. ഒറ്റക്കരിങ്കല്ലുകൊണ്ട് അതിമിനുസത്തിൽ കൊത്തിയുണ്ടാക്കി ഒറ്റക്കാലിന്മേൽ നിർത്തിയ ഒരു വലിയ വൃത്താകാരമായ പാത്രത്തിൽ നിറഞ്ഞിരിക്കുന്ന അതിനിർമ്മലമായ ജലത്തിൽ ചുവന്നും സ്വർണവർണമായിയും മുത്തശ്ശിപ്പിയുടെ നിറത്തിലും ഉള്ള ചെറിയ ഓരോമാതിരി മത്സ്യങ്ങൾ അതിൽതന്നെ വളരുന്ന ജലജങ്ങളായ ചില ചെടികളുടെ നീലക്കരിഞ്ചണ്ടികളിൽ പൂണ്ടുകൊണ്ട് ഏറ്റവും കൗതുകമാകുംവണ്ണം തത്തിക്കളിക്കുന്നു. വേറെ ഒരേടത്ത് വളരെ ദുർലഭമായ ചില പക്ഷികളെ വലിയ, വിശാലമായ പഞ്ജരങ്ങളിലാക്കിത്തൂക്കീട്ടുള്ളവ തങ്ങളുടെ മധുരസ്വനങ്ങളേക്കൊണ്ട് ചുറ്റുമുള്ള നിർജീവ വസ്തുക്കൾക്കുംകൂടി തങ്ങളുടെ ഉന്മേഷവും പ്രസന്നതയും പകരുന്നുവോ എന്നു തോന്നും.

പൂമുഖത്തിന്റെ ഇടത്തും വലത്തും ഭാഗങ്ങളിൽ നിന്നു രണ്ടു കോണികൾ മേല്പെട്ടു പോകുവാനുണ്ട്. കയറിചെന്നാൽ ഒരു വലിയ ഒഴിഞ്ഞ മുറിയിൽ എത്തും. ആ മുറി വളരെ തട്ടെകരവും ദീർഘവിസ്താരവും ഉള്ളതും ചുറ്റും വിശാലമായ വ്രാന്തയോടുകൂടിയതുമാണ്. പുറമെ ആരെങ്കിലും വന്നാൽ അവരെ സല്ക്കരിക്കുവാനുള്ള സ്ഥലമാണ്. അതിൽ പലവിധമായ ആസനങ്ങൾ, കട്ടിലുകൾ, കോസരികൾ, ചാരുകസാലുകൾ, മേശകൾ, വിളക്കുകൾ, ചിത്രങ്ങൾ മുതലായവയുണ്ട്. അതിന്റെ പിൻഭാഗത്ത് അതിലധികം വലുതായ വേറൊരു ഒഴിഞ്ഞ മുറിയുണ്ട്. അതിൽ മേല്പറഞ്ഞവ യാതൊന്നും തന്നെയില്ല. ആയത് പുറത്ത് ഇറങ്ങി കളിക്കുവാൻ കഴിയാത്ത കാലങ്ങളിൽ പന്താടുവാനും മറ്റ് ഉല്ലാസകരമായ വ്യായാമങ്ങൾക്കും ഉള്ള സ്ഥലമാണ്.

ഈ രണ്ട് അകങ്ങൾക്കും വിസ്താരമുള്ള ജനലുകൾ നാലുപുറത്തും വളരെ ഉണ്ടാവുകയാൽ വായുസഞ്ചാരം നല്ലവണ്ണമുണ്ട്. മാളികയുടെ മുകളിൽ വിശേഷവിധിയായി വേറെ ഒന്നും ഉണ്ടായിരുന്നില്ല.

താഴത്ത് പൂമുഖത്തിൽനിന്നും അകായിലേക്കു കടന്നാൽ, മുകളിൽ ഉള്ളതിന്നു നേരെകീഴിൽ, അതുപോലെതന്നെ ഒഴിഞ്ഞ രണ്ടു സ്ഥലങ്ങൾ ഉണ്ട്, അതിൽ ഒരു സ്ഥലം ആയുധശാലയാണ്. അതിനുള്ളിൽ പല വിധ മായ വാളുകൾ, വെട്ടുകത്തികൾ, കട്ടാരങ്ങൾ, കുന്തങ്ങൾ, ഈട്ടികൾ, എമതാടകൾ, ഗദകൾ, കവചങ്ങൾ, വെണ്മഴുകൾ എന്നീമാതിരി അക്കാ ലത്തുപയോഗിച്ചിരുന്ന പലവിധ ആയുധങ്ങൾ, ഉപയോഗിക്കാൻ തയ്യാ റാക്കിവച്ചിരിക്കുന്നപോലെ തെളുതെളങ്ങനെ തുടച്ചുവെടിപ്പാക്കി വച്ചിരി ക്കുന്നു. ചിലതൊക്കെയും ചുമരിന്മേൽ ആണിതറച്ചു തൂക്കിയിരിക്കയാ ണ്. അപ്രകാരം ആയുധങ്ങൾ അടക്കി വച്ചിട്ടുള്ളതിന്റെ ഇടയ്ക്ക് കല മാൻ, കാട്ടി മുതലായ കൊമ്പുള്ള മൃഗങ്ങളുടെ തലകൾ കൊമ്പുകളോ ടുകൂടി ഉണക്കിനിറച്ച കൃത്രിമനേത്രങ്ങളും മറ്റും വച്ചുണ്ടാക്കി ചുമരി ന്മേൽ പലേടത്തും തറച്ചിരിക്കുന്നതു കണ്ടാൽ ആ മൃഗങ്ങൾ അക ത്തേക്കു കഴുത്തുനീട്ടി എത്തി നോക്കുകയോ എന്നു തോന്നും. നിലത്ത് വ്യാഘ്രം, കരടി, മാൻ മുതലായവയുടെ തോലുകൾ, രോമം കളയാതെ ഉണക്കി പലേടങ്ങളിലും വിരിച്ചിട്ടുണ്ട്. മറ്റൊരു ഭാഗത്ത് വലിയ ആന ക്കൊമ്പുകൾ, പന്നിത്തേറ്റകൾ, പുലിപ്പല്ലുകൾ, ചമരിവാലുകൾ, കാട്ടി ക്കൊമ്പുകൾ, പുലിനഖങ്ങൾ എന്നിങ്ങനെ നായാട്ടുകൊണ്ടു കിട്ടുന്ന സാധ നങ്ങൾ പലതും ശേഖരിച്ച് വച്ചിരിക്കുന്നു. മേൽപറഞ്ഞ മൃഗചർമ്മങ്ങൾ ചിലേടത്ത് മേൽക്കുമേലായി അടക്കിവച്ചിട്ടുള്ളതിന്മേൽ സിംഹതുല്യന്മാ രായ മൂന്നു നായാട്ടുനായ്ക്കൾ കിടക്കുന്നുണ്ട്. അവയുടെ മുഖത്തെ ശൂര തയും, മാന്തുകൊണ്ടും കടികൊണ്ടും ഏറ്റിട്ടുള്ള അനവധി വ്രണങ്ങളുടെ വടുക്കളും അതിതീക്ഷ്ണങ്ങളായ കണ്ണുകളും വളഞ്ഞുനീണ്ട ദംഷ്ട്ര കളും, വിസ്തീർണമായ വായും കറുത്തുതടിച്ച ചുണ്ടുകളുടെ ഇട യിൽക്കൂടി പുറത്തേക്കു തുറിച്ചിരിക്കുന്ന ചുകന്ന നാവും കണ്ടാൽ ആ അകത്തു കൂട്ടീട്ടുള്ള അനവധി സാമാനങ്ങളെ സമ്പാദിക്കുന്നതിൽ അതി സാഹസമായി പ്രയത്നിച്ചവരാണെന്ന് ഏവനും തോന്നാതിരിക്കില്ല.

മേൽ വിവരിച്ച സ്ഥലങ്ങളാണ് ഭവനത്തിന്റെ പ്രധാനഭാഗങ്ങൾ. ഭവ നത്തിന്റെ പിൻഭാഗം ഒരു വിസ്തീർണ്ണമായ വളർത്തുകാടാണ്. അതു കുന്നിന്റെ ഇറക്കിലോളമുണ്ട്. ആ കാട്ടിൽ പൂത്തും തെഴുത്തും നില്ക്കുന്ന പലമാതിരി വിശേഷവൃക്ഷങ്ങളും അവകളുടെ മുകളിൽ മധുരമായി പാടി ക്കൊണ്ടിരിക്കുന്ന പക്ഷികളും അവകളുടെ ചുവട്ടിൽ തുള്ളിക്കളിക്കുന്ന പുള്ളിമാൻകൂട്ടങ്ങളും ആ മോഹനമായ മന്ദിരത്തിന്റെ മഹിമയെ പുക ഴ്ത്തുകയോ എന്നുതോന്നും.

ഈ വിശേഷഭവനം കലിംഗരാജാവിന്റെ രാജധാനിയിൽനിന്ന് ഒരു കാതം വഴി തെക്കായിട്ടാണ്. സമീപം വേറെ ഭവനങ്ങൾ ഒന്നും ഇല്ലാ ത്തതിനാൽ അത് വിജനവാസത്തിനു വളരെ സൗഖ്യമുള്ള ഒരു സ്ഥല

മാണ്. അതിനെ വിജനവാസത്തിന്നായിട്ടാണ് നായാട്ടിന്നു പോയിരുന്നതിൽ പ്രായമേറിയ ആൾ അതുപയോഗിച്ചു വന്നിരുന്നത്. അദ്ദേഹത്തിന്റെ പേര് അഘോരനാഥൻ എന്നാണ്. കലിംഗമഹാരാജാവിന്റെ ഭണ്ഡാരാധിപനും ഒരു മന്ത്രിയും ആയ അദ്ദേഹം രാജ്യകാര്യം വളരെ ആലോചിച്ച് മുഷിഞ്ഞാൽ, സംവത്സരത്തിൽ ഒന്നു രണ്ടു മാസം ആ ഭവനത്തിൽ ചെന്നു, രാജ്യകാര്യങ്ങളുടെ ആലശീലകളിൽനിന്ന് അല്പം ഒഴിഞ്ഞ് അവിടെ സുഖം കൊള്ളുവാൻ താമസിക്കുക പതിവായിരുന്നു. എന്നാൽ ശരീരസൗഖ്യം പോരായ്കയാലോ മറ്റോ, കുറച്ചുകാലമായി അദ്ദേഹം സ്ഥിരവാസംതന്നെ ചന്ദനോദ്യാനത്തിൽ ആക്കിയിരിക്കുന്നു. എങ്കിലും രാജ്യഭാരത്തിന്റെ അമരം യാതൊരാൾക്കും താൻ കൈവിട്ടു കൊടുത്തിട്ടുണ്ടായിരുന്നതും ഇല്ല.

അഘോരനാഥന്റെ ഒരുമിച്ചു സ്വർണമയിദേവി എന്നൊരു കുമാരിയും താരാനാഥൻ എന്നൊരു കുമാരനും കൂടിയുണ്ടായിരുന്നു. നായാട്ടിൽ അതിസാഹസമായി ആനയുടെ മുന്നിൽ ഓടിച്ചുവന്നിരുന്നുവെന്നു പറഞ്ഞ കുമാരനാണ് താരാനാഥൻ. ആ സോദരീസോദരന്മാർക്ക് ബാല്യത്തിൽത്തന്നെ അച്ഛനമ്മമാർ ഇല്ലാതാകയാൽ എളയച്ഛനായ അഘോരനാഥന്റെ രക്ഷയിലാണ് അവർ വളർന്നുപോന്നത്. അഘോരനാഥന്റെ ജ്യേഷ്ഠനും മേൽപറഞ്ഞ ചെറുപ്പക്കാരുടെ അച്ഛനും ആയി കപിലനാഥൻ എന്നൊരാൾ ഉണ്ടായിരുന്നു. കലിംഗമഹാരാജാവിന്റെ പ്രധാനമന്ത്രിയായിരുന്ന അദ്ദേഹത്തെ, രാജാവിനും രാജ്ഞിക്കും പ്രാണവിശ്വാസമായിരുന്നു. രാജ്ഞി മരിച്ചതിന്നുശേഷം, രാജാവിന്നു പ്രായാധിക്യത്താലും വിഷാദത്താലും ബുദ്ധിക്ക് മുമ്പത്തെപ്പോലെ ശക്തിയും സ്ഥൈര്യവും ഇല്ലാതായി. വാർദ്ധക്യത്തിന്റെ അതിക്രമങ്ങളും ധാരാളമായിത്തുടങ്ങി. കുടിലന്മാരായ ചില സചിവന്മാരുടെയും വാർദ്ധക്യത്തിലുണ്ടാകുന്ന ചില ചപലതകൾക്ക് കൊണ്ടാടിനിന്നിരുന്ന ഒരു വേശ്യയുടെയും പൈശൂന്യത്താൽ അകാരണമായിട്ട് അത്യന്തം വിശ്വാസയോഗ്യനായ ആ കപിലനാഥനെ കാരാഗൃഹത്തിലാക്കേണമെന്ന് രാജാവ് കൽപിക്കുകയാൽ, അദ്ദേഹം ഏകശാസനയായി ഭരിച്ചിരുന്ന ആ രാജ്യത്തിൽ തന്നെ ഒരു തടവുകാരനായി കാലംകഴിപ്പാനുള്ള ദൈന്യത്തെ ഭയപ്പെട്ടു സ്വന്തം കയ്യിനാൽ ജീവനാശം വരുത്തിയെന്നുമാണ് വർത്തമാനം.

താരാനാഥന് ഇരുപത്തിരണ്ട് വയസ്സ് പ്രായമായി. വിദ്യാഭ്യാസവും മറ്റും വേണ്ടതുപോലെ കഴിഞ്ഞു, അഘോരനാഥന്റെ ശിക്ഷയാൽ ശസ്ത്രശാസ്ത്രത്തിൽ സാധാരണയിൽ അധികം നിപുണനായി തീരുകയും ചെയ്തു. സ്വർണമയിദേവിക്ക് പതിനേഴു വയസ്സായി. പ്രാജ്ഞനായ അഘോരനാഥന്റെ സഹവാസംകൊണ്ട് രണ്ടുപേരും വളരെ ബുദ്ധികൗശലവും സന്മാർഗനിഷ്ഠയും തനിക്കുതാൻ പോരിമയും ഉള്ളവരായി ത്തീർന്നു.

താരാനാഥന് ഇരുപതു വയസ്സായവരെയും രാജധാനിയിൽത്തന്നെയായിരുന്നു സോദരീസോദരന്മാർ പാർത്തിരുന്നത്. കപിലനാഥൻ രാജാ

വിന്റെ കോപം നിമിത്തം ആത്മഹത്യ ചെയ്തുവെന്ന് രാജാവു കേട്ടപ്പോൾ ശുദ്ധാത്മാവായ അദ്ദേഹത്തിന് അതികഠിനമായ പശ്ചാത്താപം ഉണ്ടായി. അതിന് കാരണഭൂതന്മാരായ ദുഷ്ടസചിവന്മാരെ അപ്പപ്പോൾ തന്നെ കാരാഗൃഹത്തിലാക്കുവാൻ കല്പിച്ചു. കപിലനാഥന്റെ സന്താനങ്ങളെ വേണ്ടുംവണ്ണം വാത്സല്യത്തോടുകൂടി നോക്കിവളർത്തുവാൻ എല്ലാം കൊണ്ടും അഘോരനാഥനെപ്പോലെ ആരും തരമാവില്ലെന്നുവെച്ച്, അവരെ അദ്ദേഹത്തെ പ്രത്യേകം ഭാരമേല്പിച്ചു കൊടുക്കുകയും ചെയ്തു. എന്ന് തന്നെയല്ലാ, രാജാവ് കൂടെക്കൂടെ, അവരെ ആളയച്ചുവരുത്തി അവരെ യോഗക്ഷേമം അന്വേഷിക്കുകയും ചെയ്യും. ചെറുപ്പകാലത്ത് അവരുടെ ഭവനം രാജമന്ദിരം തന്നെയായിരുന്നു. രാജകുമാരൻ അവരുടെ സഖാ വായിരുന്നു. രണ്ടു സംവത്സരം ഇപ്പുറമാണ് അവർ അഘോരനാഥൻ ഒരു മിച്ച് ഉദ്യാനഭവനത്തിലേക്ക് പാർപ്പ് മാറ്റിയത്. അഘോരനാഥന്റെ ഭാര്യ മുപ്പതിൽ അധികം വയസ്സായിട്ടും പ്രസവിച്ചിട്ടുണ്ടായിരുന്നില്ല. ആയതു കൊണ്ട് ആ സ്ത്രീ താരാനാഥനേയും സ്വർണമയിദേവിയേയും വളരെ സ്നേഹത്തോടുകൂടി തന്റെ സ്വന്തം മക്കളെപ്പോലെ രക്ഷിച്ചുപോരുന്ന തുമുണ്ട്. ഇങ്ങനെയാണ് ചന്ദനോദ്യാനത്തിന്റെയും അതിൽ പാർത്തു വരുന്നവരുടെയും വൃത്താന്തം.

5

രാജകുമാരൻ

അഘോരനാഥന്റെ ഒരുമിച്ചു നായാട്ടിനു വന്നിരുന്ന മറ്റെ ചെറുപ്പക്കാരൻ ചിത്രരഥൻ എന്നു പേരായ കലിംഗ മഹാരാജാവവർകളുടെ സീമന്തപുത്രനാണ്. പ്രതാപചന്ദ്രനെന്നാണ് പേര്. മഹാരാജാവിന് രണ്ടു പുത്രിമാർകൂടി ഉണ്ടായിരുന്നു. പ്രതാപചന്ദ്രന്റെ ജ്യേഷ്ഠത്തിയായിരുന്ന ഒരു പുത്രിയെ വേറൊരു രാജ്യത്തേയ്ക്ക് വേട്ടുകൊണ്ടുപോയി, പട്ടമഹിഷിയായി കുറെക്കാലം ഇരുന്ന് സന്തതിയുണ്ടാവാതെ മരിച്ചുപോയി. അനുജത്തിയായി അതിസുന്ദരിയായ ഒരു കന്യകയും ഉണ്ടായിരുന്നു. ആ കന്യകയെ വളരെ ചെറുപ്പത്തിൽ കള്ളന്മാർ എടുത്തുകൊണ്ടുപോയി ആഭരണങ്ങൾ തസ്കരിച്ചു കാട്ടിൽ എങ്ങാണ്ടോരേടത്തുവെച്ചു കൊന്നിരിക്കുന്നുവത്രെ. കള്ളന്മാരെ തുമ്പുണ്ടാക്കാൻ വളരെ ശ്രമിച്ചിട്ടും കഴിഞ്ഞില്ല. രാജകന്യകയുടെ ശരീരസൗഭാഗ്യം കണ്ട് കൗതുകപ്പെട്ട ഇവൾ ഭൂമിയിൽ ഇരിക്കേണ്ടുന്നവളല്ലെന്നുവച്ച്, യക്ഷന്മാരോ കിന്നരന്മാരോ കൊണ്ടുപോയതായിരിക്കണം എന്ന് ബുദ്ധിമാന്മാരായ ചില ദൈവജ്ഞന്മാർ തീർച്ച പറയുകയും ചെയ്തിട്ടുണ്ടായിരുന്നു. എങ്കിലും, പുത്രിയെ കാണായ്കയാൽ വൃദ്ധനായ രാജാവിന് കുറേ കാലത്തേയ്ക്ക് കഠിനമായ വിഷാദത്തിന് കാരണമായി.

ഇങ്ങനെ സോദരിമാരുംകൂടിയില്ലാതെ ഏകപുത്രനായിത്തീർന്ന പ്രതാപചന്ദ്രന് ചെറുപ്പത്തിൽത്തന്നെ താരാനാഥനും സ്വർണമയിദേവിയും ചങ്ങാതിമാരായിത്തീർന്നു. അവർ മൂന്നുപേരും പരസ്പരം വളരെ സ്നേഹത്തോടു കൂടിയും എപ്പോഴും ഒരുമിച്ചും വളരുകയാൽ താരാനാഥനും സ്വർണ്ണമയിയും ചന്ദനോദ്യാനത്തിലേക്ക് പാർപ്പുമാറ്റിയപ്പോൾ, പ്രതാപചന്ദ്രന് വളരെ ബുദ്ധിക്ഷയമുണ്ടായി. ഉദ്യാനഭവനത്തിൽ വാസം വളരെ സുഖമാണെങ്കിലും താരാനാഥനും സ്വർണമയിക്കും തങ്ങളുടെ

ഇഷ്ടതോഴനായ രാജകുമാരനേയും നിത്യോത്സവവതിയായിരിക്കുന്ന രാജധാനിയിലെ ഓരോ ആഘോഷങ്ങളേയും കാൺമാൻ കഴിയായ്കയാൽ ആ മാറ്റം ഒട്ടുംതന്നെ സന്തോഷത്തെ ഉണ്ടാക്കിയില്ല. ചില ദിവസങ്ങളിൽ പ്രതാപചന്ദ്രൻ രാജാവിനോട് സമ്മതം വാങ്ങി ചന്ദനോദ്യാനത്തിലേക്ക് പോകും. ഉദ്യാനത്തിൽ എത്തി ഒന്നോരണ്ടോ ദിവസം താമസിച്ച് രാജാധാനിയിലേക്ക് തന്നെ മടങ്ങുകയും ചെയ്യും. അതുകൊണ്ട് രാജാവിന് ഒട്ടും അപ്രിയം ഉണ്ടാകയില്ലതാനും. എന്നാൽ അഞ്ചാറുമാസമായിട്ട് രാജകുമാരൻ ചന്ദനോദ്യാനത്തിൽ വന്നാൽ എട്ടുദിവസം താമസിച്ചല്ലാതെ മടങ്ങിപ്പോവുകയില്ല. കൂടെക്കൂടെ വരികയും ചെയ്യും. അതുകൊണ്ടും രാജാവിന് ഒട്ടും അപ്രിയം ഉണ്ടായില്ല. എന്തുകൊണ്ടെന്നാൽ അഘോരനാഥൻ ഉള്ളതുകൊണ്ട് അയാൾ കുമാരന്റെമേൽ നല്ലവണ്ണം ദൃഷ്ടിവെച്ചുകൊള്ളുമെന്നു രാജാവിന് നല്ല വിശ്വാസം ഉണ്ടായിരുന്നു. അഘോരനാഥനും രാജകുമാരൻ വരുന്നതു വളരെ സന്തോഷമായിരുന്നു.

അങ്ങനെയിരിക്കെ പ്രതാപചന്ദ്രനും സ്വർണമയിദേവിയും തമ്മിലുള്ള സ്നേഹത്തിനു ഒരു മാറ്റം സംഭവിച്ചു. പ്രതാപചന്ദ്രനു കുറെ കാലമായിട്ടു സ്വർണമയിയെ കുറിച്ചു അധികമായി ഇഷ്ടം തോന്നിത്തുടങ്ങീട്ടുണ്ടായിരുന്നു. ആദിയിൽ അതിനു കാരണമെന്തായിരിക്കുമെന്നു തനിക്കുതന്നെ അറിവാൻ കഴിഞ്ഞില്ല. ഒരുസംവത്സരത്തിന്നിപ്പുറം അതു പ്രത്യക്ഷമായി കാണിക്കുവാനും തുടങ്ങി. എന്തെങ്കിലും വിശേഷമായ ഒരു വസ്തു തനിക്കു കിട്ടിയാൽ അത് അപ്പോൾ തന്നെ ദേവിക്കു കൊടുക്കും. എവിടെയെങ്കിലും പോയാൽ പ്രധാനമായ സ്ഥാനത്തിൽ ദേവിയെ ഇരുത്തും. ദേവിയുടെ ഹിതം എന്തെന്നു പറയാതെ തന്നെ അറിഞ്ഞു പ്രവർത്തിക്കും. താരാനാഥനെകുറിച്ചുള്ള സ്നേഹത്തിനു ഒട്ടും കുറവുണ്ടായിട്ടല്ല, എങ്കിലും എപ്പോഴും ദേവിയോട് അധികമായ ആദരവ് ഭാവിക്കുകയാൽ താരാനാഥനോടു മുമ്പത്തെപ്പോലെ ആഭിമുഖ്യം കാണിക്കുവാനുംകൂടി ഓർമവിട്ടു തുടങ്ങി. ഇങ്ങനെ ഒരു പക്ഷപാതംപോലെ രാജകുമാരൻ സ്വർണമയിയോടു അധികം സ്നേഹം കാണിക്കുവാൻതുടങ്ങിയപ്പോൾ താരാനാഥനു ഒരു ആശ്ചര്യമാണുണ്ടായത്. തന്റെ സഹോദരിയോട് തനിക്കു വളരെ സ്നേഹമുണ്ടായിരുന്നതിനാൽ പ്രതാപചന്ദ്രൻ പക്ഷപാതംപോലെ കാണിക്കുന്നതുകൊണ്ട് താരാനാഥന് ഒട്ടും കുണ്ഠിതമുണ്ടായതുമില്ല. സ്വർണമയി തന്റെ സഹോദരനോടും രാജകുമാരനോടും ഒരുപോലെയാണ് സ്നേഹം കാണിച്ചിരുന്നത്. എന്നാൽ ആന്തരമായി താരാനാഥനെ അധികം സ്നേഹം ഉണ്ടായിരുന്നുതാനും. എങ്ങിനെയെന്നറിയാതെ സ്വർണമയിക്ക് കുറച്ചു കാലത്തിനുള്ളിൽ രാജകുമാരനെ അധികം പ്രതിപത്തി തോന്നിത്തുടങ്ങി. ബുദ്ധിഗൗരവം ഉള്ളവളാകയാൽ ആയത് പുറത്തേക്ക് ഒട്ടും പ്രകാശിപ്പിക്കാതെ തന്റെ അധികമായ പ്രേമത്തെ ഉള്ളിലൊതുക്കിവെയ്ക്കുകയും ചെയ്യും. രാജകുമാരൻ ചന്ദനവനത്തിലേക്കു വരുന്നത് അധികം സാധാരണയായതിൽ പിന്നെ വന്നാലധികം നേരം സ്വർണമയിയുടെ ഒരുമിച്ച് തന്നെയാണ് കഴിക്കുക.

ഒരു ദിവസം രാജകുമാരനും സ്വർണമയിദേവിയുംകൂടി മാളികയുടെ മുകളിൽ ഓരോനേരമ്പോക്കുകൾ പറഞ്ഞ് സന്തോഷിച്ചുകൊണ്ടിരിക്കുമ്പോൾ താരാനാഥൻ ആ അകത്തേയ്ക്കു കടന്നുചെന്നു. അപ്പോൾ ഇവരുടെ സംഭാഷണം ഉടനെ നിന്നുപോയി. ആയതിനു കാരണം താരാനാഥൻ വന്നതുകൊണ്ടാണെന്ന് അയാളെ അറിയിക്കാതെ കഴിക്കുവാൻ വേണ്ടി സ്വർണമയി വേറെ ഒരു വർത്തമാനം നടുവിൽ പിടിച്ചു പറഞ്ഞു തുടങ്ങി. രാജകുമാരന് അതു മനസ്സിലായില്ല. 'എന്താ ദേവി! അസംബന്ധം പറയുന്നത്' എന്നു ചോദിച്ചു. 'അസംബന്ധമാണോ, എന്നോടു ചോദിച്ചതിന് ഉത്തരമല്ലേ' എന്നുത്തരം പറഞ്ഞ്, കഷ്ടം! ഇവിടുത്തേക്ക് ഇതു മനസ്സിലാകുന്നില്ലല്ലോ എന്നുംപറയും വിധത്തിൽ മുഖത്തേക്കൊന്നു നോക്കി. രാജകുമാരന് ആകപ്പാടെ ഒരു പരിഭ്രമമാണ് ഉണ്ടായത്. ഒന്നും ഉത്തരം പറഞ്ഞതും ഇല്ല, 'ഓ! ഞാൻ വന്നിട്ട് നിങ്ങളുടെ സ്വൈരസല്ലാപം മുടങ്ങി. അല്ലേ, ഞാനിതാ പോകുന്നു.' എന്നു പറഞ്ഞ് താരാനാഥൻ പുറത്തേയ്ക്കു നടന്നു തുടങ്ങി. 'ഞങ്ങൾക്ക് ഏട്ടൻ കേൾക്കുവാൻ പാടില്ലാത്ത സ്വകാര്യം എന്താണുള്ളത്? ഞങ്ങളുംകൂടി പോരാം' എന്നു പറഞ്ഞ് സ്വർണമയി രാജകുമാരന്റെ കയ്യുംപിടിച്ചുകൊണ്ട് വേഗത്തിൽ തോട്ടത്തിലേയ്ക്കു നടന്നു. താരാനാഥൻ അവിടെ ഒട്ടും നില്ക്കാതെ തന്റെ കുതിരകളെ നോക്കുവാനായിട്ട് പന്തിയിലേക്കു പോയി.

സ്വർണമയി: "കുമാരാ ഞാൻ പറഞ്ഞതിന്റെ താല്പര്യം മനസ്സിലായില്ലേ? ജ്യേഷ്ഠൻ വരുന്നതുകൊണ്ട് നമ്മുടെ സംസാരം തടസ്ഥപ്പെട്ടു എന്നു തോന്നിക്കുന്നത് നന്നോ?" എന്നു ചോദിച്ചു.

രാജകുമാരൻ: "ആ വിദ്യ എനിയ്ക്കു അറിവുണ്ടായിരുന്നില്ല. ഇനി ഞാൻ ഓർമ്മവെച്ചുകൊള്ളാം" എന്നുപറഞ്ഞു പകുതിയാക്കി വെച്ചിരുന്ന മുമ്പത്തെ സല്ലാപം വീണ്ടും തുടർന്നു. ഉദ്യാനത്തിന്റെ ഒരു അറ്റത്ത് വലിയ ഒരു പരന്നകല്ലിന്മേൽ രണ്ടുപേരും പോയിരുന്നു.

രാജകുമാരൻ: ദേവീ, വരുന്ന ആയില്യം എന്റെ ജന്മനക്ഷത്രമാണെന്നറിയാമല്ലൊ. പുറന്നാൾ സദ്യയ്ക്കു വളരെ ഘോഷമായി വട്ടംകൂട്ടുവാൻ അച്ഛൻ കല്പിച്ചിരിക്കുന്നു. ദേവിയേയും താരാനാഥനേയും പുറന്നാളിന് നാലുദിവസംമുമ്പുതന്നെ ക്ഷണിച്ചുകൊണ്ടു വരേണമെന്ന് അച്ഛൻ എന്നോടു പ്രത്യേകം പറഞ്ഞിരിക്കുന്നു. അച്ഛന്ന് നിങ്ങളെ രണ്ടാളെയും കാണുന്നത് വളരെ സന്തോഷമാണെന്ന് അറിയാമല്ലൊ. അതുകൊണ്ട് ദേവിയും താരാനാഥനും മറ്റന്നാൾ തന്നെ എന്റെ ഒരുമിച്ച് രാജധാനിയിലേയ്ക്കു പോരണം.

സ്വർണമയി: ഞങ്ങൾ രണ്ടാളും ഇവിടുത്തെ ഒരുമിച്ചു വരുന്നതത്ര ഭംഗിയാകുമോ; ജനങ്ങൾ ഞാൻ ഇവിടുത്തെകൂടെ വന്നാൽ എന്തുപറയും?

രാജകുമാരൻ: അഘോരനാഥനും കൂടെ വരുന്നില്ലെ. നിങ്ങൾ എല്ലാവരും കൂടെ രാജധാനിയിലേക്ക് പോകുമ്പോൾ ഞാനും നിങ്ങളുടെ കൂട്ടത്തിൽ വന്നുവെന്നല്ലാതെ നിങ്ങളെ ഞാൻ കൂട്ടിക്കൊണ്ടുവന്നു എന്നു പറയുമോ.

സ്വർണമയി: ഇവിടുന്ന് കൂടെയുണ്ടായിരിക്കുക. ഞങ്ങൾ രാജധാനിയിലേയ്ക്ക് പോവുക. ഇങ്ങിനെയായാൽതന്നെ ഇവിടുന്ന് ഞങ്ങളെ കൂട്ടിക്കൊണ്ടു പോകുന്നു എന്നല്ലാതെ വരികയില്ല. പരമാർത്ഥം മറ്റൊരു പ്രകാരമാണെങ്കിലും ജനങ്ങൾ അങ്ങിനെ പറയാതിരിക്കയില്ല.

രാജകുമാരൻ: അഥവാ അങ്ങനെ പറയുന്നതായാൽതന്നെ എന്ത് തരക്കേടാണുള്ളത്? നാം ചങ്ങാതിമാരാണെന്ന് എല്ലാവർക്കും അറിവില്ലെ? പണ്ട് നാം പലപ്പോഴും ഒരുമിച്ച് പോവുകയും വരികയും ചെയ്തിട്ടും ഇല്ലെ?

സ്വർണമയി: ഒന്നും ഉണ്ടായിട്ടല്ല, പക്ഷേ, നമ്മുടെ സൂക്ഷ്മവൃത്താന്തം അധികം വേഗത്തിൽ പരസ്യമാവാനിടയുണ്ട്. ഇപ്പോൾതന്നെ കുറെ സംസാരമായിരിക്കുന്നുപോൽ. നാം അറിയാത്തത് കണക്കല്ല. എന്റെ ഒരു ദാസി എന്നോട് രണ്ടു ദിവസംമുമ്പെ ഇതിനെക്കുറിച്ച് സൂചിപ്പിച്ച് കുറച്ചൊന്നു പറകയുണ്ടായി.

രാജകുമാരൻ: അവളപ്പോഴേയ്ക്ക് അത് എങ്ങിനെയറിഞ്ഞു? ഈവക വർത്തമാനങ്ങൾ അറിവാൻ പെണ്ണുങ്ങൾക്ക് വളരെ സാമർത്ഥ്യമുണ്ട്.

സ്വർണമയി: ആണുങ്ങൾക്ക് ഒട്ടും കുറവില്ല. രാജധാനിയിൽ നിന്ന് ഇവിടുത്തെകൂടെ വന്ന ഭൃത്യൻ ഇവിടെ പാർക്കുന്നവരോട് പ്രസ്താവിക്കുന്നതു കേട്ടിട്ടാണത്രെ അവൾ മനസ്സിലാക്കിയത്.

രാജകുമാരൻ: ഒ! ഹോ! ഇത്ര പരസ്യമായോ? എന്നാൽ ഇനി ഒട്ടും താമസിക്കുകയല്ല നല്ലത്. അച്ഛൻ ഇരിക്കുമ്പോൾതന്നെ വിവാഹം കഴിയണമെന്നാണ് എന്റെ ആവശ്യം.

സ്വർണമയി: അങ്ങേടെ ഇഷ്ടംപോലെയാവാം. എന്നാൽ എളയച്ഛനോട് ആർ അറിയിക്കും? എന്നു പറഞ്ഞ് ലജ്ജയോടു കൂടി മുഖം താഴ്ത്തി.

രാജകുമാരൻ: ദേവി എന്തിനു നാണിക്കുന്നു? ഞാൻ തന്നെ അഘോരനാഥനോടു പറഞ്ഞു സമ്മതം വാങ്ങി വരാമല്ലൊ. ദേവി യാതൊന്നും അറിയേണ്ടതില്ല. അച്ഛന്റെ സമ്മതം കിട്ടുവാൻ മാത്രമെ മറ്റൊരാളെ അയയ്ക്കേണ്ട ആവശ്യമുള്ളു.

സ്വർണമയി: അതു ചോദിയ്ക്കേണ്ട താമസമെയുള്ളു കിട്ടുവാൻ. എന്നെക്കുറിച്ച് രാജാവിന്നു വളരെ വാത്സല്യമായിട്ടാണ്. അവിടത്തേയ്ക്ക് ഇതി വളരെ സന്തോഷകരമായിത്തീരുകയും ചെയ്യും.

ഇങ്ങനെ രണ്ടാളുകൂടി പറഞ്ഞ് സന്തോഷിച്ചുകൊണ്ടിരിക്കെ മേൽഭാഗത്തുനിന്ന വൃക്ഷങ്ങളുടെ ഇല പൊടുന്നനെ ഒച്ചപ്പെടുന്നതുകേട്ടു, കാരണമെന്തെന്നു നോക്കുന്നതിനുമുമ്പായി വലിയ ഒരു കാട്ടുകോഴി അവരുടെ അടുക്കെ മുൻഭാഗത്തു വീണു. ഉടനെ ചിറകിട്ട് ഒന്നുരണ്ട് തച്ച് പിടച്ചു ചാവുകയുംചെയ്തു. നോക്കിയപ്പോൾ അതിന്റെ കഴുത്തിൽ ഒരു ശരം തറച്ചു നില്ക്കുന്നതുകണ്ട് ആ അപകടം പ്രവർത്തിച്ചതാരെന്ന് രാജകുമാരൻ ദ്വേഷ്യത്തോടുകൂടി തിരയുമ്പോൾ കുറേദൂരത്തുനിന്ന് ഹ, ഹ, ഹ! എന്ന് പൊട്ടിച്ചിരിക്കുന്നതുകേട്ടു. താരാനാഥന്റെ ചിരിയാണ്. അയാൾ വേഗത്തിൽ വില്ലുമായി അടുത്തുവന്ന്, 'അങ്ങിനെയാണ് ഏറെനേരം

സ്വകാര്യം പറഞ്ഞാൽ. ഞാൻ പലഹാരം തരുവാനായി നിങ്ങളെ രണ്ടാളെയും എത്രനേരമായി തിരയുന്നു. ഇനിയും സംസാരം മതിയാക്കാറായില്ലെ?' എന്നു ചോദിച്ചു.

രാജകുമാരൻ വിധം പകർന്ന് കുറഞ്ഞൊന്ന് ദ്വേഷ്യപ്പെട്ട് തന്റെ അനിഷ്ടത്തെ പ്രകാശിപ്പിച്ചു. സ്വർണമയിയും ഒന്നും പറയാതെ നിന്നതിനാൽ ആ പ്രവൃത്തി തനിക്കും ഒട്ടും രസിച്ചില്ലെന്നു താരാനാഥനെ മനസ്സിലാക്കി. താരാനാഥൻ: "ഞാൻ കളിയായിട്ട് ചെയ്തതാണ്. ആ പക്ഷിയുടെ കഷ്ടകാലംകൊണ്ടോ, ശരത്തിന്റെ ദുസ്സാമർത്ഥ്യംകൊണ്ടോ, അതിന്റെ കഴുത്തിൽ പോയി തറച്ചതിന്ന് ഞാൻ എന്തുചെയ്യും? എന്റെ നേരെ ദ്വേഷ്യപ്പെട്ടാൽ ഞാൻ ഒട്ടും ബഹുമാനിക്കയും ഇല്ല" എന്ന് ഒട്ടും കൂസൽ കൂടാതെ രാജകുമാരന്റെ മുഖത്തു നോക്കിപ്പറഞ്ഞു ഉദ്യാനത്തിന്റെ മറ്റൊരു ഭാഗത്തേയ്ക്ക് പോവുകയും ചെയ്തു.

രാജകുമാരൻ കുറേനേരം ഒന്നും സംസാരിക്കാതെ ഒരു സാലഭഞ്ജികപോലെ നിന്നു. 'ദേവിയുടെ സോദരനാകയാൽ ഈ ദുർമ്മര്യാദം സഹിക്കേണ്ടിവന്നു. നമ്മുടെ ശുഭകാര്യത്തിന്ന് ഇത് ഒരു മഹാദുർലക്ഷണമാണല്ലൊ, കഷ്ടം! കഷ്ടം!! ദൈവംതന്നെ ഇതിന് വിപരീതമാണെന്ന് വരുമൊ" എന്നുപറഞ്ഞു. സ്വർണമയി, തന്റെ സോദരനും രാജകുമാരനും തമ്മിൽ നിരൂപിക്കാതെ ഒരു വൈരസ്യം സംഭവിക്കുവാൻ സംഗതി വന്നതു വിചാരിച്ചു വ്യസനിച്ച് നനുങ്ങനെ പൊടിഞ്ഞിരുന്ന കണ്ണുനീർ തുടച്ചുകൊണ്ട് 'കുമാരാ ഇതു ദുർലക്ഷണമാണെന്ന് വിചാരിച്ച് വ്യസനിക്കരുത്. ആവക ചപലതകൾ ഒക്കെയും അജ്ഞാനം കൊണ്ടുണ്ടാവുന്നതാണ്; സാരമില്ലെന്ന് എളയച്ഛൻ എനിക്ക് ദൃഷ്ടാന്തപ്പെടുത്തിതന്നിട്ടുണ്ട്. ഞാൻ വ്യസനിക്കുന്നത് അതുകൊണ്ടല്ല' എന്നുത്തരം പറഞ്ഞു. രാജകുമാരൻ 'ഞാൻ താരാനാഥനോട് ഭാവംപകർന്ന് പറകയാലായിരിക്കും അല്ലെ? അത് എന്റെ തല്ക്കാലമുണ്ടായ ദ്വേഷ്യംകൊണ്ട് ചെയ്തതാണ്. ഒട്ടും കുണ്ഠിതം തോന്നരുത്. ഞാൻതന്നെ ആയാളെ പറഞ്ഞ് സമാധാനപ്പെടുത്തിക്കൊള്ളാം' എന്നു പറഞ്ഞു. ഇങ്ങനെ രണ്ടുപേരും പരസ്പരം സമാധാനപ്പെടുത്തി സന്തോഷത്തോടുകൂടി ഗൃഹത്തിലേക്ക് പോവുകയും ചെയ്തു.

താരാനാഥനാകട്ടെ, വളരെ ഖിന്നനായി, ഗൃഹത്തിൽ ചെന്ന് മറ്റവർ ആരും വന്നതിന്ന്മുമ്പെ അത്താഴം കഴിച്ച് ഒരു ചെറിയ അകത്തുചെന്നു വാതിൽ അടച്ച് വിചാരംതുടങ്ങി. താരാനാഥന്റെ അവസ്ഥയും കുറെ ദയനീയംതന്നെ. തനിക്ക് കളിക്കുവാനും നേരമ്പോക്ക് പറയുവാനും മറ്റും ആരുമില്ലാതായി, കൂട്ടത്തിൽനിന്നു തള്ളികളഞ്ഞാലുള്ളതുപോലെ മനസ്സിന് ഒരു മാന്ദ്യം സംഭവിച്ചു. രാജകുമാരനും തന്റെ സോദരിയും തമ്മിലുള്ള രഞ്ജിപ്പും ലാളനയും കാണുമ്പോൾ തന്റെ സോദരിയുടെ ഭാഗ്യാവസ്ഥയെകുറിച്ചു സന്തോഷിക്കുമെങ്കിലും തനിക്ക് ലാളിക്കുവാനോ തന്നെ ലാളിക്കുവാനോ തന്റെ വിചാരങ്ങൾ തുറന്നു പറവാനോ ആരും ഇല്ലാതിരുന്നതിനാലുള്ള വിഷാദം വെളിച്ചത്തെ ആശ്രയിച്ചു നിൽക്കുന്ന

നിഴൽപോലെ ആ സന്തോഷത്തോട് വേർപെടാതെയുണ്ടായിരുന്നു. മേൽപറഞ്ഞപ്രകാരം രാജകുമാരൻ പണ്ടുണ്ടാവാത്തവിധം അല്പം ദുർമ്മുഖം ഭാവിക്കുക ഹേതുവാൽ താരാനാഥന്ന് തന്റെ സ്ഥിതി യഥാർത്ഥമായിട്ടുള്ളതിൽ തുലോം അധികം ശോചനീയമായിതോന്നി. ഏറ്റവും അഭിമാനിയാകയാൽ കുണ്ഠിതത്തിന്ന് അല്പം വല്ലതും കാരണമുണ്ടായാൽ അതിനെക്കുറിച്ച് അധികമായി വിചാരിച്ച് ക്ലേശിക്കുന്നത് താരാനാഥന്റെ സ്വഭാവമായിരുന്നു.

രാജകുമാരനും സ്വർണ്ണമയിയുംകൂടി അഘോരനാഥന്റെ ഒരുമിച്ച് അത്താഴത്തിന്ന് ചെന്നിരുന്നു. താരാനാഥനെ കാണാത്തപ്പോൾ സ്വർണ്ണമയി വളരെ അർത്ഥത്തോടുകൂടി രാജകുമാരന്റെ മുഖത്തേക്ക് ഒന്നു നോക്കി. താരാനാഥന്റെ സ്വഭാവം നല്ലവണ്ണം പരിചയമുള്ളതാകയാൽ രാജകുമാരന് സ്വർണ്ണമയിയുടെ നോക്കിന്റെ താൽപര്യം മനസ്സിലായി, സുഖക്കേടുകൊണ്ട് തലതാഴ്ത്തി. അത്താഴം കഴിഞ്ഞ അഘോരനാഥനും രാജകുമാരനും കൂടി അഘോരനാഥന്റെ അകത്തേക്കും സ്വർണ്ണമയിയും അഘോരനാഥന്റെ ഭാര്യയുംകൂടി അവരുടെ പതിവുപോലെയുള്ള സ്ഥലത്തേക്കും കിടക്കുവാൻ പോയി. താരാനാഥൻ നേരത്തെ അത്താഴം കഴിച്ച് ഉറക്കമായി എന്ന് അടുക്കളക്കാരൻ പറകയാൽ അയാളെക്കുറിച്ച് അഘോരനാഥൻ അധികമായി അന്വേഷിക്കയും ഉണ്ടായില്ല.

6

അതിഥി

ധർമ്മപുരിക്ക് സമീപം ഒരു ചന്തസ്ഥലമുണ്ടെന്ന് മുമ്പ് ഒരേടത്ത് പ്രസ്താവിച്ചിട്ടുണ്ടല്ലോ. ആ ചന്തക്ക് ഒരു ദിവസം ആ ദിക്കുകാരല്ലാത്ത നാലഞ്ചു പേർ വരികയുണ്ടായി. ക്രയവിക്രയാദികൾക്ക് വരികയല്ല, വഴി പോക്കന്മാരാണ്. അവിടെനിന്ന് ഭക്ഷണത്തിന്നും മറ്റും തരമായ സ്ഥല മേതെന്ന് അന്വേഷിച്ചപ്പോൾ ധർമ്മപുരിയിൽ ബ്രാഹ്മണഗൃഹം ഉണ്ടെ ന്നറിഞ്ഞ് ചക്കാലന്മാർ ഒരു കോമ്പലായി വരുന്നവരുടെകൂടെ അവരും വന്നുകയറി. ചക്കാലന്മാർ ചിലർ അവരുടെകൂടെ ചെന്ന് ബ്രാഹ്മണഗൃ ഹങ്ങൾ കാണിച്ചു കൊടുത്തു. ആ പാന്ഥന്മാരും ബ്രാഹ്മണരാണത്രെ. ഏകദേശം ഏഴെട്ടുനാഴിക പകലുള്ളപ്പോഴാണ് ധർമ്മപുരിയിൽ വന്നെ ത്തിയത്. എല്ലാവരും വഴിപോക്കന്മാരുടെ പതിവുപോലെ കുറെനേരം ആൽതറയിന്മേൽ കാറ്റുകൊണ്ടിരുന്നു. ചിലർ പതുക്കെ സ്നാനത്തിന്നും പോയി.

രണ്ടാളുകൾ പോകാതെ പിന്നേയും അവിടെത്തന്നെ ഇരിക്കുമ്പോൾ യോഗീശ്വരനും വന്നെത്തി. വേഷം ഒക്കെയും മുമ്പത്തെക്കുറി വന്നപ്പോ ഴുണ്ടായിരുന്നതുപോലെതന്നെ. വന്നു ആൽത്തറയിന്മേൽ കയറി കുറ ഞ്ഞൊന്ന് ഇരുന്നതിന്റെ ശേഷം ആ രണ്ടു പാന്ഥന്മാരോടും ഓരോ വർത്തമാനം ചോദിക്കുവാനാരംഭിച്ചു. അവരിൽ അധികം ചെറുപ്പക്കാര നായ പാന്ഥൻ യോഗീശ്വരനെ കണ്ടപ്പോൾ വളരെ വിസ്മയത്തോടുകൂടി സൂക്ഷിച്ചുനോക്കിത്തുടങ്ങി. യോഗീശ്വരന്നും ആ യുവാവിന്റെ കാന്തിയേ റിയ മുഖവും വിസ്തീർണ്ണമായ മാറിടവും മറ്റും കാണുകയാൽ അധിക മായ കുതുകംതോന്നി. അദ്ദേഹത്തെ കണ്ടാൽ ഒരു വൈഷ്ണവബ്രാഹ്മ ണനാണെന്നുതോന്നും. ഗോപി നാസികാഗ്രംമുതൽ മൂർദ്ധാവുവരെ വളരെ വിശദമാകുംവണ്ണം കുറിയിട്ടിട്ടുണ്ട്. ആ വിഷ്ണുമുദ്രതന്നെ,

മാറത്തും കയ്യിന്മേലും പുറത്തും മറ്റു പലദിക്കിലും ചെറുതായി കാണ്മാനുണ്ട്. വളരെ ദക്ഷിണദിക്കിൽനിന്നാണ് വരുന്നത് എന്നും പല രാജ്യങ്ങളേയും പരിചയമുണ്ടെന്നും മറ്റും പറഞ്ഞു. ക്രമേണ, സംഭാഷണം യോഗീശ്വരന്നും ആ യുവാവും തമ്മിൽതന്നെയായി. ആ കുറച്ചുനേരത്തിനുള്ളിൽ യോഗീശ്വരൻ തന്റെമേൽ ആ യുവാവിന്ന് എങ്ങനെയെന്നറിയാതെ ഒരു വിശ്വാസം ജനിപ്പിച്ചു. അപ്പോഴേക്ക് അപ്രശസ്തനായ മറ്റെ വഴിപോക്കൻ സ്നാനത്തിന്നായിട്ടിറങ്ങിപ്പോകയും ചെയ്തു.

യോഗീശ്വരൻ: ഞാൻ അങ്ങേ അനാവശ്യമായി സംസാരിച്ച് താമസിപ്പിക്കുകയല്ലെല്ലോ? മറ്റവരെല്ലാവരും സ്നാനത്തിന്ന് പോയിത്തുടങ്ങി. അങ്ങുന്നും കൂടെപോകുന്നില്ലെ?

പാന്ഥൻ: 'എനിക്ക് അങ്ങുന്നുമായുണ്ടായ പരിചയത്തിൽ കുറച്ച് അധികം നേരമുണ്ടായിരിക്കാം അവരുമായുള്ള പരിചയം അല്ലാതെ അധികമായ സംബന്ധം ഒന്നും ഇല്ല. സമീപം എവിടെ എങ്കിലും ഒരേടത്ത് ഭക്ഷണത്തിന്ന് തരമായി കിട്ടേണം. അവരുടെ കൂടെ പോയേകഴിയൂ എന്നൊ ഇപ്പോൾതന്നെ പോകേണമെന്നോ നിഷ്കർഷയില്ലതാനും!

യോഗീശ്വരൻ: (കുറഞ്ഞൊരു പുഞ്ചിരിയോടുകൂടി) വിരോധമില്ലെങ്കിൽ എന്റെ ഒരുമിച്ച് പോന്നാൽ എന്റെ ഭവനത്തിൽ ഉള്ളതിന്ന് ഒട്ടും അസ്വാധീനമില്ല. യഥേഷ്ടം എത്രകാലമെങ്കിലും ഒരുമിച്ച് താമസിക്കുന്നതും എനിക്ക് വളരെ സന്തോഷമാണ്.

പാന്ഥൻ: 'എനിക്ക് ഇന്നദിവസം ഇന്ന ദിക്കിൽ എത്തേണമെന്നും മറ്റും ഒരു നിശ്ചയവും ഇല്ലല്ലൊ. സൗഖ്യമാണെന്ന് തോന്നിയാൽ ഈ വിശിഷ്ടന്റെ കൂടെ താമസിക്കുന്നതിനെന്തു വിരോധം' എന്നു വിചാരിച്ച്, 'അങ്ങേടെ ഭവനത്തിലേക്ക് ഇവിടുന്ന് എത്ര ദൂരമുണ്ട്?' എന്നു ചോദിച്ചു.

'അധികം ദൂരമില്ല, എങ്കിലും അങ്ങുന്നു വഴിനടന്ന് ക്ഷീണിച്ചിരിക്കയാൽ അടുക്കെ ഒരേടത്തുനിന്ന് ഭക്ഷണസാധനങ്ങൾ വല്ലതും വാങ്ങി അല്പം ക്ഷീണംതീർക്കാം' എന്നുപറഞ്ഞ് യോഗീശ്വരൻ എഴുനീറ്റു. പാന്ഥനും കൂടെപുറപ്പെട്ടു.

അദ്ദേഹത്തിന് ചെറിയ ഒരു ഭാണ്ഡവും ബ്രാഹ്മണവേഷത്തിന്ന് ഒട്ടും ചേർച്ചയില്ലാത്ത ഉറയിൽ ഇട്ട ഒരു വാളും ഉണ്ട്; അല്ലാതെ ഒന്നും ഉണ്ടായിരുന്നില്ല. പോകുന്ന വഴിക്ക് ഒരു ബ്രാഹ്മണഗൃഹത്തിൽനിന്ന് പാന്ഥന് കുറെ ഭക്ഷണസാധനം വാങ്ങിക്കൊടുത്ത് ക്ഷീണംതീർത്തശേഷം, രണ്ടുപേരുംകൂടി മുമ്പ് പ്രസ്താവിച്ച ഭയങ്കരമായ മാർഗത്തിലൂടെ യാത്രതുടങ്ങി.

മാർഗത്തിന്റെ വിജനതയും, ഘോരകാന്താരത്തേയും കണ്ടപ്പോൾ പാന്ഥന്ന് വളരെ വിഷാദമായി: 'ഇദ്ദേഹം എന്നെ ചതിക്കുകയല്ലല്ലൊ? ഈശ്വരാ! ഞാൻ ഒരു അവിവേകിയായ ബാലൻ. ഏകൻ, അസഹായൻ. മുമ്പ്. ലേശംപോലും പരിചയമില്ലാത്ത ഇദ്ദേഹത്തിന്റെ ഒരുമിച്ചുപോരുവാൻ ഞാൻ സമ്മതിച്ചുവല്ലൊ കഷ്ടം! പിന്നോക്കംവെച്ചാലോ–ഭീരുവാ

ണെന്ന് വന്നാലും തരക്കേടില്ല, പ്രാണരക്ഷയാണല്ലൊ അധികം പ്രധാനം. അങ്ങിനെയല്ല–കൂടെ പോവുകതന്നെ, വല്ലതും ആക്രമത്തിന്ന് മുതിർന്നാൽ ഇയ്യാളോട് ഞാൻ പോരെ? വേറെയും ആളുകൾ ഉണ്ടെങ്കിലോ? കണ്ടാൽ ഒരു ദുഷ്ടനാണെന്ന് ഒരിക്കലും തോന്നില്ല, അബദ്ധമായോ?' എന്നീമാതിരി അനവധി വിചാരങ്ങൾ പാന്ഥന്റെ മനസ്സിൽ ഉളവായി.

അതിനാൽ തല താണ് നടത്തത്തിന്ന് വേഗം കുറയുകയും യോഗീശ്വരൻ ഒരിക്കൽ പിന്നോക്കം തിരിഞ്ഞുനോക്കിയപ്പോൾ പാന്ഥനെ കുറെ ദൂരത്തായി കാണുകയും ചെയ്തു. അദ്ദേഹം ബുദ്ധിമാനാകയാൽ യുവാവിന്റെ വിചാരം പത്തിനഞ്ച് കണ്ടറിഞ്ഞ് അവിടെനിന്ന് "വേഗത്തിൽ വരൂ" എന്ന് വിളിച്ചു. ഒരു സ്വപ്നത്തിൽനിന്ന് ഞെട്ടി ഉണർന്നപോലെ പാന്ഥൻ തലപൊങ്ങിച്ചുനോക്കി; തന്റെ അകാരണമായ ഭയം വിചാരിച്ച് നാണം പൂണ്ടു വേഗത്തിൽ നടന്ന് ഒപ്പം എത്തി. യോഗീശ്വരൻ ഭയമാസകലം നീങ്ങത്തക്കവിധത്തിൽ കനിവോടുകൂടി ചിലതു പറഞ്ഞപ്പോൾ പാന്ഥന് മുമ്പത്തെ വിശ്വാസവും ബഹുമാനവും വീണ്ടും ജനിച്ചു. പിന്നെ യോഗീശ്വരൻ പാന്ഥനോട് ഓരോന്നു ചോദിച്ചുകൊണ്ട് മനോരാജ്യങ്ങൾക്ക് ഇട കൊടുക്കാതെയും വഴിയുടെ ബുദ്ധിമുട്ട് അറിവാൻ അയക്കാതെയും, കുറെ നേരം മലകയറിയപ്പോഴേക്ക് ഭവനത്തിൽനിന്ന് വെളിച്ചം കണ്ടുതുടങ്ങി.

"അതാ എന്റെ ഭവനം" എന്ന് യോഗീശ്വരൻ പറഞ്ഞു.

"വേറെ എത്ര ഭവനങ്ങൾ സമീപം ഉണ്ട്" എന്നു പാന്ഥൻ ഉടനെ ചോദിച്ചപ്പോൾ "എന്റെ വാസം വളരെ ഏകാന്തമായിട്ടാണ്; 'അഞ്ചാറു നാഴികയ്ക്കുള്ളിൽ വേറെ ഒരു ഭവനവും ഇല്ല എന്നുതന്നെയല്ല, ഈ പ്രദേശത്ത് മനുഷ്യരെതന്നെ കാണുകയില്ല" എന്നുത്തരം പറഞ്ഞു.

രണ്ടുപേരും കൂടി ഭവനത്തിന്റെ ഉമ്മരത്ത് എത്തിയപ്പോഴേക്ക് പാർവതി ഒരു പായ കൊണ്ടുവന്നു നൂർത്തി. കുറച്ചുനേരം അവിടെ കാറ്റുകൊണ്ട് ഇരുന്നശേഷം യോഗീശ്വരൻ അകത്തേയ്ക്കു പോയി, പുതുതായി വന്ന ആളെക്കുറിച്ച് കുന്ദലതയോട് അല്പം സംസാരിച്ച് വേഗത്തിൽ പുറത്തേയ്ക്കുതന്നെ വന്നു. "നമുക്ക് ഒട്ടും താമസിയാതെ കുളിക്കുവാൻ ഉത്സാഹിക്ക" എന്ന് യോഗീശ്വരൻ പറഞ്ഞപ്പോൾ അതിഥി തന്റെ വസ്ത്രങ്ങളും ഭാണ്ഡവും മറ്റും അഴിപ്പാൻ തുടങ്ങി. "ഞാനും അല്പം ചില മാറ്റങ്ങൾ ഉണ്ടാക്കട്ടെ" എന്നുപറഞ്ഞ് യോഗീശ്വരൻ തന്റെ ജടയും താടിയും അഴിച്ചു. അതിഥി അതിവിസ്മയത്തോടുകൂടി നോക്കി. എങ്കിലും മുഖത്തിന്റെ സൗമ്യത കണ്ടപ്പോൾ വിസ്മയത്തെക്കാൾ അധികം സന്തോഷമാണ് ഉണ്ടായത്. "ഇനി വല്ല മാറ്റവും ഉണ്ടാക്കാനുണ്ടോ" എന്ന് അതിഥി ചോദിച്ചു. യോഗീശ്വരൻ മന്ദസ്മിതത്തോടുകൂടി ഇല്ലെന്നുത്തരം പറഞ്ഞ് വിളക്കെടുത്ത് ചോലയുടെ സമീപത്തേക്ക് നടന്നുതുടങ്ങി. സുഖമായി കുളികഴിഞ്ഞ് ഉമ്മരത്ത് എത്തിയപ്പോഴേക്ക് ഈറൻ വിഴുക്കുവാൻ പുതിയ ശുഭ്രങ്ങളായ വസ്ത്രങ്ങളും ഒരു തമലയിൽ ജലവും വച്ചിട്ടുണ്ടായിരുന്നു. ഈറൻ വിഴുത്ത് അകായിലേക്ക് കടന്നപ്പോഴേക്ക് അത്താ

ഴത്തിന് ഒക്കെയും തയ്യാറായിരുന്നു. യോഗീശ്വരനും അതിഥിയുംകൂടി ഭക്ഷണം കഴിച്ച് ഉമ്മരത്തുതന്നെ രണ്ടാളുകൾക്കും കിടക്ക വിരിച്ചിട്ടു ണ്ടായിരുന്നതിൽ കിടക്കുകയും ചെയ്തു. ക്ഷീണമുണ്ടാകയാൽ അതിഥി ഉറങ്ങിക്കൊള്ളട്ടെ എന്നു വിചാരിച്ച് യോഗീശ്വരൻ ഒന്നും സംസാരിച്ചില്ല. അതിഥി "വിചാരിച്ചപോലെയൊന്നുമല്ല. വളരെ സുഖമായിട്ടുള്ള ഗൃഹം, ഇദ്ദേഹവും അതി ഉദാരൻ, കഷ്ടം! ഞാൻ വേറെ ചിലതൊക്കെയും അബ ദ്ധമായി ശങ്കിച്ചുവല്ലോ" എന്നിങ്ങനെ ചിലതുവിചാരിച്ച് വഴിനടന്ന ക്ഷീണംകൊണ്ടും മൃഷ്ടമായി ഭക്ഷിച്ചിരുന്നതിനാലും താമസിയാതെ ഉറ ക്കമായി. അതിഥി ഉറങ്ങി എന്ന് തീർച്ചയായശേഷം അകത്തേക്ക് പോയി അതിഥിയെക്കുറിച്ച് കുന്ദലതയോടുകൂടി അല്പം സംഭാഷണം ചെയ്ത് യോഗീശ്വരനും ഉമ്മരത്ത് വന്ന് കിടന്നു. അദ്ദേഹം അതിഥിയുടെ ഊരും പേരും മറ്റും സൂക്ഷ്മമായി ചോദിക്കയുണ്ടായില്ല. എല്ലാംകൂടി യോഗ്യ നായ ഒരു യുവാവാണെന്ന് തനിക്കു തൃപ്തിപ്പെട്ടതിനാലും, അദ്ദേഹ ത്തിന്റെ ആവശ്യം പ്രത്യേകം ഒരു ദിക്കിലേക്കു പോകണമെന്നും മറ്റും ഇല്ലെന്നറിഞ്ഞതിനാലും തന്റെ ഒരുമിച്ച് കൂട്ടിക്കൊണ്ട് പോന്നതാണ്. പക്ഷേ, തന്റെ ഒരു സഹായകനും സ്നേഹിതനുമായി തന്റെ ഭവനത്തിൽ താമസിപ്പാൻ തക്കവിധം ഏതുപ്രകാരത്തിലെങ്കിലും വഴിപ്പെടുത്തേണ മെന്നും മറ്റും പല മനോരാജ്യങ്ങളോടുംകൂടി യോഗീശ്വരനും സുഷു പ്തിയെ പ്രാപിച്ചു.

7

വൈരാഗി

പ്രതാപചന്ദ്രനും സ്വർണമയിദേവിയും തമ്മിൽ ബാല്യത്തിൽതന്നെയുണ്ടായിരുന്ന സഖിത്വം അവർക്കു താരുണ്യം വന്നപ്പോൾ മുഴുത്ത അനുരാഗമായിത്തീർന്ന് വിവാഹം ചെയ്യാൻ അവർ രണ്ടുപേരും തമ്മിൽ തീർച്ചയാക്കിയവിവരം മുമ്പു പറഞ്ഞുവല്ലോ. അവരുടെ ആ നിശ്ചയം അഘോരനാഥനേയും കലിംഗമഹാരാജാവിനേയും അറിയിച്ചു. അഘോരനാഥനെ അറിയിച്ചത് രാജകുമാരൻ തന്നെയായിരുന്നു. തങ്ങളുടെ നിശ്ചയം പ്രസിദ്ധമാക്കാൻ തീർച്ചയാക്കിയതിന്റെ പിറ്റേദിവസം രാജകുമാരൻ അഘോരനാഥന്റെ ആസ്ഥാന മുറിയിലേക്കു കടന്നുചെന്നു. അഘോരനാഥൻ ആദരവോടുകൂടി രാജകുമാരന് ആസനം നല്കിയിരുത്തി 'വിശേഷിച്ചോ എഴുന്നരുളിയതാ' എന്നു ചോദിച്ചു.

രാജകുമാരൻ: അധികം പണിത്തിരക്കില്ലെങ്കിൽ ഒരു കാര്യത്തെക്കുറിച്ച് എനിക്ക് അല്പം പറവാനുണ്ടായിരുന്നു.

അഘോരനാഥൻ: പണിത്തിരക്ക് എത്രയുണ്ടായാലും ഇവിടുത്തെ കാര്യം കഴിഞ്ഞശേഷം മറ്റെല്ലാം.

രാജകുമാരൻ: ഞാനും ദേവിയും തമ്മിലുള്ള സ്നേഹത്തിന്റെ സ്വഭാവത്തിന് ഈയ്യിടയിൽ അല്പം ഒരു മാറ്റം സംഭവിച്ചിരിക്കുന്നത് അങ്ങെനെ അറീപ്പാൻ വന്നതാണ്.

അഘോരനാഥൻ: എനിക്ക് ഈ വർത്തമാനം കർണപീയൂഷമായി ഭവിക്കുന്നു. വളരെക്കാലം അവളെ രക്ഷിച്ചു വളർത്തിയ എന്റെ പ്രയത്നം സഫലമായി. എന്റെ ആഗ്രഹവും ഇങ്ങിനെയായാൽ കൊള്ളാമെന്നായിരുന്നു. അവൾക്കും നല്ല സമ്മതംതന്നെയാണല്ലോ?

രാജകുമാരൻ: നല്ല സമ്മതമാണ്. വേണമെങ്കിൽ ചോദിച്ചാൽ അറിയാമല്ലോ?

അഘോരനാഥൻ: രാജാവിനെ അറിയിക്കണ്ടെ?

രാജകുമാരൻ: അതിനു ഞാൻ തക്കതായ ഒരാളെ ഇന്നലെത്തന്നെ അയച്ചിരിക്കുന്നു.

അഘോരനാഥൻ: എന്നാൽ ഇനി അധികം താമസിക്കണമെന്നില്ല; രണ്ടു മാസത്തിലകത്തുതന്നെ കഴിഞ്ഞോട്ടെ.

രാജകുമാരൻ: രണ്ടു മാസമോ? എന്തിനിത്ര വളരെ താമസിക്കുന്നു? ഞങ്ങൾ തമ്മിൽ തീർച്ചയാക്കീട്ടുതന്നെ രണ്ടു മാസത്തിലധികമായി. പത്താംനാൾ ഒരു മുഹൂർത്തമുണ്ടെന്നറിയുന്നു. അന്നുതന്നെ കഴിയണം. ദേവിക്കും അതുതന്നെയാണ് താല്പര്യം.

അഘോരനാഥൻ: (ചിരിച്ചുകൊണ്ട്) ഈശ്വരാ! ഈ ചെറുപ്പക്കാരുടെ ക്ഷമയില്ലായ്മ. അന്ന് മുഹൂർത്തമുണ്ടെങ്കിൽ അന്നുതന്നെ കഴിയട്ടെ. എനിക്കു യാതൊരു തരക്കേടും തോന്നുന്നില്ല.

രാജകുമാരൻ പുഞ്ചിരിക്കൊണ്ടു സ്വർണമയിയെ വർത്തമാനം അറിയിക്കുവാൻ പുറത്തേയ്ക്കു പോയി. അപ്പോൾത്തന്നെ അഘോരനാഥൻ സ്വർണമയിയെ വിളിക്കുവാൻ ഒരു ഭൃത്യനെ അയച്ചു. താമസിയാതെ, സ്വർണമയി വളരെ ലജ്ജയോടുകൂടി അഘോരനാഥന്റെ മുമ്പാകെ വന്ന് മുഖംതാഴ്ത്തി നിന്നു.

അഘോരനാഥൻ: ലജ്ജിക്കേണ്ട, അവസ്ഥയൊക്കെയും ഞാൻ അറിഞ്ഞിരിക്കുന്നു. നല്ലവണ്ണം ആലോചിച്ചിട്ട് തന്നെയാണല്ലോ ദേവി ഇതിന്നു സമ്മതിച്ചത് എന്നുമാത്രമേ എനിക്ക് അറിയേണ്ട ആവശ്യമുള്ളൂ. വിവാഹംകൊണ്ടുണ്ടാകുന്ന ഫലങ്ങളേയും, ആലോചിച്ചു പ്രവർത്തിക്കാഞ്ഞാൽ അതുകൊണ്ടുണ്ടാകുന്ന അവസാനമില്ലാത്ത ദോഷങ്ങളേയും ഞാൻ വിസ്തരിച്ചു പറഞ്ഞുതന്നിട്ടുണ്ടല്ലോ. ആകയാൽ എല്ലാ സംഗതികളും ഒരിക്കൽകൂടി ആലോചിച്ച് എന്നോടു തീർച്ച പറയണം.

സ്വർണമയി: ഞാൻ അറിഞ്ഞേടത്തോളം രാജകുമാരന്റെ സ്വഭാവം വളരെ ബോദ്ധ്യമായിട്ടാണ്. അദ്ദേഹത്തിന് എന്റെമേൽ ദൃഢമായ അനുരാഗം ഉണ്ടെന്നു ഞാൻ തീർച്ചയറിഞ്ഞിരിക്കുന്നു. ആയത് നിലനില്ക്കാതിരിപ്പാൻ യാതൊരു സംഗതിയും കാണുന്നതുമില്ല. അതുകൊണ്ട് ഈ സംബന്ധം ഞങ്ങൾ രണ്ടാളുകൾക്കും കല്യാണമായി ഭവിക്കുമെന്നു ഞാൻ പൂർണമായി വിശ്വസിക്കുന്നു.

അഘോരനാഥൻ: എല്ലാംകൊണ്ടും ഞാനും അങ്ങനെതന്നെയാണ് വിചാരിക്കുന്നത്. രാജാവിന്റെ സമ്മതംകൂടി കിട്ടിയാൽ താമസിയാതെ വിവാഹം കഴിക്കാം.

സ്വർണമയി: രാജാവിന്റെ സമ്മതം കിട്ടി. അവിടുത്തേയ്ക്ക് വളരെ സന്തോഷമാണെന്നും എന്നെ ഇപ്പോൾ തന്നെ അങ്ങോട്ടു കൂട്ടിക്കൊണ്ടു ചെല്ലണമെന്നും രാജകുമാരനെ അറിയിക്കുവാൻ ഒരു ആൾ വന്നിട്ടുണ്ട്. ആ വിവരത്തിന്നു തന്നെയായിരിക്കുമെന്നു തോന്നുന്നു, എളയച്ഛന് ഒരു എഴുത്തുണ്ട്.

“ദേവിക്ക് ഒരു മഹാരാജാവിന്റെ പട്ടമഹിഷിയാവാൻ സംഗതി വരുമെന്നു വിചാരിച്ച് എനിക്ക് വളരെ സന്തോഷമുണ്ട്. ഭർത്താവോടുകൂടി വളരെക്കാലം ദീർഘായുസ്സായി സുഖിച്ചിരിക്കാൻ സംഗതി വരട്ടെ എന്ന് ഈശ്വരനെ പ്രാർത്ഥിക്കുന്നു. കഷ്ടം! എന്റെ ജ്യേഷ്ഠൻ ഇല്ലാതായല്ലോ ഈ സന്തോഷം അനുഭവിപ്പാൻ” എന്നു പറഞ്ഞ് അഘോരനാഥൻ അവളുടെ മൂർദ്ധാവിൽ അനുഗ്രഹിച്ച് മടക്കി അയയ്ക്കുകയും ചെയ്തു.

അഘോരനാഥന് എഴുത്തു വന്നിരുന്നതു രാജധാനിയിലേയ്ക്കു പ്രതാപചന്ദ്രനേയും സ്വർണമയിയേയും വേഗത്തിൽ കൂട്ടിക്കൊണ്ടു ചെന്ന് അടുത്ത മുഹൂർത്തത്തിന്നുതന്നെ അവരുടെ വിവാഹം കഴിപ്പിക്കുവാൻ മഹാരാജാവിന്റെ കല്പനയായിരുന്നു. പല കാരണങ്ങളെക്കൊണ്ടും അഘോരനാഥന് രാജധാനിയിലേയ്ക്കു പോകാൻ അത്ര സുഖം ഉണ്ടായിരുന്നില്ല. എങ്കിലും സ്വർണമയിയുടെ വിവാഹകാര്യമാകയാൽ വേഗത്തിൽപോയി ആ മംഗളകർമ്മം വളരെ ആഘോഷത്തോടുകൂടി കഴിച്ചു. രാജാവിനും പൗരന്മാർക്കും ആനന്ദം വായ്ക്കുമാറ് ആ ദമ്പതിമാരെ രാജധാനിയിൽത്തന്നെ താമസിപ്പിച്ചു. താൻ ചന്ദനോദ്യാനത്തിലേയ്ക്കു മടങ്ങുകയും ചെയ്തു.

വിവാഹത്തിന് താരാനാഥൻ ഇല്ലാതിരുന്നതിനാൽ രാജകുമാരന്നും സ്വർണമയിക്കും വളരെ വിഷാദമുണ്ടായി. കുറെ ദിവസം മുമ്പെ ചന്ദനോദ്യാനത്തിൽവെച്ച് താരാനാഥൻ അല്പം സുഖക്കേടായിട്ട് അവരോട് പിരിഞ്ഞതിൽ പിന്നെ അയാളെ എവിടെയും കാണുക ഉണ്ടായിട്ടില്ല. ഒടുക്കത്തെ ദിവസം താരാനാഥൻ കിടന്നിരുന്ന അകത്ത് ഒരു എഴുത്തു കിടക്കുന്നതു കണ്ടു. അതു താരാനാഥൻ എഴുതിവെച്ചു പോയതാണ്. “ഞാൻ ചുരുക്കത്തിൽ ഒരു തീർത്ഥയാത്രയ്ക്കു പോകുവാൻ തീർച്ചയാക്കിയിരിക്കുന്നു. ഒരു മാസത്തിലകത്ത് മടങ്ങിവരും. ഞാൻ പോകുന്ന സ്ഥലം ആരെയും അറിയിക്കുവാൻ വിചാരിക്കുന്നില്ല. ഞാൻ പോകുന്നതുകൊണ്ട് ആർക്കും വിഷാദവും അരുത്.” എന്നാണ് എഴുത്തിലെ വാചകം. ആ എഴുത്ത് കിട്ടിയത് വിവാഹത്തിനു ദിവസവും മുഹൂർത്തവും നിശ്ചയിച്ച ശേഷമാണ്. കണ്ടുകിട്ടിയ ഉടനെ അഘോരനാഥൻ ചില ദിക്കുകളിലേയ്ക്ക് അന്വേഷണം ചെയ്വാൻ ആളുകളെ അയച്ചുവെങ്കിലും താരാനാഥൻ ഇന്ന ദിക്കിലാണെന്ന് അറിവാൻ കഴിഞ്ഞില്ല. വിവാഹസമയത്ത് പല സന്തോഷങ്ങളുടേയും ഇടയ്ക്ക് ദമ്പതിമാർക്ക് താരാനാഥൻ ഇല്ലാത്തതിനാൽ ഒരു കുണ്ഠിതം മനസ്സിൽനിന്നും വേർപെടാതെ എപ്പോഴും ഉണ്ടായിരുന്നുതാനും.

വിവാഹാനന്തരം പ്രതാപചന്ദ്രനും സ്വർണമയിയും കൂടി സുഖമായ്‌വാഴുംകാലം ഒരു ദിവസം വൈരാഗിവേഷം ധരിച്ച ദിവ്യനായ ഒരാൾ രാജധാനിയുടെ ഗോപുരവാതിക്കൽ വന്നിരിക്കുന്നുവെന്ന് ഒരു അമാത്യൻ പ്രതാപചന്ദ്രനെ അറിയിച്ചു. ആയാളെ വിളിക്കുക എന്ന് രാജകുമാരൻ കല്പിച്ച ഉടനെ, ആ അമാത്യൻ ആയാളെ കൂട്ടിക്കൊണ്ടുവന്നു രാജകുമാരനും സ്വർണമയിയും ഇരിക്കുന്ന മാളികയുടെ മുൻഭാഗത്തുള്ള ഒരു

നടപ്പുരയിൽ മുകളിൽനിന്ന് അവർക്കു കാണത്തക്കവണ്ണം ഒരു സ്ഥലത്ത് കൊണ്ടുപോയി ഇരുത്തി. കൂടെയുണ്ടായിരുന്ന രണ്ടു ശിഷ്യന്മാരും ആയാളുടെ ഒരുമിച്ച് ഇരുവശത്തും ഇരുന്നു.

വൈരാഗി വെള്ളികൊണ്ടു കുടയുള്ള മെതിയടി കാലിന്മേൽ ഇട്ടിട്ടുണ്ട്. ജടകൂടിയ കേശഭാരം ഓരോകട്ടകളായി പിൻഭാഗത്തേയ്ക്ക് തൂങ്ങുന്നു. ശരീരം മുഴുവൻ ഒരു കാവി വസ്ത്രംകൊണ്ട് മൂടിയിരിക്കുന്നു, ചുമലിൽ ഒരു പൊക്കണം തൂക്കീട്ടുണ്ട്. രോമങ്ങൾ ഒട്ടും നരച്ചിട്ടില്ല. കണ്ണുകൾ എങ്ങനെയോ ചുവപ്പിച്ചിരിക്കുന്നു. മുഖംമുഴുവനും ഭസ്മം കൊണ്ടു മൂടിയിരിക്കുന്നു. തലയിൽ ഒരു കൂമ്പൻ തൊപ്പിയും രുദ്രാക്ഷ മാലയും ധരിച്ചിട്ടുമുണ്ട്. ആയാളെ നല്ലവണ്ണം പരിചയമുള്ളവർക്കും ആ വേഷത്തോടുകൂടി കണ്ടാൽ അറിവാൻ പ്രയാസമായിരിക്കും. മൗനവ്രതവും ഉണ്ടത്രെ. ആരെങ്കിലും വല്ലതും ചോദിച്ചാൽ കൈകൊണ്ട് ചില ആംഗ്യങ്ങൾ അതിന്നുത്തരമായി കാണിക്കും. ഉടനെ കൂടെയുള്ള ശിഷ്യർ അർത്ഥം ഇന്നതാണെന്നു പറയുകയും അതു ശരിതന്നെയെന്നു തല കുലുക്കുന്നതുകൊണ്ടു സ്ഥിരപ്പെടുത്തുകയും ചെയ്യും. ഇങ്ങിനെയാണ് ആ ദിവ്യന്റെ കോപ്പുകൾ. ദിവ്യത്വത്തിന്റെ ദൃഷ്ടാന്തമായി പല അദ്ഭുത കർമ്മങ്ങളും ആയാൾ ചെയ്തിട്ടുള്ളതു ശിഷ്യരോടു ചോദിച്ചാൽ അവർ പറഞ്ഞുകൊടുക്കും. തന്റെ യോഗ്യതകൾ ആരെയും അറിയിക്കരുതെന്നാണ് സ്വാമിയാരുടെ കല്പന എന്ന് സകലവും പറഞ്ഞുകൊടുത്തതിനു ശേഷം സ്വകാര്യമായി പറയുകയും ചെയ്യും. ആ ദിവ്യന് ചെയ്യാൻ കഴിയുന്ന അദ്ഭുതകർമ്മങ്ങളിൽ ഒന്ന് നഷ്ടപ്രശ്നം പറയുകയാണ്. അതിന്നു ലഗ്നത്തിന്റെ മുഖംമാത്രം നോക്കിയാൽമതി. ഭാവിയായിട്ടുള്ളതിൽ സാമർത്ഥ്യം കുറയും. എങ്കിലും ഭൂതവർത്തമാനങ്ങൾ സൂക്ഷ്മമായി പറഞ്ഞൊപ്പിക്കും. ചന്ദനോദ്യാനത്തിൽനിന്ന് രണ്ടു നാഴിക ദൂരത്തു കുറെ ശൂദ്രരുടെ വീടുകളും കുശവന്മാരുടെ പുരകളും മറ്റും ഉള്ള സൈകതപുരി എന്നൊരു കുഗ്രാമം ഉണ്ട്. അവിടെയാണത്രെ ആ ദിവ്യനെ ഒരു ദിവസം കണ്ടെത്തിയത്. അവിടെ ആയാളുടെ യോഗ്യത കേട്ടുകേൾപ്പിച്ചു നാലു ദിവസത്തിലധികം അനവധി ജനങ്ങൾ ആയാളെ കാണ്മാൻ വരികയുണ്ടായി. എല്ലാവരോടും അവർക്ക് ഇത്ര ജ്യേഷ്ഠാനുജന്മാരുണ്ട്, ഇന്ന ആൾ ഇന്നാളുമായിട്ട് ചാർച്ചയോ വേഴ്ചയോ ഉണ്ട്, വീടിന്റെ പടി ഇന്ന ഭാഗത്തേയ്ക്കാണ്, ഇത്ര വാതിലുകൾ ഉണ്ട്, എന്നീ മാതിരി വിവരങ്ങൾ ശരിയായി പറഞ്ഞൊപ്പിച്ച് ആ ദിക്കുകാർക്ക് ഒക്കെയും അയാളുടെ ദിവ്യത്വം വളരെ വിശ്വാസമായി തീർന്നിരിക്കുന്നു. അവരെല്ലാവരും പറഞ്ഞു നിഷ്കർഷിച്ചിട്ടാണുപോൽ രാജകുമാരനെ കാണ്മാൻ വന്നത്. ദ്രവ്യത്തിനും മറ്റും കാംക്ഷ അശേഷം പോലുമില്ല. എന്നാൽ ആരെങ്കിലും വല്ലതും ഭിക്ഷയായിട്ടോ വഴിപാടായിട്ടോ മുമ്പാകെ തിരുമുൽക്കാഴ്ചയായി വണങ്ങിയാൽ സ്വീകരിക്കുവാൻ അപ്രിയമില്ലതാനും. സ്വർണമയി ആ സന്യാസിയുടെ വേഷം ആകപ്പാടെ കണ്ടപ്പോൾ "ഇങ്ങിനത്തെ വകക്കാർ സാധാരണയായി വഞ്ചകന്മാരും ദുരാത്മാക്കളുമാണ്, ഇതത്രയും വ്യാജ

മാണ്. പരമാർത്ഥമാവാൻ പാടില്ല" എന്നു പറഞ്ഞു. അപ്പോൾ അടുത്തു നിന്നിരുന്ന ഒരു ഭൃത്യൻ പറഞ്ഞു: "അങ്ങിനെമാത്രം അരുളിച്ചെയ്യരുതെ തമ്പുരാട്ടി. ഇദ്ദേഹത്തിന്റെ പെരുമ അടിയന്റെ ഈ കണ്ണ് രണ്ടോണ്ടും കണ്ടിരിക്കുന്നതല്ലെ?" മറ്റൊരു ഭൃത്യൻ "ചോദിക്കേണ്ട താമസമേയുള്ളു മറുപടി പറവാൻ. പറഞ്ഞാൽ അതിൽ തെല്ലുപോലും പിഴച്ചുപോകയില്ല. മായം ഏന്തുല്ലെന്റെ തമ്പുരാട്ടി, തനിച്ച നേരുതന്നെ! എന്നു പറഞ്ഞു. സ്വർണമയി ആഭാസന്മാരായ അവരുടെ സംസാരം കേട്ടിട്ട് അല്പം ഹാസ്യരസത്തോടുകൂടി ഭർത്താവിന്റെ മുഖത്തേയ്ക്കു നോക്കി.

രാജകുമാരൻ: "ഇവർ പറഞ്ഞതല്ല പരമാർത്ഥം എന്ന് എന്താ നിശ്ചയം? സൂക്ഷ്മം എങ്ങിനെയെന്ന് നമുക്ക് ഇപ്പോൾ അറിയാമല്ലൊ?"

എന്നു പറഞ്ഞ് ആ വൈരാഗിയോട് ചില ചോദ്യങ്ങൾ ചോദിപ്പാൻ തുടങ്ങി. മിക്ക ചോദ്യങ്ങൾക്കും ഏകദേശം ശരിയായ ഉത്തരം പറഞ്ഞപ്പോൾ രാജകുമാരനും മറ്റു കണ്ടുനില്ക്കുന്നവരും വളരെ വിസ്മയപ്പെട്ടു.

രാജകുമാരൻ–"ഒന്നുകൂടി ചോദിക്കാം" എന്നു പറഞ്ഞു:

"എന്റെ ഭാര്യക്ക് എത്ര സോദരിമാരുണ്ട്" എന്നു ചോദിച്ചു.

വൈരാഗി സ്വർണമയിയുടെ മുഖം നോക്കി ഇല്ല എന്നറിയിപ്പാൻ തല കുലുക്കി.

രാജകുമാരൻ: "സോദരന്മാരുണ്ടോ?" എന്നു ചോദിച്ചു.

വൈരാഗി ചൂണ്ടാണിവിരൽകൊണ്ട് ഒന്ന് എന്നു കാണിച്ചു.

രാജകുമാരൻ: അയാൾ ഇപ്പോൾ ഇവിടെയുണ്ടോ?

വൈരാഗി: "ഇല്ല" എന്നു കാണിച്ചു. പിന്നെ കൈകൊണ്ടും തലകൊണ്ടും മറ്റു ചില ആംഗ്യങ്ങൾ കാണിച്ചതിന്, സമീപം ഒരു ദിക്കിൽ സുഖമായിരിക്കുന്നു എന്നർത്ഥമാണെന്ന് ശിഷ്യർ വ്യാഖ്യാനിച്ചു. അപ്പോൾ രാജകുമാരൻ കുറെ പ്രസന്നതയോടുകൂടി സ്വർണമയിയുടെ മുഖത്തേയ്ക്കു നോക്കി.

അടുക്കെ നിന്നിരുന്ന ഒരു ബ്രാഹ്മണൻ "അതു ശരിയാവാൻ സംഗതിയുണ്ട്. നായാട്ടിന്നു വളരെ സമർത്ഥനായ ഒരു ചെറുപ്പക്കാരൻ അവന്തിരാജ്യത്ത് ചെന്നിട്ടുണ്ടെന്നും അവിടെ ഇയ്യിടെ അഭിഷേകം കഴിഞ്ഞ യുവരാജാവിന്റെ ചങ്ങാതിയായി താമസിച്ചുവരുന്നുവെന്നും ഒരു വർത്തമാനം ഞാൻ കേൾക്കയുണ്ടായി" എന്നറിയിച്ചു.

രാജകുമാരൻ: അത് താരാനാഥനാണെന്നുള്ളതിന് ആക്ഷേപമുണ്ടോ? വേഗത്തിൽ ആളെ അങ്ങോട്ട് അയച്ച് ആയാളെ വരുത്തണം എന്നു പറഞ്ഞു.

സ്വർണമയി: "ഞാൻ ഒരു ചോദ്യം ചോദിക്കട്ടെ" എന്നു പറഞ്ഞ് "എന്റെ സോദരന്ന് എത്ര വയസ്സായി" എന്നു ചോദിച്ചു.

വൈരാഗി: അല്പം ആലോചിച്ച് 'ഇരുപത്തിമൂന്ന്' എന്നു കാണിച്ചു.

സ്വർണമയി: ആശ്ചര്യം, അതു ശരിതന്നെയല്ലോ. ആകട്ടെ, എന്റെ അച്ഛന്ന് എത്ര വയസ്സായി?

വൈരാഗി അമ്പത്തുനാല് എന്നു കാണിച്ചു.

സ്വർണമയി: ഇനിഎത്ര കാലം ഇരിക്കും അച്ഛൻ?
വൈരാഗി: വളരെക്കാലം കീർത്തിമാനായി ഇരിക്കും എന്നു കാണിച്ചു.
സ്വർണമയി: മതി. മതി വളരെക്കാലംമുമ്പെ അന്തരം വന്നുപോയ എന്റെ അച്ഛൻ ഇനിയും ദീർഘായുസ്സായിരിക്കുമെന്നല്ലേ ഇവൻ പറഞ്ഞത്? മതി. ഇനി എനിക്കു ചോദ്യം ഒന്നും ഇല്ല. വല്ലതും കൊടുത്ത് വേഗത്തിൽ ഇവിടുന്നയച്ചാൽ നന്നായിരുന്നുവെന്നു ഭർത്താവിനോടു പറഞ്ഞു.
രാജകുമാരൻ: "അതിൽ ഒന്നു മാത്രമല്ലെ തെറ്റിപ്പോയുള്ളു. എത്ര യോഗ്യന്മാരും പറഞ്ഞത് മുഴുവനും ശരിയായിരിക്കുകയില്ല. ദിവ്യനല്ലെങ്കിലും സാമാന്യനല്ലെന്നു തീർച്ചതന്നെ" എന്നു തന്റെ അടുത്തു നിന്നിരുന്നവരോടായിട്ടു പറഞ്ഞു. അതിന്നിടയിൽ വൈരാഗി, മടക്കി മുദ്ര വെച്ച് ഭദ്രമാക്കിയ ഒരു ഓല കയ്യിൽ എടുത്ത് ചില ആംഗ്യങ്ങൾ കാണിച്ചുതുടങ്ങി. ആ എഴുത്തിൽ ഈശ്വരകല്പിതം എഴുതിയിരിക്കുന്നുവെന്നും ആയത് വാങ്ങി ഭദ്രമായി സൂക്ഷിച്ച് മൂന്നാം ദിവസം ചുരുക്കത്തിൽ ഒരു പൂജകഴിച്ച് വിപ്രനെക്കൊണ്ട് കെട്ടഴിപ്പിച്ചു നോക്കിയാൽ അതിൽ ഈശ്വരകല്പിതം മനുഷ്യഭാഷയിൽ പ്രത്യക്ഷമായി എഴുതിയിരിക്കുന്നതു കാണാമെന്നും അതുപ്രകാരം അനുഷ്ഠിച്ചാൽ അപരിമിതമായ അഭ്യുദയം രാജകുമാരന്നു സംഭവിക്കുമെന്നുമാണ് സ്വാമി പറയുന്നത് എന്നു ശിഷ്യർ വ്യാഖ്യാനിച്ചതിനെ വൈരാഗി ശിരഃകമ്പനംകൊണ്ട് സ്ഥിരപ്പെടുത്തി. ആ ഓലയും കുറെ സിന്ദുവാരപ്പൊടിയുംകൂടി ഒരു ഇലയിലാക്കി ആ രാജകുമാരന്റെ കയ്യിൽ കൊടുത്തു. രാജകുമാരൻ അതു ഭക്തിപൂർവ്വം സ്വീകരിച്ച് വൈരാഗിക്കു ചില സമ്മാനങ്ങൾ കൊടുത്തു താമസിയാതെ മടങ്ങിവരുന്നത് സന്തോഷമാണെന്നും മറ്റും നല്ല വാക്കിനെ പറഞ്ഞു സന്തോഷമാക്കി അയയ്ക്കുകയും ചെയ്തു.

8

ഗൂഢസന്ദർശനം

കലിംഗമഹാരാജാവ് പുത്രനായ പ്രതാപചന്ദ്രന്ന് വിവാഹം കഴിഞ്ഞതിന്നുശേഷം അധികം താമസിയാതെ ഒരുദിവസം അഘോരനാഥനെ വരുത്തുവാൻ ആളെ അയച്ചു. തനിക്ക് വാർദ്ധക്യം ഹേതുവായിട്ട് ബുദ്ധിക്ക് മന്ദതയും കാര്യങ്ങളിൽ അലസതയും ഉള്ളവിവരം അദ്ദേഹത്തിന്നുതന്നെ അറിവില്ലായ്കയല്ല. ബാലനായിരുന്ന പ്രതാപചന്ദ്രന്ന് കുറെക്കുടി പ്രായമാകട്ടെ എന്നുവിചാരിച്ച് അത്രനാളും കഴിഞ്ഞു. ഇപ്പോൾ രാജകുമാരന്ന് ഇരുപത്തഞ്ചുവയസ്സ് പ്രായമായി, രാജ്യഭാരം വഹിക്കുവാൻ ശക്തനായി. വിവാഹവും കഴിഞ്ഞു. അതുകൊണ്ട് പ്രതാപചന്ദ്രന്ന് അഭിഷേകം കഴിച്ച് അഘോരനാഥനെ പ്രധാനമന്ത്രിയായി നിശ്ചയിച്ച്, അവരെ സകലവും ഭരമേല്പിച്ച് തനിക്ക് രാജ്യംവിട്ട് വിശ്വവിശ്രുതയായ മണികർണ്ണകയിങ്കൽ പോയി ആ പുണ്യഭൂമിയിൽ ശേഷം ജീവകാലം കഴിച്ച്, മരിക്കുമ്പോൾ സാക്ഷാൽ ഈശ്വരങ്കൽനിന്ന് താരകബ്രഹ്മം ഉപദേശം വാങ്ങി സായുജ്യം സമ്പാദിക്കേണമെന്ന് വളരെക്കാലമായി താൻ വിചാരിച്ചുപോരുന്ന ആഗ്രഹം സാധിക്കുവാൻ നല്ല തരംവന്നുവെന്ന് നിശ്ചയിച്ച് അഘോരനാഥൻ വന്ന ഉടനെ തന്റെ അഭിലാഷം ഒക്കെയും തുറന്നുപറഞ്ഞു. "ഞാൻ സംസാരസാഗരത്തിൽ നിമഗ്നനായി ഇഹത്തിലേക്കും പരത്തിലേക്കും കൊള്ളാതെ ഇങ്ങനെ കഷ്ടമായി കാലക്ഷേപം ചെയ്തുവരുന്നതിനാൽ വളരെ വ്യസനമുണ്ട്. വാർദ്ധക്യംകൊണ്ട് ബുദ്ധിമന്ദിച്ചിരിക്കയാൽ എന്റെ പ്രവൃത്തികളെക്കൊണ്ട് പ്രജകൾക്ക് ക്ഷേമം വഴിപോലെ ഉണ്ടാവില്ലെന്നു തന്നെയല്ല മേലാൽ വിചാരിക്കാതെ കണ്ടുള്ള സങ്കടങ്ങൾ നേരിടുവാനും ദുഷ്ടന്മാർക്ക് ശിക്ഷിക്കപ്പെടുമെന്നുള്ള ഭയം കൂടാതെ അധികമായ അന്യായങ്ങൾ പ്രവർത്തിപ്പാനും മറ്റും പലപല ദോഷങ്ങൾക്കും ഇടയുണ്ടാകുന്നതാണ്. അതുകൊണ്ട് കഴിയുന്ന വേഗത്തിൽ

നമ്മുടെ കുമാരന്റെ അഭിഷേകത്തിന്ന് ഒരുക്കുകൂട്ടുകതന്നെ വേണം."

അഘോരനാഥൻ മുഖപ്രസാദത്തോടുകൂടി 'കല്പിക്കും പ്രകാരം ചെയ്യാമെന്നുത്തരം പറഞ്ഞു.' പിന്നെ അഭിഷേകത്തിന്റെ സംഗതിയെക്കുറിച്ച് രാജാവും മന്ത്രിയുംകൂടി സംസാരിച്ചുകൊണ്ടിരിക്കെ രാജകുമാരൻ അവിടേക്കെത്തി. രാജാവ് തന്റെ നിശ്ചയത്തെ പുത്രനേയും അറിയിച്ചു.

രാജകുമാരൻ: ആശ്ചര്യം! ഈശ്വരകല്പിതം ഇത്ര സൂക്ഷ്മമായി അറിയാമല്ലൊ എന്നു പറഞ്ഞു.

രാജാവ്: എന്താ ഈശ്വരകല്പിതം അറിഞ്ഞത്? എന്നു ചോദിച്ചു.

രാജകുമാരൻ: രണ്ടു ദിവസം മുമ്പെ ഒരു വൈരാഗി ഇവിടെ വന്നിരുന്നു. ആയാൾ എന്റെ പക്കൽ ഒരു എഴുത്ത് തന്നിട്ടുണ്ടായിരുന്നു. ആയാൾ പറഞ്ഞപ്രകാരം ഇന്ന് അത് പൊളിച്ചു നോക്കിയപ്പോൾ അച്ഛൻ പറഞ്ഞ കാര്യംതന്നെയാണ് അതിലും കണ്ടത്. അച്ഛനോട് ആ വിവരം ആരെങ്കിലും പറകയുണ്ടായോ?

രാജാവ്: എന്നോട് ആരും പറഞ്ഞിട്ടില്ല. എനിക്ക് വളരെക്കാലമായുണ്ടായിരുന്ന മനോരാജ്യം, താമസിയാതെ സഫലമാക്കേണമെന്ന് നിശ്ചയിച്ച് ഞാൻ അഘോരനാഥനെ വിളിച്ചു പറഞ്ഞതാണ്. എന്താണ് ആ ഓലയിൽ കണ്ടത്. അത് വായിക്കൂ.

രാജകുമാരൻ: "താമസിയാതെ അഭിഷേകം കഴിച്ച് ചിരകാലം കീർത്തിമാനായി വാഴുക" എന്ന് സംസ്കൃതത്തിൽ എഴുതിയിരുന്നതു വായിച്ചു. അപ്പോൾ തന്നെ അഘോരനാഥൻ ആ ഓല വാങ്ങി നോക്കി.

രാജാവ്: ദൈവകല്പിതം ഇങ്ങനെ അറിവാനിട വന്നതുതന്നെ അത്ഭുതം. എന്റെ മനോരഥവും ഇതിനോട് അനുകൂലിച്ചത് അധികം അത്ഭുതം. ഏതെങ്കിലും ഇനി കാലവിളംബം ഒട്ടും അരുത്.

അഘോരനാഥൻ എന്തോ ഒരു ശങ്ക തോന്നിയതുപോലെ ആ ഓലയിൽ എഴുതിയത് കുറേ നേരം സൂക്ഷിച്ചുനോക്കി. ഇത് ഇപ്പോൾ എന്റെ പക്കൽ ഇരിക്കട്ടെ എന്ന് പറഞ്ഞ് രാജാവിനോടു വിടവാങ്ങി ഓലയും കൊണ്ടുപോയി.

രാജാവ് പ്രതാപചന്ദ്രനെ സമീപത്തിരുത്തി തന്റെ മനോരാജ്യങ്ങളെ ഒക്കെയും അറിയിച്ചശേഷം രാജധർമ്മത്തെയും രാജ്യപരിപാലനത്തെയും സംബന്ധിച്ച പല സാരമായ ഉപദേശങ്ങളെ പറഞ്ഞു കൊടുക്കുകയും ചെയ്തു.

അഘോരനാഥൻ രാജാവിന്റെ തിരുമുമ്പാകെനിന്ന് പോന്നഉടനെ, ആ ഓല രാജകുമാരന്റെ പക്കൽകൊടുത്ത് സന്ന്യാസിയെ എവിടുന്നെങ്കിലും കണ്ടുപിടിച്ചുകൊണ്ടു വരേണമെന്ന് പറഞ്ഞ് ഏൽപിച്ച് പല വഴിക്കും ആളുകളെ അയച്ച് ചന്ദനോദ്യാനത്തിലേക്ക് പോയി. അവിടെ എത്തി തന്റെ ആസ്ഥാനമുറിയിൽ ചെന്ന് അഭിഷേകത്തിന്ന് വേണ്ടുന്നവരെ ഒക്കെയും വരുത്തുവാൻ എഴുത്തുകൾ എഴുതുമ്പോൾ ഒരു ഭൃത്യൻ കടന്നുചെന്നു.

അഘോരനാഥൻ, എന്തിന്ന് വന്നു എന്ന് ചോദിക്കും ഭാവത്തിൽ അവന്റെ മുഖത്തേക്ക് നോക്കി.

ഭൃത്യൻ: ഇന്നലെ രാത്രി സന്ധ്യമയങ്ങിയ ഉടനെ ശരീരവും മുഖവും മുഴുവനും മറച്ച് ഒരു മനുഷ്യൻ ഇവിടുത്തെ കാണേണമെന്നു പറഞ്ഞുകൊണ്ട് ഇവിടെ വന്നിരുന്നു. അടിയന്തിരമായി ഒരു കാര്യം പറവാനാണെന്നും പറഞ്ഞു.

അഘോരനാഥൻ: എവിടുന്നാണ് എന്നും മറ്റും വിവരം ചോദിച്ചുവോ?

ഭൃത്യൻ: അതു ഞങ്ങൾ ചോദിക്കായ്കയില്ല. ഞങ്ങളോട് യാതൊന്നും പറഞ്ഞില്ല. ചോദിച്ചതുമാത്രം ശേഷിച്ചു.

അഘോരനാഥൻ: ഇനി എപ്പോൾ വരുമെന്നാണ് പറഞ്ഞത്?

ഭൃത്യൻ: അതും പറക ഉണ്ടായില്ല. ഞാൻ അദ്ദേഹത്തെ എവിടെ വച്ചെങ്കിലും കണ്ടുകൊള്ളാം എന്നുമാത്രം പറഞ്ഞുപോയി.

അഘോരനാഥൻ 'ഇനി വരുന്നതറിയട്ടെ' എന്നുമാത്രം പറഞ്ഞ് ഭൃത്യനെ അയച്ച് തന്റെ പണി നോക്കിത്തുടങ്ങുകയും ചെയ്തു.

അന്നുതന്നെ നാലഞ്ച് നാഴിക രാച്ചെന്നപ്പോൾ ദൂരത്തുനിന്ന് ഒരു കുതിരയെ ഓടിക്കുന്നതുകേട്ടു. ആ സമയത്ത് ഉദ്യാനത്തിലേക്ക് വന്നതാരായിരിക്കുമെന്ന് അഘോരനാഥൻ ആലോചിച്ചുകൊണ്ടിരിക്കെ ഒരു ഭൃത്യൻ ഓടിക്കൊണ്ട് വന്നു. 'ഇന്നലെ വന്ന ആൾ തന്നെയാണെന്നു തോന്നുന്നു. ഇന്നലത്തെപ്പോലെ തന്നെയല്ലാ വേഷം. ഇന്ന് വിശേഷിച്ച് കുതിരയും ഉണ്ട്' എന്നു പറഞ്ഞു.

അഘോരനാഥൻ: "ആ ആളോട് എന്റെ മന്ത്രശാലയിലേക്ക് വരുവാൻ പറക" എന്നു പറഞ്ഞു താൻ മുമ്പെ മന്ത്രശാലയിലേക്ക് നടന്നു.

മന്ത്രശാലയിൽ ചെന്നിരുന്നപ്പോഴേക്ക് ആ മനുഷ്യനും എത്തി, അഘോരനാഥനെ തന്റെ കൃത്രിമമുഖത്തെ നേത്രങ്ങളൂടെ സൂക്ഷിച്ചുനോക്കി ആൾ മാറീട്ടില്ലെന്ന് നല്ലവണ്ണം തീർച്ചയായ ശേഷം തന്റെ അടിക്കുപ്പായത്തിന്റെ ഉറയിൽ കയ്യിട്ട്, അതിൽനിന്ന് ഒരു എഴുത്ത് എടുത്ത്, ഒന്നും പറയാതെ അഘോരനാഥന്റെ കയ്യിൽ കൊടുത്തു. അഘോരനാഥൻ ആയാളുടെ സ്വരൂപവും പ്രച്ഛന്നവേഷവും മറ്റും കണ്ടപ്പോൾ കുറച്ചുനേരം അന്ധനായി നിന്നുവെങ്കിലും എഴുത്ത് കിട്ടി വായിച്ചപ്പോൾ സംഭ്രമം ഒക്കേയും തീർന്ന് സന്തോഷം കൊണ്ടായിരിക്കാമെന്ന് തോന്നുന്നു അദ്ദേഹത്തിന്നു കണ്ണുനീർ തന്നാലെ പൊടിഞ്ഞു. ആ എഴുത്ത് ഒരിക്കൽക്കൂടി വായിച്ചു. കണ്ണുനീർ തുടച്ച് പിന്നേയും വായിച്ചു. അതിന്റെ ശേഷം ആ എഴുത്ത് കയ്യിൽനിന്ന് വെക്കാതെ ആ നിലയിൽത്തന്നെ നിന്ന് ഒരു രണ്ടുമൂന്നു നാഴികനേരം രഹസ്യമായി ആ മനുഷ്യനോടു സംസാരിച്ച് അയാളെ പുറത്തേക്ക് കൊണ്ടുവന്ന്, ഭക്ഷണവും മറ്റും വേണ്ടതുപോലെകഴിപ്പിക്കുവാൻ ഭൃത്യന്മാരെ ഏല്പിച്ച് താൻ ആസ്ഥാനമുറിയിലേയ്ക്കുതന്നെ മടങ്ങി പോവുകയും ചെയ്തു. അപ്പോഴേക്ക് രാജധാനിയിൽനിന്ന് രണ്ട് കിങ്കരന്മാർ എത്തി. അഘോരനാഥന്റെ മുമ്പിൽവന്ന് വണങ്ങി.

അതിൽ ഒരുവൻ പറഞ്ഞു: "ഞങ്ങൾ ആ സന്യാസിയെ തിരഞ്ഞ് പല ദിക്കിലും പോയി. കാണ്മാൻ കഴിഞ്ഞില്ല. ആയാളുടെ കൂടെയുണ്ടായിരുന്ന ഒരു ശിഷ്യനെ കണ്ടെത്തി. ആ ശിഷ്യനും സന്യാസിയും വേറെ ഒരു ശിഷ്യനുംകൂടി മിനിഞ്ഞാന്ന് രാത്രി ഒരുമിച്ച് ഒരു വഴിയമ്പലത്തിൽ കിടന്നിരുന്നുവത്രെ. പുലർച്ചെ എഴുനീറ്റ് നോക്കിയപ്പോൾ

ആ സന്യാസിയെ കണ്ടില്ലെന്നും, നാടുവിട്ടുപോയി എന്നു തോന്നുന്നു എന്നും ആ ശിഷ്യൻ പറഞ്ഞു. ഞങ്ങൾ ഇനി ഏതു ദിക്കിൽ തിരയേണ്ടു എന്നറിയാതെ മടങ്ങി പോന്നതാണ്."

അഘോരനാഥൻ, "നല്ലത്, നിങ്ങൾ ഇനി അതിനായിട്ട് യത്നിക്കേണ്ട, ആ വൈരാഗി ശിഷ്യരെ വെടിഞ്ഞു പോയത് ഓർക്കുമ്പോൾ, ഞാൻ വിചാരിച്ചിരുന്നതുപോലെ വിശിഷ്ടനാണെന്നു തോന്നുന്നില്ല. അതുകൊണ്ട് ഇനി അയാളെ കാണേണമെന്നില്ല" എന്നു പറഞ്ഞ് അവരെ മടക്കി അയച്ചു.

അതിനിടയിൽ ഭൃത്യന്മാർ തമ്മിൽ മറ്റൊരേടത്തുവച്ച് ആ വന്ന വികൃതരൂപനാരായിരിക്കാമെന്ന് ആലോചിച്ചുതുടങ്ങി. അവരിൽ അധികം പഴമയുള്ള ഒരു ഭൃത്യൻ തന്റെ വിവരണംകൊണ്ട് മറ്റവരുടെ ശങ്കാപരിഹാരം വരുത്തി. "ഇങ്ങനെ അപൂർവം ചിലർ ചിലപ്പോൾ വരുമാറുണ്ട്. പക്ഷേ, ഇത്ര കെട്ടിമൂടിക്കൊണ്ടും മുഖം കാണിക്കാതേയും മറ്റുമല്ല. ഈ മാതിരിക്കാരെ ചാരന്മാരെന്നാണ് പറയുക. ഓരോ രാജ്യങ്ങളിൽ, ഓരോവേഷം ധരിച്ച്, ഓരോ പേരുംപറഞ്ഞ്, അവിടവിടെ കഴിയുന്ന വർത്തമാനങ്ങൾ ഓരോന്ന് ഒറ്റുനിന്നറിഞ്ഞ് നമ്മുടെ സ്വാമിയെ സ്വകാര്യമായി വന്നറിയിക്കുക, ഇതാണ്പോലും ഈ കൂട്ടരുടെ പണി; മൊരം കള്ളന്മാരാണ്" എന്ന് പഴക്കമേറിയ ഒരു ഭൃത്യൻ മറ്റവരോടു പറഞ്ഞു.

മറ്റൊരു ഭൃത്യൻ: അത് ഒട്ടും ഇല്ലാത്തതല്ല. ഇവനും അമ്മാതിരിക്കാരൻ തന്നെയായിരിക്കണം. അല്ലെങ്കിൽ ഇങ്ങനെ വരേണ്ട ആവശ്യം എന്ത്? ആ വിദ്വാന്റെ കുപ്പായവും കാലൊറയും, കെട്ടും പൂട്ടും എല്ലാമ്പാടെ കണ്ടപ്പോൾ ഇതാരെടാ! എന്ന് വിചാരിച്ചുവെല്ലൊ ഞാൻ! അതല്ലെടൊ! ഇക്കള്ളന്മാർ നമ്മുടെ നാട്ടിൽ കഴിയുന്ന വർത്തമാനം എല്ലാം മറ്റെങ്ങാനുംപോയി പറഞ്ഞാലൊ? അത് നോക്ക് ദോഷല്ലെ?"

മൂന്നാമത് ഒരു ഭൃത്യൻ: അങ്ങിനെ ഏതാനും ചെയ്താൽ നമ്മുടെ യജമാനൻ ഇവനെ വെച്ചേക്കുമൊ?

രണ്ടാമത് പറഞ്ഞ ഭൃത്യൻ: ഈ കൂട്ടരെ എങ്ങനെ വിശ്വസിക്കും. അങ്ങനെ വല്ലതും ചെയ്താൽതന്നെ ഇവരെ പിടിക്കാൻ കിട്ടാനൊ? പതിനെട്ടടവും പമ്പരംപാച്ചിലും പടിച്ചവരല്ലേ?

ഇങ്ങിനെയെല്ലാം പറഞ്ഞുവെങ്കിലും യജമാനന്റെ കല്പനക്കനുസരിച്ച്, അവർ പുതുതായിവന്ന ആ മനുഷ്യന്ന് വേണ്ടത് ഒക്കെയും കൊടുത്ത് സൗഖ്യമായി ഭക്ഷണം കഴിപ്പിച്ചു. ഉമ്മാൻ ഇരിക്കുമ്പോൾ ആയാളുടെ മുഖം നോക്കുവാൻ അവർ ശ്രമിച്ചു. ഇരുട്ടത്തിരുന്നാണ് ഉണ്ണുന്നത് എന്ന് പറയുകയാൽ അതിന്ന് തരമുണ്ടായില്ല. രാത്രി കിടക്കുമ്പോഴും ഒരു അകത്ത് വാതിൽ അടച്ച് തഴുതിട്ടാണ് കിടന്നത്. ആയതുകൊണ്ട് മുഖം കാണ്മാൻ അപ്പോഴും തരമായില്ല. ഏകദേശം അഞ്ചുനാഴിക പുലരാനുള്ളപ്പോൾ അഘോരനാഥൻതന്നെ എഴുനീറ്റ് വിളക്കുകൊളുത്തി. ആ മനുഷ്യനെ വിളിച്ച് അയാളുടെ പക്കൽ ഒരു എഴുത്തു കൊടുത്തു. അതു അപ്പോൾതന്നെ അടിക്കുപ്പായത്തിന്റെ കീശയിൽ സൂക്ഷിച്ചുവെച്ച്, തന്റെ കുതിരപ്പുറത്തു കയറി ഒട്ടുംതാമസിയാതെ യാത്രപറഞ്ഞു പോകയും ചെയ്തു.

9

അഭിഷേകം

അഭിഷേകത്തിന്നു നിശ്ചയിച്ച ദിവസം വന്നപ്പോഴേക്ക് വൈദികന്മാർ, കർമ്മികൾ, പുരോഹിതന്മാർ, അഗ്നിഹോത്രികൾ, സോമയാജികൾ, മുതലായ മഹാബ്രാഹ്മണരും അനവധി ജനങ്ങളും എത്തിക്കൂടി. മുഹൂർത്തസമയത്തു പ്രതാപചന്ദ്രനേയും ഇടത്തുഭാഗത്ത് സ്വർണമയിദേവിയേയും സിംഹാസനങ്ങളിന്മേൽ ഇരുത്തി വളരെ മന്ത്രങ്ങളെക്കൊണ്ട് പരിശുദ്ധമായ ജലത്തെ അവരുടെ തലയിൽ അഭിഷേകം ചെയ്കയും, പുരോഹിതൻ അവരുടെ പരദേവതയെക്കുറിച്ച് ചില മന്ത്രങ്ങൾ അവർക്ക് ഉപദേശിക്കുകയും കിരീടം തലയിൽവെയ്ക്കുകയും, ചിത്രരഥ മഹാരാജാവ് രാജ്യഭരണചിഹ്നമായ വാൾ പുത്രന്റെ പക്കൽ ഏല്പിച്ചുകൊടുക്കയും മറ്റും ക്രിയകൾ വഴിപോലെ കഴിഞ്ഞു.

അന്ന് വൈകുന്നേരംതന്നെ യുവരാജാവും രാജ്ഞിയുംകൂടി നഗരപ്രവേശം ചെയ്തു. കലിംഗരാജാവിന്റെ പ്രധാനനഗരത്തിൽ രാജവീഥി എന്നുപേരായി വളരെ വിസ്തീർണമായ ഒരു വീഥിയുണ്ട്. രാജധാനിയുടെ വടക്കെ ഗോപുരത്തൂടെ പുറത്തേയ്ക്ക് കടന്നാൽ ആ വീഥിയിലേക്കാണ് ചെല്ലുക. ആ വീഥി ഏകദേശം ഒരു കുലച്ചവില്ലിന്റെ ആകൃതിയിൽ രാജധാനിയുടെ കിഴക്കുപുറത്തുകൂടി തെക്കെ ഗോപുരത്തിലോളം ഉണ്ട്. നഗരവാസികൾ ആ വീഥിയെ അതിമനോഹരമായി അലങ്കരിച്ച്, ദീപങ്ങളെക്കൊണ്ട് പ്രകാശിപ്പിച്ചിരുന്നു. ഭവനങ്ങളുടെ മുൻഭാഗം കുലവാഴകളെക്കൊണ്ടും, ഈന്തിൻപട്ടകളെക്കൊണ്ടും കുരുത്തോലകളെക്കൊണ്ടും ചോപ്പുശീലകളെക്കൊണ്ടും വളരെ കൗതുകമാകുംവണ്ണം അലങ്കരിച്ചിരുന്നതിനു പുറമെ, വീഥിയിൽ വിലങ്ങനെ വളരെ തോരണങ്ങൾ തൂക്കുകയും ഇടക്കിടക്ക് 'യുവരാജാവും രാജ്ഞിയും ജയിക്കട്ടെ', 'പ്രതാപചന്ദ്രനേയും സ്വർണമയിദേവിയെയും ദൈവം കടാക്ഷിക്കട്ടെ', 'യുവ

രാജാവും രാജ്ഞിയും ദീർഘായുസ്സായിരിക്കട്ടെ' എന്നീവിധം ആശീർവാദങ്ങൾ, വലിയ അക്ഷരങ്ങളായി വെള്ളശ്ശീലകളിൽ കസവുകൊണ്ടു തുന്നിപ്പിടിപ്പിച്ച്, എല്ലാവരും കാണുമാറ് സൗധാഗ്രങ്ങളിലും സ്തംഭങ്ങളിന്മേലും വീഥിയിൽ പലേടങ്ങളിലും വെച്ചുകെട്ടി ഉണ്ടാക്കിയ കമാനങ്ങളിന്മേലും പതിച്ചിട്ടുമുണ്ടായിരുന്നു.

അസ്തമനശേഷം ഉത്തരഗോപുരത്തൂടെ എഴുന്നരുളത്ത് പുറപ്പെട്ടു. ആ മഹോത്സവം കാണ്മാൻവേണ്ടി വിശേഷവസ്ത്രങ്ങളും കുറികളും ധരിച്ചു മോടിയോടുകൂടി വന്നിരുന്ന അനവധി ജനങ്ങൾ എല്ലാറ്റിലും മുമ്പിൽ തിക്കിത്തിരക്കി നടക്കുന്നു. അവരുടെ വഴിയെ തിരക്കൊഴിപ്പാനായി അശ്വാരൂഢന്മാരായ ഭടന്മാർ പലരും അങ്ങുമിങ്ങും നടന്ന്, തങ്ങിനിൽക്കുന്ന പുരുഷാരത്തെ ക്രമേണ മുന്നോട്ടുതള്ളിക്കൊണ്ട് എഴുന്നരുളത്ത് പോവാൻ വഴിയുണ്ടാക്കുന്നു. അവരുടെ പിന്നിൽ വീഥിക്ക് വിലങ്ങനെ നാലഞ്ചു വരിയായി നിരന്നുനിന്നിട്ടുണ്ടായിരുന്ന പലവിധ വാദ്യക്കാർ, സാവധാനത്തിൽ മുന്നോട്ട് നീങ്ങിക്കൊണ്ടിരിക്കുന്ന ആ ബഹുജനങ്ങളുടെ കൂട്ടത്തെ തങ്ങളുടെ പാടവം കണ്ടുകൊണ്ടാടുവാൻവേണ്ടി താമസിപ്പിക്കുകയോ എന്നു തോന്നുംവണ്ണം എഴുന്നരുളത്തിന്നിടയിൽ അവിടവിടെ കുറച്ചുനിന്ന് അതാതുവിധം വാദ്യക്കാർ, താന്താങ്ങളുടെ വാദ്യത്തിന്ന് മെച്ചം കിട്ടേണമെന്നുവെച്ച് ഏകോപിച്ചു മത്സരിക്കുംപോലെ എല്ലാവിധം വാദ്യക്കാരും അവരവരുടെ വാദ്യത്തെ അത്യുത്സാഹത്തോടും അതിവിദഗ്ദ്ധതയോടുംകൂടി പ്രയോഗിക്കുന്നു. വാദ്യക്കാരുടെ പിന്നാലെ പൊന്നണിഞ്ഞ നൂറ് കൊമ്പനാനകളെ അകലമിട്ട് രണ്ടുവരിയായി വിലങ്ങനെ നിർത്തീട്ടുള്ളവയുടെ പുറത്ത് വെൺകൊറ്റക്കുടകൾ, തഴകൾ, വെൺചാമരങ്ങൾ, ആലവട്ടങ്ങൾ, എന്നീ മാതിരി രാജചിഹ്നങ്ങളെ ഉയർത്തിപ്പിടിച്ചിട്ടുണ്ട്. അവയുടെ പിമ്പിൽ വാളും പരിചയും എടുത്ത പല അത്ഭുതമായ അടവുകളും വിരുതുകളും കാണിച്ചുകൊണ്ട് ഒരു കൂട്ടം മല്ലന്മാർ വരുന്നു. വഴിയെ, കടയും തലയും സ്വർണ്ണംകൊണ്ട് കെട്ടിച്ച് രാജചിഹ്നങ്ങളായ വലിയ വെള്ളിവടികളെ പിടിച്ചുകൊണ്ട് വലിയ വെള്ളത്തലേക്കെട്ടുള്ള കുറെ ഹരിക്കാരന്മാർ വീഥിയുടെ ഇരുവശത്തും ഓരോ അണിയായി നിരന്ന്, നടു മുഴുവനും ഒഴിച്ചിട്ടുകൊണ്ടു വരുന്നു. അവരുടേയും പിന്നിലാണ് യുവരാജാവും രാജ്ഞിയും കയറിയ പല്ലക്ക്.

മണിമയമായ ആ പല്ലക്ക് പൂമാലകളെക്കൊണ്ട് അതിവിശേഷമാകുംവണ്ണം അലങ്കരിച്ചിരുന്നു. പല്ലക്കിന്റെ വഴിയെ പ്രഭുക്കന്മാർ, സചിവന്മാർ സേനാനായകന്മാർ, സ്തുതിപാഠകന്മാർ, ഗായകന്മാർ മുതലായവരും മറ്റും അനവധി പുരുഷാരവും ഉണ്ട്. മേൽപറഞ്ഞവയുടെ എല്ലാറ്റിന്റേയും ഇരുഭാഗത്തും വേലികെട്ടിയപോലെ ആയുധപാണികളായ ഭടന്മാരെ അണിയായി നിർത്തിയിരിക്കുന്നു. പലദിക്കുകളിലും ദീപട്ടികളും ഇടയിൽ മത്താപ്പുകളും ഉണ്ടായിരുന്നതിനാൽ ആ പ്രദേശത്ത് ഇരുട്ട് ലേശംപോലും ഇല്ലെന്നുതന്നെയല്ല, ജനങ്ങളുടെ മുഖത്തിന്ന് പ്രസന്നതയും എല്ലാവസ്തുക്കളുടെയും രമ്യതയും സ്വതേയുള്ളതിൽ തുലോം അധികമായി

തോന്നി. പല്ലക്കിന്റെ ഇരുഭാഗത്തും അല്പം അകലെ മത്താപ്പുകൾ ഇട വിടാതെ കത്തിക്കുകയാൽ, കാണികൾക്കെല്ലാവർക്കും യുവരാജാവി ന്റെയും രാജ്ഞിയുടെയും ആഹ്ലാദകരമായ മുഖയുഗളങ്ങൾ ഒന്നിച്ചുദി ച്ചിരിക്കുന്ന രണ്ടു ചന്ദ്രബിംബങ്ങളെപ്പോലെ വർദ്ധിച്ച കാന്തിയോടുംകൂടി കാണുമാറായിരുന്നു.

ഇങ്ങനെ ആഘോഷത്തോടുകൂടിയ ആ ഘോഷയാത്ര സാവധാന ത്തിൽ നടന്ന് ഓരോ ഗൃഹങ്ങളുടെ മുമ്പാകെ എത്തുമ്പോൾ പ്രജകൾ താംബൂലമാല്യാദികൾ തട്ടുകളിലാക്കി ഉപചാരം ചെയ്യുന്നതിനെ പ്രീതി പൂർവം യുവരാജാവ് സ്വീകരിക്കുകയും പ്രധാനികളായ പ്രജകളോടൊ ക്കയും പ്രീതിസൂചകമായി തലകുമ്പിടുകയും അപൂർവം ചിലരോട് ഒന്നു രണ്ടു വാക്ക് സംസാരിക്കുകയും ചെയ്ത്, പത്തുനാഴിക രാച്ചെല്ലുന്നതിന്നു മുമ്പായി തെക്കെ ഗോപുരത്തൂടെ രാജധാനിയിലേക്കു മടങ്ങിയെത്തു കയും ചെയ്തു.

അഭിഷേകം കഴിഞ്ഞതിന്റെ അടുത്തനാൾതന്നെ അഘോരനാഥന്ന് പ്രധാനമന്ത്രിയുടെ പട്ടം പ്രസിദ്ധമായി രാജസഭയിൽവെച്ചു കൊടുത്തു. അദ്ദേത്തിന്ന് ഇതുകൊണ്ട് സ്ഥാനമാനങ്ങൾ അധികമായി എന്നല്ലാതെ പ്രവൃത്തിക്ക് യാതൊരു വ്യത്യാസവും ഉണ്ടായില്ല. കപിലനാഥനോട് വലിയ രാജാവ് കോപിച്ചതിൽപിന്നെ പ്രധാനമന്ത്രിയുടെ ഉദ്യോഗം നട ത്തിവന്നിരുന്നത് അഘോരനാഥൻ തന്നെയായിരുന്നു. പക്ഷേ, അതിന്നു മുമ്പിൽ ഭണ്ഡാരാധിപന്റെ സ്ഥാനമുണ്ടായിരുന്നതിനാലും പ്രധാനമന്ത്രി യുടെ സ്ഥാനം മുറപ്രകാരം കൊടുക്കായ്കയാലും, അഘോരനാഥനെ ഭണ്ഡാരാധിപൻ എന്നു തന്നെയാണ് എല്ലാവരും പേർ പറഞ്ഞുവന്നിരു ന്നത്. തന്റെ പ്രാപ്തിക്കുതകുന്നതും പണ്ടുതന്നെ തനിക്കു കിട്ടുവാൻ അവകാശമുള്ളതും ആയ പ്രധാനമന്ത്രിയുടെ മാന്യസ്ഥാനം ലഭിച്ചതി നാൽ അഘോരനാഥന്ന് സന്തോഷമുണ്ടായി. കുറെക്കാലമായി പ്രതിബ ന്ധപ്പെട്ട ക്ലിഷ്ടമാർഗങ്ങളിൽ പ്രവേശിച്ചിരുന്ന ബഹുമാനമാകുന്ന നദി, ഇപ്പോഴെങ്കിലും വേണ്ടുന്നേടത്തേക്ക് പ്രവഹിച്ചുവല്ലൊ എന്നു വിചാരിച്ചു പ്രജകൾക്ക് അധികം സന്തോഷമുണ്ടായി. എന്നാൽ അഘോരനാഥന്റെ സന്തോഷം, തന്റെ ജ്യേഷ്ഠൻ വളരെ കാലം ഭരിക്കേണ്ടതായിരുന്നു ആ ഉദ്യോഗം എന്ന് മനസ്സിൽ തോന്നുമ്പോഴുണ്ടാകുന്ന ദുഃഖത്തോടു മിശ്രി തമായിരുന്നതിനാൽ പൂർണ്ണമായി എന്നു പറഞ്ഞുകൂടാ. ജ്യേഷ്ഠന്റെ മേൽ വലിയ രാജാവിന്ന് നീരസമുണ്ടാവാനുള്ള സംഗതികളും ജ്യേഷ്ഠന്റെ അകാരണമായ അധഃപതനവും വിചാരിച്ച് വളരെക്കാലത്തേക്ക് അഘോ രനാഥൻ ഒരു മൗനവ്രതക്കാരനെപ്പോലെ ആരോടും മിഥ്യാലാപവും മന സ്സിന്ന് ഒരു ഉന്മേഷവുംകൂടാതെ സ്വതെയുള്ള തന്റെ പ്രസന്നതയും ഉത്സാ ഹവും മങ്ങി ഒരു അരസികനെപ്പോലെയാണ് കഴിഞ്ഞു വന്നിരുന്നത്. മുമ്പത്തെ അദ്ധ്യായത്തിൽ വിവരിച്ച ഗൂഢസന്ദർശനം കഴിഞ്ഞതിൽ പിന്നെ ആ അവസ്ഥക്ക് വളരെ ഭേദം വന്നു. ഇപ്പോൾ പ്രധാനമന്ത്രിയുടെ സ്ഥാനംകൂടി ലഭിക്കയാൽ മനസ്സ് ഏകദേശം സ്വസ്ഥിതിയിൽതന്നെയാ

യി. വൈമനസ്യം കേവലം അസ്തമിച്ച് സ്വഭാവം തെളിഞ്ഞ് അധികം പ്രീതികരമായിത്തീരുകയും ചെയ്തു.

അഘോരനാഥന്ന് പ്രധാനമന്ത്രിയുടെ പട്ടം കൊടുത്തു കഴിഞ്ഞ ശേഷം കിഴുക്കടെ കഴിഞ്ഞുവന്നിട്ടുള്ള സമ്പ്രദായപ്രകാരം യുവരാജാവ് സിംഹാസനാരൂഢനായി പത്നീസമേതനായി ആസ്ഥാനമണ്ഡപത്തിൽ ഇരുന്ന് കലിംഗരാജാവിന്ന് കപ്പം കൊടുക്കുന്നവരായ ഉപരാജാക്കന്മാരോടും നാട്ടു പ്രഭുക്കന്മാരോടും തിരുമുൽക്കാഴ്ചകൾ സ്വീകരിച്ച്, അവരോട് രണ്ടുനാലുവാക്ക് സംസാരിച്ച്, താരതമ്യംപോലെ ചില സമ്മാനങ്ങൾ കൊടുത്തയക്കുകയും ഉണ്ടായി. അങ്ങിനെ തിരുമുൽക്കാഴ്ചക്ക് വന്നിരുന്നവരിൽ ഒരാളെക്കുറിച്ച് പ്രത്യേകിച്ചു പറയേണ്ടിയിരിക്കുന്നു. ആയാൾ വേടർക്കരചൻ ആണ്. വേടർ കലിംഗരാജ്യത്തിന്ന് സമീപമുള്ള വനപ്രദേശങ്ങളിൽ വസിച്ച്, വേട്ടകൊണ്ടും കായ്കനികളെകൊണ്ടും ഉപജീവനം കഴിച്ചുവരുന്ന ഒരു താണജാതിക്കാരാണ്. അസ്ത്രപ്രയോഗത്തിൽ അവർക്ക് അസാമാന്യമായ നൈപുണ്യം ഉണ്ട്. സ്വതെ അല്പം ഹ്രസ്വഗാത്രന്മാരാണെങ്കിലും എപ്പോഴും വേട്ടയാടുകയാൽ ആയവർ കൃശോദരന്മാരും വാനരജാതികൾക്കുള്ളതിൽ വളരെ കുറയാതെ അംഗലാഘവം ഉള്ളവരുമായിരുന്നു. അവരിൽ ചിലർക്ക് കാട്ടാനയെ വേട്ടയാടികൊല്ലുവാൻ പ്രത്യേക സാമർത്ഥ്യം ഉണ്ട്. അത് എങ്ങിനെയെന്ന് മുമ്പൊരേടത്ത് വിസ്താരമായി പ്രസ്താവിച്ചിട്ടുണ്ടല്ലൊ.

വേടർക്കരചനും ഭാര്യയും മക്കളും ഒരു ആനപ്പുറത്തമ്പാരിയിലാണ് വന്നിരുന്നത്. തിരുമുൽക്കാഴ്ചക്ക് കാട്ടിൽനിന്ന് കിട്ടുന്ന ദുർല്ലഭങ്ങളായ സാധനങ്ങളും കൊണ്ടുവന്നിരുന്നു. സ്വർണമയിദേവി വേടർക്കരചനേയും വേടരേയും അടുത്തുകാണേണമെന്ന് ആവശ്യപ്പെട്ടു. യുവരാജാവ് സ്വർണ്ണമയിയോടുകൂടി ആസ്ഥാനമണ്ഡപത്തിൽനിന്ന് പുറത്തേക്കിറങ്ങി അവിടെ ഒരൊഴിഞ്ഞസ്ഥലത്ത് രണ്ടാളുകളും ചെന്നിരുന്നു, വേടർക്കരചനെ സമീപം വരുത്തുവാൻ കൽപ്പിച്ചു. അരചൻ വന്ന് വളരെ സന്തോഷത്തോടുകൂടി വന്ന് യുവരാജാവിന്റേയും രാജ്ഞിയുടേയും മുമ്പാകെ സാഷ്ടാംഗം നമസ്കരിച്ചു. യുവരാജാവ്, അവനെ ഉടനെ എഴുനേൽപ്പിച്ച് അടുക്കെ ഉണ്ടായിരുന്ന ഒരു ആസനത്തിന്മേൽ ഇരിക്കാമെന്ന് കാണിച്ചു. അരചൻ 'അടിയങ്ങൾ തിരുമുമ്പാകെ ഇരിക്കുക പതിവില്ലെ'ന്നു പറഞ്ഞു. അപ്പോഴേക്ക് ആളുകൾ ചുറ്റും വന്നുകൂടി അരചനെ കേശാദിപാദം നോക്കിത്തുടങ്ങി. അരചന്റെ ശരീരം ഏകദേശം നീലച്ചേമ്പിന്റെ നിറമാണ്. കുറെ എകരം കുറയുമെങ്കിലും തന്റെ സ്ഥിതിക്കനുസരിച്ച യോഗ്യത നല്ലവണ്ണം ഉണ്ട്. വസ്ത്രം അരയിൽ ചുറ്റീട്ടുള്ളത് ഒന്നു മാത്രമെ ഉള്ളൂ. ഓരോ കുരുക്കൾകൊണ്ടും മൃഗങ്ങളുടെ കൊമ്പുകൾകൊണ്ടും മറ്റുമുണ്ടാക്കിയ ആഭരണങ്ങൾ വളരെ അണിഞ്ഞിട്ടുണ്ട്. വിസ്തൃതമായ മാറിടം, ചുരുങ്ങിയ വയറ്, ഹ്രസ്വങ്ങളാണെങ്കിലും മാംസളങ്ങളായി വ്യായാമകഠിനങ്ങളായ കരചരണങ്ങൾ, ഇതുകൾക്കുപുറമെ വട്ടമൊത്ത ഒരു മുഖവും അല്പം ചെമ്പിച്ച താടിയും മീശയും ചെറിയതാണെങ്കിലും വളരെ

തീക്ഷ്ണങ്ങളായ ലോചനയുഗളവും, നീണ്ട് അല്പം അകത്തോട്ടു വളഞ്ഞ മൂക്കും ആകുന്നു ആ സ്വരൂപത്തിന്റെ പ്രധാനഭാഗങ്ങൾ. അരചന്റെ ആ സ്വരൂപവും കുലുക്കമില്ലാത്ത ഒരു നിലയും കണ്ടാൽ കാട്ടിൽ ഉണ്ടായി വളർന്നവനാണെങ്കിലും വളരെ ആർജ്ജവവും തനിക്കുതാൻ പോരിമയും ഔദാര്യവും ഉള്ളാളാണെന്നു തോന്നും. രാജാവും രാജ്ഞിയും അരചനെ നല്ലവണ്ണം നോക്കി വിസ്മയം പൂണ്ടു. രാജ്ഞി "ഇവരുടെ സ്ത്രീകളും ചിലര് വന്നിട്ടുണ്ടെന്ന് തോന്നുന്നു ആ നിൽക്കുന്നവർ ആരാണെന്ന്" യുവരാജാവിനോടായിട്ടു ചോദിച്ചു.

അരചൻ അതുകേട്ട്, 'എന്റെ പൊന്നു തമ്പുരാട്ടി! അത് എന്റെ വേടത്തിയും കുട്ടികളുമാണ്' എന്നു പറഞ്ഞു.

രാജ്ഞി, 'അവരെ ഇങ്ങോട്ടു വരുത്തുവാൻ ആളെ അയക്കൂ' എന്ന് യുവരാജാവിനോട് ആവശ്യപ്പെട്ടു. യുവരാജാവ് 'ദേവിക്ക് തന്നെ ആളെ അയക്കരുതെ? ഈ കാണുന്ന അനവധി ജനങ്ങളും ഞാൻ തന്നെയും ദേവിയുടെ ഹിതത്തെ ചെയ്യാൻ തയ്യാറായിട്ടുള്ളവരാണെന്ന് അറിവില്ലെ?' എന്നുത്തരം പറഞ്ഞു.

രാജ്ഞി, ഭർത്താവിന്റെ സ്നേഹപുരസ്സരമായ വാക്കിനാൽ ധൈര്യപ്പെട്ട് അടുത്ത് നിന്നിരുന്ന ഒരു സചിവനെ വിളിച്ച് കുറെ സങ്കോചത്തോടുകൂടി തന്റെ ആവശ്യം പറഞ്ഞു. അപ്പൊഴെക്ക് ആ സചിവൻ വേഗത്തിൽ പോയി അവരെ കൂട്ടിക്കൊണ്ടുവന്നു. രാജ്ഞി വളരെ കൗതുകത്തോടുകൂടി അവരെ കുറെനേരം നോക്കിയശേഷം എഴുനീറ്റ് അനുജ്ഞക്ക് അപേക്ഷിക്കുംപോലെ ഭർത്താവിന്റെ മുഖത്തേക്ക് ഒന്നു നോക്കി. അരചന്റെ പത്നിയുടെ അടുക്കൽചെന്ന് അവളോടു കുശലപ്രശ്നം ചെയ്ത് സംസാരിച്ചുതുടങ്ങി. പിന്നെ, കുട്ടികളുടെ കറുത്ത കുഞ്ഞിക്കയ്യുകൾ പിടിച്ച് ചിരിച്ചുകൊണ്ട് അവരുടെ ആഭരണങ്ങളെയും മറ്റും സൂക്ഷിച്ചു നോക്കി. കാണികളായ മഹാജനങ്ങൾ, അതു കണ്ടപ്പോൾ രാജ്ഞിയുടെ ഔദാര്യത്തേയും നന്മയേയും ദയയേയും കുറിച്ച് വളരെ പ്രശംസിച്ചു. അരചന്റെ അപ്പോഴത്തെ സന്തോഷം പറഞ്ഞാൽ തീരുന്നതല്ല.

രാജ്ഞി അരചന്റെ ഭാര്യയോടും കുട്ടികളോടും സംസാരിച്ചുകൊണ്ടിരിക്കെ അരചൻ തിരുമുൽക്കാഴ്ചക്കുള്ള ദ്രവ്യങ്ങൾ എടുത്തുകൊണ്ടുവരുവാൻ തന്റെ കിങ്കരന്മാരോട് ആംഗ്യം കാണിച്ചു. അപ്പോഴെക്കു വേടർ പലരുംകൂടി സാമാനങ്ങൾ ഓരോന്നായി താങ്ങിപ്പിടിച്ച് എടുത്തുകൊണ്ടുവന്നു തുടങ്ങി. ഒന്നാമതായിട്ടു വലിയ രണ്ട് ആനക്കൊമ്പുകൾ യുവരാജാവിന്റെ തിരുമുമ്പാകെ വെച്ചു. അരചൻ 'ഉണ്ണിത്തമ്പുരാനോടണഞ്ഞ കൊമ്പന്റെയാണിത്' എന്നു പറഞ്ഞു. യുവരാജാവ് ആ വിവരം രാജ്ഞിയെ അറിയിച്ചു. രാജ്ഞി, 'ജ്യേഷ്ഠനെ രക്ഷിച്ച വേടർ ഈ കൂട്ടത്തിൽ ഉണ്ടോ?' എന്നു ചോദിച്ചു. അരചൻ അടുത്തു തന്നെയുണ്ടായിരുന്ന അവനെ വിളിച്ച് ഉടനെ മുമ്പിൽ നിർത്തി. രാജ്ഞി കണ്ണിൽ വെള്ളം നിറച്ചുകൊണ്ട് തന്റെ വിരലിന്മേൽ ഉണ്ടായിരുന്ന അനർഘമായ ഒരു

വൈരമോതിരം ഊരി അപ്പോൾതന്നെ അവന് സമ്മാനിച്ചു. അപ്പോൾ അത് കണ്ട് നിന്നിരുന്ന മറ്റ് വേടർ ഒക്കെയും സന്തോഷംകൊണ്ട് ആർത്തു വിളിച്ചു. രാജാവും അവന്ന് നല്ല ഒരു സമ്മാനം കൊടുത്തു. രാജ്ഞി പിന്നേയും അരചന്റെ ഭാര്യയോടു സംസാരിപ്പാൻ തുടങ്ങി. യുവരാജാവ് കാഴ്ചദ്രവ്യങ്ങൾ ഒക്കയും ഒന്നുനോക്കി താൻ സ്വീകരിച്ചതിനടയാളമായി കൈകൊണ്ടൊന്നു തൊട്ടു. പിന്നെ അരചനും വേടർക്കും പരക്കെ സമ്മാനം കൊടുക്കുവാൻ തുടങ്ങി. സമ്മാനം കൊടുത്തു കഴിഞ്ഞു അവർ വിടവാങ്ങാറായപ്പോൾ രാജ്ഞി തന്റെ കഴുത്തിൽ കിടന്നിരുന്ന ഒരു വില യേറിയ മുത്തുമാല എടുത്ത് അരചന്റെ പത്നിക്ക് സമ്മാനിച്ചു. കുട്ടി കൾക്കൊക്കയും തരംപോലെ ചില കളിസാധനങ്ങളും സമ്മാനം കൊടുത്തു. എല്ലാവരും തമ്മിൽ പിരിയാറായപ്പോൾ രാജ്ഞി തന്റെ ഭർത്താവിനോട് സ്വകാര്യമായി അരചന്റെ ഭാര്യയുടെ കഴുത്തിൽ കിട ക്കുന്ന ആ മാലപോലെ ഒരു മാല തനിക്ക് ഉണ്ടാക്കിച്ചയക്കാൻ അരചര നോടപേക്ഷിക്കണമെന്നു പറഞ്ഞു. രാജ്ഞിക്ക് അത്ര കൗതുകം തോന്നിച്ച ആ മാല ഏതോ മരത്തിന്റെ കുരുതുളച്ചു ചരടിന്മേൽ കോർത്തിട്ടുണ്ടാക്കിയതാണ്, കുരുവിന്റെ മിനുപ്പും ശ്യാമളിമാവും കണ്ടാൽ കൗതുകം തോന്നാതിരിക്കില്ലതാനും. യുവരാജാവ് ആ മാലനോക്കി, പൊട്ടിച്ചിരിച്ച് അടുത്തുനിന്നിരുന്ന അരചനോട് 'എന്റെ രാജ്ഞിക്കു അസാ ദ്ധ്യമായ ഒന്നിൽ ആശ കടന്നുകൂടിയിരിക്കുന്നു. അത് സാധിപ്പിക്കാമോ?' എന്നു ചോദിച്ചു.

അരചൻ: 'അടിയങ്ങളാലാവതാണെങ്കിൽ മാനത്തുനിൽക്കുന്ന അമ്പി ളിയെ പിടിപ്പാനുംകൂടി അടിയങ്ങൾ തെയ്യാറാണെ, തമ്പുരാട്ടി' എന്നു പറഞ്ഞു രാജ്ഞിയെ നോക്കി കുമ്പിട്ടു.

യുവരാജാവ്: 'ഇതിന്നു അത്രവളരെ പ്രയാസമില്ല. രാജ്ഞിക്കു കഴുത്തി ലേക്കാഭരണങ്ങൾ തരത്തിൽ ഒന്നും ഇല്ലാത്തതിനാൽ അരചന്റെ കെട്ടിയവളുടെ കഴുത്തിൽ കിടക്കുന്ന മാലപോലെ ഒരു മാല താമ സിയാതെ ഉണ്ടാക്കിച്ചാൽ നന്ന്' എന്നു പറഞ്ഞു.

രാജാവ് ഇങ്ങനെ നേരംപോക്കായി പറഞ്ഞപ്പോൾ കേട്ടുനിന്നവർ ഉൾച്ചിരികൊണ്ടു. രാജ്ഞി ഭർത്താവിനെ പഴിക്കുമ്പോലെ ഇടക്കണ്ണിട്ടു നോക്കി നാണംകൊണ്ടു അല്പം തലതാഴ്ത്തി.

അപ്പോഴെക്ക് അരചന്റെ ഭാര്യ രാജ്ഞിയുടെ ആവശ്യം മനസ്സിലാക്കി, വേഗത്തിൽ ആ മാലതന്നെ തന്റെ കഴുത്തിൽ നിന്നെടുത്ത് രാജ്ഞിയുടെ അടുക്കൽ കൊടുക്കുവാൻ കൊണ്ടുചെന്നു. രാജ്ഞി, 'ഇത് ഞാൻ വാങ്ങു ന്നില്ല, താമസിയാതെ ഉണ്ടാക്കിച്ച് അയച്ചാൽ മതി' എന്നു പറഞ്ഞു.

രാജ്ഞി തന്നോടു ആ മാല സ്വീകരിക്കായ്കയാൽ അരചന്റെ ഭാര്യയ്ക്ക് അല്പം സുഖക്കേടുണ്ടെന്നു കണ്ടപ്പോൾ രാജ്ഞി മനസ്സ ലിഞ്ഞ് രാജാവിന്റെ സമ്മതം കിട്ടുവാനായിട്ട് മുഖത്തെക്കൊന്നു നോക്കി. രാജാവ്, 'ഒട്ടും തരക്കേടില്ല അതുതന്നെ വാങ്ങിക്കൊള്ളൂ' എന്നു പറ ഞ്ഞപ്പോൾ രാജ്ഞി സന്തോഷത്തോടുകൂടി കൈ കാണിച്ചു. അരചന്റെ

ഭാര്യ ഒട്ടും മടിക്കാതെ അത് രാജ്ഞിയുടെ കഴുത്തിൽതന്നെ അണിയിച്ചു. അപ്പോൾ കണ്ടുനില്ക്കുന്നവരൊക്കെയും കൊണ്ടാടിച്ചിരിച്ചു. അരചൻ തന്റെ കഴുത്തിൽ ഉണ്ടായിരുന്ന ഒരു മാല രാജാവിന്ന് സമ്മാനിക്കുവാൻ സമ്മതം ചോദിച്ചു. 'ദേവീ എനിക്കും ഒരു മാല കിട്ടി' എന്നു പറഞ്ഞ് യുവരാജാവ് ആ മാല തന്റെ കഴുത്തിൽ ചാർത്തുവാൻ തലതാഴ്ത്തി ക്കൊടുത്തു. അപ്പോൾ കണ്ടുനില്ക്കുന്നവരെല്ലാവരും രാജ്ഞിയുടെയും യുവരാജാവിന്റെയും ബുദ്ധിഗുണത്തേയും താഴ്മയേയും കണ്ട് ആനന്ദ നിമഗ്നരായി, 'ഇവർ വളരെക്കാലം വാഴുമാറാകണെ ഈശ്വരാ' എന്നു മനസ്സുകൊണ്ട് നിർവ്യാജമായി പ്രാർത്ഥിച്ചു.

അരചൻ, 'തമ്പുരാനും തമ്പുരാട്ടിയും ഇന്നു അടിയങ്ങളോടു കാണിച്ച തിരുമനസ്സിന്ന് അടിയങ്ങൾ പകരമായി എന്തു ചെയ്വാൻ കഴി യുമൊ എന്നറിയുന്നില്ല. ഇതുപോലെതന്നെ തമ്പുരാന്റെ തിരുമനസ്സ് എപ്പോഴും അടിയങ്ങളുടെ മേലുണ്ടായിരിക്കട്ടെ' എന്നു പറഞ്ഞു സന്തോ ഷാശ്രുക്കളോടുകൂടി താനും ഭാര്യയും രാജാവിന്റേയും രാജ്ഞിയുടേയും കാല്ക്കൽ സാഷ്ടാംഗം വീണ്, എഴുനീറ്റ് പിന്നെയും അവരെ തൊഴുത് വിടവാങ്ങിപ്പോകയും ചെയ്തു.

10

ശിഷ്യൻ

യോഗീശ്വരനും അതിഥിയും ഇതിന്നിടയിൽ അന്യോന്യം വളരെ സ്നേഹവിശ്വാസമുള്ളവരായിതീർന്നു. അതിഥി യോഗീശ്വരന്റെ ഭവനത്തിൽ കാലക്ഷേപം ചെയ്‌വാനുള്ള സുഖവും, യോഗീശ്വരന്റെ അപരിമിതമായിരിക്കുന്ന വിജ്ഞാനവും വിസ്മയനീയമായ ബുദ്ധിചാതുര്യവും, ലൗകികവിഷയങ്ങളിലെ പരിചയവും, ശീലഗുണവും കണ്ട് ഒരു ദിവസം സവിനയം പറഞ്ഞു.

രാമകിശോരൻ: 'വിരോധമില്ലെങ്കിൽ ഞാൻ അങ്ങേടെ ശിഷ്യനായി കുറെക്കാലം ഒരുമിച്ചു താമസിച്ചതിന്റെ ശേഷമേ എന്റെ രാജ്യത്തേക്ക് മടങ്ങിപ്പോകാൻ വിചാരിക്കുന്നുള്ളു.'

യോഗീശ്വരൻ: 'എനിക്കും അതുതന്നെയാണ് വളരെ സന്തോഷം. അധികം കാലം ഉത്സാഹത്തോടുകൂടി ഗുരുശുശ്രൂഷചെയ്തും താല്പര്യത്തോടുകൂടി പരിശ്രമിച്ചും സമ്പാദിച്ചിരിക്കുന്ന എന്റെ വിദ്യയാകുന്ന ധനം, ഈ വിഗ്രഹത്തിനു പരിണാമം വന്നതിനുശേഷവും പരോപകാരത്തിനു കാരണമായി അനേക സംവത്സരം ക്ഷയിക്കാതെ നില്ക്കേണമെന്നാണ് എന്റെ മോഹം. എന്നാൽ ആയത് സല്പാത്രങ്ങളിൽ നിക്ഷേപിക്കേണമെന്ന് ഒരു ശാഠ്യം ഉള്ളതിനാൽ ഇതുവരെ ആ മോഹം സാധിപ്പാൻ സംഗതി വന്നില്ല. ഇപ്പോൾ എനിക്ക് ഒരു നിധി കിട്ടിയപോലെ യദൃച്ഛയായി രാമകിശോരനെ കണ്ടെത്തിയത് എന്റെ ഭാഗ്യം തന്നെയാണ്. അതിന്നു ഞാൻ ജഗദീശ്വരനെ ഇതാ വന്ദിക്കുന്നു.

രാമകിശോരൻ: ഞാൻ അങ്ങനെയല്ലാ വിചാരിക്കുന്നത്. വളരെ ഭാഗ്യശാലികൾക്കല്ലാതെ സത്സമാഗമത്തിന്ന് ഇടവരുന്നതല്ല. ഞാൻ ആ ഗ്രാമത്തിൽവെച്ച് അങ്ങുന്നുമായി കാണ്മാൻ ഇടവരുന്നില്ലെങ്കിൽ,

ഓരോ ദിക്കുകളിൽ സഞ്ചരിച്ച് വൃഥാ കാലക്ഷേപം ചെയ്തുപോകുന്നതായിരുന്നു. അതുകൂടാതെ ഇങ്ങനെ ദുർല്ലഭമായിരിക്കുന്ന സത്സകാശത്തിന്നു സംഗതിവന്നത് എന്റെ ഭാഗ്യം എന്നല്ലാതെ ഞാൻ ഒന്നും പറവാൻ കാണുന്നില്ല.

യോഗീശ്വരൻ: നമ്മുടെ സഹവാസം പരസ്പരം പ്രീതികരമാണെന്നു നമുക്ക് പരമാർത്ഥമാണല്ലൊ. ഈ ലോകത്തിൽ പല വിധക്കാരായ അനേകം ജനങ്ങൾ ഉണ്ടെങ്കിലും, അവരിൽ ബുദ്ധിവൈശിഷ്ട്യം കൊണ്ടും ശീലഗുണംകൊണ്ടും കൃത്യാകൃത്യപരിജ്ഞാനം കൊണ്ടും സഖ്യത്തിനു അനുരൂപന്മാരായവർ എത്രയോ ചുരുക്കം. അങ്ങനെ ചുരുക്കം ഉള്ളവരിൽതന്നെ ഓരോരുത്തരുടെ ഗുണങ്ങളെ തമ്മിൽതമ്മിൽ അറിവാനുള്ള അവസരങ്ങൾ വളരെ ദുർല്ലഭമായിരിക്കയാൽ അന്യോന്യം വിശ്വാസവും ബഹുമാനവും ഉണ്ടായിത്തീർന്നു, മൈത്രി എന്ന ബന്ധത്തിൽനിന്ന് ഇടവിടാതെ ഉളവാകുന്ന സാമ്യമില്ലാത്ത ആനന്ദത്തെ അനുഭവിപ്പാൻ പ്രായേണ ദേഹികൾ പ്രാപ്തന്മാരാകുന്നില്ല. നമ്മുടെ സംഭാഷണവും സഹവാസവും പരസ്പരം പ്രീതികരമാണെന്നുള്ള ഒരവസ്ഥ നിഷ്കളങ്കമായ മൈത്രിയുടെ നിസ്സംശയമായ ഒരു ലക്ഷണമാകയാൽ, ആ സംഗതികൊണ്ടു നാം രണ്ടുപേരും ഭാഗ്യവാന്മാരാണെന്നു ഞാൻ അഭിപ്രായപ്പെടുന്നു.

രാമകിശോരൻ: അങ്ങുന്നു പറഞ്ഞതിന്റെ പരമാർത്ഥം എന്റെ ചുരുങ്ങിയ പരിചയം കൊണ്ടുതന്നെ ആലോചിക്കുന്നേടത്തോളമെനിക്ക് അനുഭവമായി തോന്നുന്നു. എന്നാൽ ലോകത്തിൽ സ്നേഹിതന്മാർ എന്നു പറയപ്പെട്ടവരും, അന്യോന്യം അപ്രകാരം വിളിച്ചുവരുന്നവരും ആയ ജനങ്ങൾ വളരെ വളരെയുണ്ട്. അത് ആശ്ചര്യമായ ഒരു സംഗതി തന്നെ.

യോഗീശ്വരൻ: ലോകം, അതിന്റെ രീതി വഴിപോലെ പരിചയമില്ലാത്തവരെ അത്യന്തം വഞ്ചിക്കുന്നതാകുന്നു. ജനങ്ങളെ അവരുടെ പ്രവർത്തികൊണ്ടല്ലാതെ വാക്കുകളെക്കൊണ്ട് ഗണിക്കുന്നതു പോലെ അബദ്ധം മറ്റൊന്നില്ല. ഓരോ സ്വാർത്ഥങ്ങളെ സാധിക്കാൻ വേണ്ടിയോ, അസംഗതിയായോ തമ്മിൽ ഇടവിടുവാൻ സംഗതി വരുമ്പോൾ ജനങ്ങൾ തങ്ങളുടെ ആ സംബന്ധത്തെ സ്നേഹം എന്നു പറഞ്ഞു പോരുന്നത് ഒരു ലൗകികാവസ്ഥയാണ്. ആയത് യഥാർത്ഥമായ സ്നേഹമാണെന്ന് ആദിയിൽ തെറ്റായിധരിക്കുന്ന ശുദ്ധന്മാർക്ക് മായമാണെന്ന് ലോകത്തിൽ അല്പം പരിചയിക്കുമ്പോൾ ബോദ്ധ്യപ്പെടുകയും ചെയ്യും.

രാമകിശോരൻ: അങ്ങുന്ന് പറഞ്ഞത് മുഴുവൻ ആലോചിച്ചു നോക്കുമ്പോൾ, സ്വാർത്ഥത്തിന്റെ ലാഞ്ഛനപോലും ഉണ്ടെങ്കിൽ ആ മൈത്രി നിഷ്കളങ്കമാണെന്നു പറവാൻ പാടില്ലെന്നു തോന്നുന്നു.

യോഗീശ്വരൻ: അതെ, സ്വാർത്ഥത്തോടു വേർപെട്ട് നില്ക്കുന്നേടത്തോളം മൈത്രി നിലനില്ക്കുന്നതാകുന്നു. എന്നാൽ സ്വാർത്ഥത്തെ കേവലം

നിരസിച്ച് പ്രവർത്തിക്കുന്നവർ ലോകത്തിൽ ഇല്ലെന്നുതന്നെ പറയാം. ധർമ്മവിഷയമാണെന്നും ഈശ്വരവിഷയമാണെന്നും സാധാരണ പറഞ്ഞുവരുന്ന പ്രവൃത്തികൾകൂടി ഓരോന്നായി പരിശോധനയ്ക്കു വേണ്ടി ശാണഘർഷണം ചെയ്താൽ, ആയവയിൽ സ്വാർത്ഥസ്സമ്മിശ്രമല്ലാത്തവ എത്രയോ ചുരുങ്ങിക്കാണുമെന്ന് തീർച്ചയാണ്. ഞാൻ പറയുന്നതിന്റെ താല്പര്യം, സ്വാർത്ഥത്തിനുമാത്രം വേണ്ടി സമ്പാദിക്കുന്ന സ്നേഹത്തിന്നു സ്നേഹം എന്നു പറഞ്ഞുകൂടാ എന്നും സ്വാർത്ഥം സാധിക്കുവാൻ വേണ്ടി ഉതകുമാറാക്കുന്ന സ്നേഹം അസ്ഥിരമാണെന്നും ആകുന്നു.

ഇങ്ങിനെ രണ്ടുപേരും തമ്മിൽ ഏതാണ്ടു ഗുരുശിഷ്യന്മാരുടെ നിലയിൽ ആയി എങ്കിലും സ്നേഹിതന്മാരെപ്പോലെ ചിലപ്പോൾ പല നർമ്മങ്ങൾ പറയുമെന്നുതന്നെയല്ല, ഒരിക്കലും തമ്മിൽ പിരിയാതെയുമായി. രാമകിശോരൻ തന്റെകൂടെ ശിഷ്യനായി താമസിപ്പാൻ തീർച്ചയാക്കിയതിന്റെശേഷം തന്റെ ഗൃഹത്തിലുള്ള എല്ലാവരേയും യോഗീശ്വരൻ രാമകിശോരന്ന് പറഞ്ഞു പരിചയമാക്കിക്കൊടുത്തു. ഒരു ദിവസം രണ്ടുപേരും കൂടി ഉമ്മറത്ത് തിണ്ണയിന്മേൽ ഇരിക്കുമ്പോൾ യോഗീശ്വരൻ കുന്ദലതയെ വിളിച്ചു. കുന്ദലത തന്റെ പതിവുപോലെ വേഗത്തിൽ വന്ന് ഉമ്മറത്തേക്കു കടന്നപ്പോൾ പുതുതായി വന്ന ആൾ അവിടെ ഇരിക്കുന്നതുകണ്ട് ഉടനെ അല്പം സങ്കോചത്തോടുകൂടി അകത്തേക്കുതന്നെ പിൻവാങ്ങി. രാമകിശോരൻ വന്നിട്ടു നാലഞ്ചു ദിവസമായി എങ്കിലും കുന്ദലത രാമകിശോരനെ അതുവരെ അടുത്തു കണ്ടിട്ടുണ്ടായിരുന്നില്ല. രാമകിശോരൻ കുന്ദലതയെ അതിന്നുമുമ്പിൽ കണ്ടിട്ടുതന്നെയുണ്ടായിരുന്നതുമില്ല. അതുകൊണ്ട് കാന്തിയേറിയ അവളുടെ ശരീരം തടിൽപ്രഭപോലെ ക്ഷണമാത്രം കൊണ്ടു കാണാതായപ്പോൾ രാമകിശോരൻ അത്യന്തം വിസ്മയിച്ചു. യോഗീശ്വരൻ 'തരക്കേടില്ല ഇങ്ങോട്ടുവരാം' എന്നു പറഞ്ഞ് പിന്നേയും വിളിച്ചപ്പോൾ കുന്ദലത വളരെ ശങ്കിച്ചുംകൊണ്ട് പുറത്തേക്കു കടന്നു യോഗീശ്വരന്റെ അരികെ ചെന്നുനിന്നു തലതാഴ്ത്തിക്കൊണ്ട് പുതുതായി വന്നാളുടെ വേഷത്തെ സൂക്ഷിച്ചു നോക്കിത്തുടങ്ങി. ലജ്ജകൊണ്ട് അയാളുടെ മുഖത്തേക്കുമാത്രം നോക്കുവാൻ കഴിഞ്ഞില്ല. രാമകിശോരനും തന്റെ താരുണ്യംനിമിത്തം യുവതിയായ കുന്ദലതയുടെ മുഖത്തേക്കു നേരിട്ടുനോക്കുവാൻ കഴിയാതെ ഉന്നമ്രമുഖനായ്ക്കൊണ്ടിരുന്നതേയുള്ളു.

യോഗീശ്വരൻ, "ഇദ്ദേഹം ഇന്നുമുതൽ എന്റെ ശിഷ്യനാവാൻ നിശ്ചയിച്ചിരിക്കുന്നു. മേലാൽ നമ്മുടെ ഭവനത്തിൽതന്നെയാണ് ഇദ്ദേഹത്തിന്നു സ്ഥിരവാസം. നമ്മുടെ ഭാഗ്യംകൊണ്ടാണ് സഹവാസത്തിന്നു ഇങ്ങനെ ഒരാളെ കിട്ടുവാൻ സംഗതി വന്നത്. രാമകിശോരൻ എന്നാണ് പേര്" എന്ന് കുന്ദലതയോടായിട്ട് പറഞ്ഞു. പിന്നെ രാമകിശോരനെ നോക്കി "ഈ കുമാരിക്ക് കുന്ദലത എന്നാണ് പേര്. ഇവളുടെ അമ്മ മരിച്ചിട്ടു കുറെ കാലമായി. അമ്മയെ ഇവൾക്ക് ഓർമ്മയുണ്ടോ എന്നുതന്നെ സംശ

യമാണ്. അത്ര ചെറുപ്പത്തിൽതന്നെ അമ്മയില്ലാതായിരിക്കുന്നു" എന്നു പറഞ്ഞപ്പോൾ രാമകിശോരൻ പണിപ്പെട്ടു കുന്ദലതയുടെ മുഖത്തേക്കു ഒന്നുകൂടിനോക്കി ഉടനെ മുഖം താഴ്ത്തി. അപ്പോഴാണ് അവർ തമ്മിൽ മുഖത്തോടുമുഖം കണ്ടത്. രാമകിശോരൻ കുന്ദലതയുടെ മുഖത്തേക്ക് ഒന്നു നോക്കിയപ്പോൾതന്നെ ഗുരുപുത്രിയാകയാൽ വിനയത്തോടുകൂടി കുശലസൂചകമായി അല്പം തലതാഴ്ത്തി അവളെക്കുറിച്ച് തന്റെ പ്രീതിയും ബഹുമാനവും പ്രകാശിപ്പിച്ചു. കുന്ദലത അതുകഴിഞ്ഞ ഉടനെ അതുമതിക്കായി യോഗീശ്വരന്റെ മുഖത്തേക്ക് ഒന്നുനോക്കി, ഒന്നും സംസാരിക്കാതെ അകായിലേക്കുതന്നെ പോവുകയും ചെയ്തു.

യോഗീശ്വരൻ, 'ഇനി നമ്മുടെ ഗൃഹഭരണം ഒക്കെയും കഴിക്കുന്നവളായി പാർവതി എന്നൊരു സ്ത്രീയുണ്ട്. അവളെ കണ്ടിരിക്കുന്നുവല്ലൊ. അതുകൂടാതെ എനിക്ക് ഒരു ഭൃത്യനും ഉണ്ട്. അതാ ആ തോട്ടത്തിൽ പണിചെയ്യുന്നവൻ തന്നെയാണ്. രാമദാസൻ എന്നാണ് അവന്റെ പേര്. അവനെ ഞാൻ ഇയ്യിടെ ഒരു ദിക്കിലേക്ക് അയച്ചിരുന്നു, ഇന്നലെയാണ് എത്തിയത്' എന്നു പറഞ്ഞ് രാമദാസനെ വിളിച്ചു മൂന്നാളുകളുംകൂടി തോട്ടത്തിൽ കുറേനേരം നടന്നതിന്റെ ശേഷം യോഗീശ്വരനും ശിഷ്യനും കൂടി കുളിക്കുവാൻ പോകയും ചെയ്തു.

അതിന്നുശേഷം യോഗീശ്വരൻ എപ്പോഴും രാമകിശോരനെ ഒരുമിച്ചു കൊണ്ടുനടക്കും. പല സംഗതികളെക്കുറിച്ചും സംസാരിക്കുമ്പോൾ, ഒന്നാമത് രാമകിശോരന്ന് ആ സംഗതികളെക്കുറിച്ച് ഗ്രഹിതം ഇത്രയുണ്ടെന്നറിഞ്ഞ് അതിൽ അബദ്ധങ്ങളായിട്ടുള്ളവയുടെ അബദ്ധത്തെ പറഞ്ഞ് മനസ്സിലാക്കുകയും സുബദ്ധങ്ങളായിട്ടുള്ളവയെ ധരിപ്പിക്കുകയും ചെയ്യും. ഈ വിധം സംഭാഷണങ്ങളും വിവാദങ്ങളും ഇടക്കിടക്ക് ഉണ്ടാവുമ്പോൾ യോഗീശ്വരൻ കുന്ദലതയേയും വിളിക്കും. എന്നാൽ രാമകിശോരനെക്കുറിച്ചുള്ള പരിചയക്കേടുനിമിത്തം കുന്ദലത ഒന്നും സംസാരിക്കുകയാകട്ടെ തന്റെ സംശയങ്ങൾ ചോദിച്ചുതീർക്കുകയാകട്ടെ ചെയ്കയില്ല എങ്കിലും യോഗീശ്വരൻ പറയുന്നത് രാമകിശോരൻ ഗ്രഹിക്കുന്നതുപോലെതന്നെ തെളിവായും സൂക്ഷ്മമായും ഗ്രഹിക്കുകയും ചെയ്യും. ചിലപ്പോൾ കുന്ദലതക്കുമുമ്പ് യോഗീശ്വരൻ പറഞ്ഞുകൊടുത്തിട്ടുള്ള സംഗതികളെക്കുറിച്ചാണ് സംഭാഷണം ഉണ്ടായത് എങ്കിൽ അദ്ദേഹം കുന്ദലതയോടു നേരിട്ടു ചോദിക്കും. അപ്പോൾ അവൾ വളരെ സങ്കോചത്തോടുകൂടീട്ടാണെങ്കിലും അക്ഷരവ്യക്തിയോടുകൂടി മിതമായി ഖണ്ഡിതമായ സമാധാനങ്ങൾ പറഞ്ഞ് യോഗീശ്വരനെ സന്തോഷിപ്പിക്കുകയും, രാമകിശോരനെ അത്യന്തം വിസ്മയിപ്പിക്കുകയും ചെയ്യും.

ഒരു ദിവസം മൂന്നുപേരുംകൂടി രാത്രി അത്താഴം കഴിഞ്ഞ ഉടനെ നക്ഷത്രം നോക്കിക്കൊണ്ടു മുറ്റത്ത് നടന്നുകൊണ്ടിരിക്കെ രാമകിശോരൻ ചോദിച്ചു: 'ഈ കാണുന്ന തേജപ്പുഞ്ജങ്ങൾ അവയുടെ ഗതിഭേദങ്ങളെ കൊണ്ടു മനുഷ്യരുടെ സുഖദുഃഖാവസ്ഥകളെ നിർണ്ണയിക്കുന്നുണ്ടെന്നു ചില യോഗ്യന്മാർകൂടി വിശ്വസിച്ചുവരുന്നതിൽ പരമാർത്ഥം എത്ര

ത്തോളമുണ്ട്? അതിന്റെ സൂക്ഷ്മം മനസ്സിലാവാൻ കഴിയാതെ ഞാൻ പലപ്പോഴും അന്ധാളിച്ചിട്ടുണ്ട്.'

യോഗീശ്വരൻ: ഛരി! ഛരി! ആ വിശ്വാസത്തേക്കാൾ അധികമായ ഒരു ഭോഷത്വം ഉണ്ടെന്ന് എനിക്കു തോന്നുന്നില്ല. അജ്ഞാനതിമരാന്ധന്മാരായ അനവധി ജനങ്ങൾ നിത്യത പറഞ്ഞുവരുന്ന പല നിരർത്ഥകങ്ങളായ വാക്കുകളും, ചെയ്തുവരുന്ന നിഷ്പ്രയോജനങ്ങളായ ബഹുകർമ്മങ്ങളും, പ്രായേണ ആ അബദ്ധമായ വിശ്വാസത്തിൽനിന്നുളവാകുന്നതാണെന്ന് നിർവിവാദമാണ്. ഈ തേജപ്പുഞ്ജങ്ങൾ എത്രയോ വലിയ ഗോളങ്ങൾ നമ്മുടെ ഈ ഭൂമി അതിൽ ചില ഗോളങ്ങളുടെ ശതാംശം വലിപ്പമില്ല. അങ്ങിനേയുള്ള ആ ഗോളങ്ങളുടെ മഹിമയെ വിചാരിച്ചു നോക്കുമ്പോൾ എത്രയോ നിസ്സാരമായി തോന്നുന്ന ഈ ഭൂമിയിൽ അതിനിസ്സാരന്മാരായിരിക്കുന്ന ഈ മനുഷ്യരുടെ ഇച്ഛങ്ങളായ സുഖദുഃഖങ്ങളെ ക്രമീകരിക്കുവാനാണ് ആ മഹിയസ്സുകളായ തേജപ്പുഞ്ജങ്ങൾ സഞ്ചരിക്കുന്നത് എന്ന് ചില മൂഢാത്മാക്കൾ വിശ്വസിക്കുന്നതിന്നു കാരണം; ഒന്നാമത് ഏറ്റവും ദൂരസ്ഥന്മാരായിരിക്കുന്ന ആ ഗോളങ്ങളുടെ സൂക്ഷ്മമായ വലിപ്പത്തെ അറിയാത്തതിനാലുള്ള തുച്ഛഭ്രമം, രണ്ടാമത് പ്രപഞ്ചത്തിൽ കാണുന്നതത്രയും മനുഷ്യരായ നമ്മുടെ സുഖത്തിന്നും പ്രയോജനത്തിന്നുംവേണ്ടി സൃഷ്ടിച്ചതാണെന്നുള്ള അതിനിന്ദ്യമായ തന്നിഷ്ടവിചാരം ഇതുകളാകുന്നു. അതിന്ന് ഒരുദാഹരണം പറയാം. സമുദ്രത്തിൽ അനവധി വലിയ കപ്പലുകൾ അങ്ങോട്ടുമിങ്ങോട്ടും പോകുന്നതിന്റെ ഗതിഭേദംകൊണ്ട് ചുവട്ടിൽ തുള്ളിക്കളിക്കുന്ന മീനങ്ങളുടെ സുഖദുഃഖാവസ്ഥയേ ഗണിക്കാമെന്ന് ആ ക്ഷുദ്രജീവികൾ വിചാരിക്കുന്നുവെങ്കിൽ എത്ര അബദ്ധമാണ് അവയുടെ വിചാരം എന്ന് നമുക്ക് ഉടനെ തോന്നുന്നില്ലേ? ദേഹികളുടെ സുഖദുഃഖങ്ങൾ പലപ്പോഴും അവരുടെ പ്രവൃത്തിയിൽ നിന്നുതന്നെ ഉത്ഭവിക്കുന്നവയാണെന്നു നമുക്ക് അനുഭവമാണല്ലൊ. അങ്ങിനെയിരിക്കെ മർത്ത്യന്മാർ ദ്യൂതം, മദ്യപാനം, ചോരണം, മാരണം എന്നിങ്ങനെ ഓരോ ദുഷ്ക്കർമ്മങ്ങളിൽ നിരതന്മാരായി തജ്ജന്യങ്ങളായ കഷ്ടതകളേയോ തൽഫലങ്ങളായ ദണ്ഡനകളേയോ അനുഭവിക്കുമ്പോൾ അടുത്തിരിക്കുന്ന അവരുടെ പ്രത്യക്ഷമായ ഹേതുക്കളെ ഗണിക്കാതെ ആ ഫലങ്ങളോടു യാതൊരു സംബന്ധവുമില്ലാത്ത ദൂരത്തെങ്ങാനുമുള്ള ഗ്രഹങ്ങളുടെ ഗതിഭേദങ്ങളാണ് അവയുടെ ഹേതുക്കളെന്ന് ഭ്രമിച്ച് നിരപരാധികളായ ആ ഗ്രഹങ്ങളുടെമേൽ ദോഷാരോപണം ചെയ്യുന്നത് ഹേതുഫലങ്ങൾ തമ്മിലുള്ള സംബന്ധത്തെ സൂക്ഷ്മമായി അന്വേഷിച്ചറിവാൻ ബുദ്ധിശക്തിയില്ലാത്തവരും അവ്യുല്പന്നന്മാരുമായ ബഹുജനങ്ങളുടെ സ്വഭാവമാകുന്നു.

രാമകിശോരൻ: എന്റെ സംശയങ്ങൾ മിക്കതും നീങ്ങി. എന്നാൽ സോമസൂര്യന്മാരുടെ ഗ്രഹണം മുൻകൂട്ടി ഗണിക്കുന്നത് എങ്ങനെ എന്നു തെളിവാകുന്നില്ല.

യോഗീശ്വരൻ: ഗ്രഹങ്ങൾ സൂര്യമണ്ഡലത്തിന്നു ചുറ്റും ഗമിക്കുന്നതിന് ഒരിക്കലും വ്യത്യാസം വരുന്നതല്ല. അവ ഇത്രനേരം കൊണ്ട് ഇത്ര ദൂരം സഞ്ചരിക്കുമെന്നുള്ളതിന്ന് നല്ല നിശ്ചയമുണ്ട്. അതിന്ന് ഒന്നു കൊണ്ടും ഒരു വ്യത്യാസം വരുന്നത് അസംഭവമാണ്. ആകയാൽ ഒരു ഗ്രഹം മറ്റൊന്നിന്റെ ഛായയിൽപെടുവാൻ എത്രകാലം വേണ മെന്ന് നമുക്ക് ഗണിപ്പാൻ പ്രയാസമില്ല. ഗ്രഹങ്ങൾ ഒക്കയും ഇപ്പോ ഴത്തെപ്പോലെതന്നെ പോയ്ക്കൊണ്ടിരുന്നാൽ, മേലാൽ ഏതെങ്കിലും ഒരു കാലത്തിനുള്ളിൽ ഇത്രഗ്രഹണങ്ങൾ ഉണ്ടാകുമെന്നും ഇന്ന സമയത്ത് എന്നും ഇപ്പോൾതന്നെ വേണമെങ്കിൽ ഗണിക്കാം. അതിന്ന് ഈഷൽഭേദംപോലും വരികയില്ലതാനും.

ഇതുപോലെ ദുർഘടങ്ങളും ഭിന്നാഭിപ്രായങ്ങളും ഉള്ള സംഗതിക ളിൽ, യോഗീശ്വരൻ ചിലപ്പോൾ രാമകിശോരൻ പറയുന്ന അഭിപ്രായ ത്തിന്നു വിരോധമായ അഭിപ്രായം പറഞ്ഞ് ചില ന്യായങ്ങളെക്കൊണ്ട് അതിനെ പിൻതാങ്ങി കുറെനേരം വാദിച്ചശേഷം ഓരോരുത്തരുടെ വാദ ത്തിന്റെ സാമർത്ഥ്യത്തേയും ന്യൂനതകളേയുംകാണിച്ചും മറ്റും പല പ്രകാ രത്തിലും രാമകിശോരന്റെ ലോകവ്യുല്പത്തിയെ ശുദ്ധി വരുത്തുകയും വാക്സാമർത്ഥ്യത്തെ പ്രബലപ്പെടുത്തുകയും മതികമലത്തെ വികസി പ്പിക്കുകയും ഉപദേശംകൊണ്ടു മനസ്സിന്റെ നിർമ്മലതയെ വർദ്ധിപ്പിക്കു കയും ചെയ്തുകൊണ്ടിരുന്നു.

അങ്ങനെയിരിക്കുന്ന കാലം ഒരു ദിവസം വ്യായാമം ഒന്നും ഇല്ലാ ത്തതിനാൽ രാമകിശോരന്റെ ശരീരത്തിന്ന് അല്പം കെടുതലുണ്ടെന്ന് യോഗീശ്വരൻ അറിഞ്ഞു, ദിവസേന രണ്ടാളുംകൂടി പുറത്തേക്കു നട ക്കാൻപോവുക പതിവായി. മിക്കദിവസവും ധർമ്മപുരിയിൽ ചെല്ലും. ഒരു ദിവസം ധർമ്മപുരിയിൽ ചെന്നിരിക്കുമ്പോൾ രണ്ടുനാലു കുതിരകളെ ചന്തയിലേക്കു കൊണ്ടുപോകുന്നത് അവർ കണ്ടു.

രാമകിശോരൻ: അശ്വം അത്യുത്തമമായ മൃഗം. മനുഷ്യന്ന് ഇതിലധികം നല്ല വാഹനം കിട്ടുവാൻ പ്രയാസമാണ്.

യോഗീശ്വരൻ: അശ്വത്തിന്റെ ലക്ഷണങ്ങൾ അറിയാമൊ?

രാമകിശോരൻ: എനിക്ക് അറിഞ്ഞുകൂടാ. എന്നാൽ ശീലഗുണമുള്ള ഒരു അശ്വത്തെ കിട്ടിയാൽ അധികം പ്രയാസംകൂടാതെ പുറത്തുകയറി ഓടിക്കാം.

യോഗീശ്വരൻ അശ്വങ്ങളുടെ ലക്ഷണം അറിയേണ്ടത് ആവശ്യമാ ണെന്നു പറഞ്ഞ് അശ്വങ്ങളെ നിർത്തീട്ടുള്ളേടത്തുചെന്ന് അതിനെക്കു റിച്ച് കുറച്ചു രാമകിശോരന്നു ദൃഷ്ടാന്തസഹിതം പറഞ്ഞുകൊടുത്തു. ഈ കുതിരകളിൽ രണ്ടെണ്ണം അധികം ദൂഷ്യമില്ല; പ്രായവും ചെറുപ്പ മാണ് എന്നും പറഞ്ഞു.

രാമകിശോരൻ: ഒന്നിനെ വാങ്ങിയാൽ നമുക്ക് വ്യായാമത്തിന്നു വളരെ ഉപകാരമായിരുന്നു. നമ്മെപ്പോലെ നിർദ്ധനന്മാരായുള്ളവർക്കു അശ്വത്തെ വാങ്ങുവാനും മറ്റും സാധിക്കുന്നതല്ലല്ലൊ.

യോഗീശ്വരൻ അവയുടെ വില ചോദിച്ചു. രണ്ടാളുംകൂടി പിന്നേയും ചിലേടങ്ങളിൽ സഞ്ചരിച്ച് സന്ധ്യയ്ക്കുമുമ്പെ തങ്ങളുടെ ഗൃഹത്തിലേക്കു മടങ്ങുകയും ചെയ്തു.

പിറ്റെദിവസം നടക്കുവാൻ പതിവായിട്ടുപോകുന്ന നേരമായപ്പോഴെക്കു നല്ലവയാണെന്നു യോഗീശ്വരൻ തലേദിവസം പറഞ്ഞ രണ്ടു കുതിരകളെയുംകൊണ്ട് രാമദാസൻ എത്തി. രാമകിശോരൻ ഒട്ടും താമസിയാതെ ഉത്സാഹത്തോടുകൂടി ഒന്നിനെചെന്ന് പൊത്തിപ്പിടിച്ചു പുറത്തു കയറി, അല്പം നടത്തിയശേഷം യോഗീശ്വരനോടു വളരെ വിസ്മയത്തോടുംകൂടി 'ഇവയെ നമുക്ക് എങ്ങനെ കിട്ടി?' എന്നു ചോദിച്ചു.

യോഗീശ്വരൻ, 'ഈ കുതിരകളെ നമുക്കായിട്ടു ഇന്ന് ചന്തയിൽ നിന്നു വാങ്ങി. രാമകിശോരന്ന് ഇങ്ങിനെ ഒന്നിന്മേൽ താല്പര്യം ഉണ്ടെന്നറിഞ്ഞാൽ എന്റെ അരിഷ്ടിച്ചു സമ്പാദിച്ച പണംകൊണ്ടെങ്കിലും വാങ്ങുകയെന്നല്ലെ വരികയുള്ളു' എന്നു പറഞ്ഞു. 'എന്തായി വില?' എന്നു പിന്നെ രാമദാസനോടു ചോദിച്ചു.

രാമദാസൻ 'ചുവന്നതിന് ഒരു നൂറു പണവും മറ്റേതിന്നു തൊണ്ണൂറു പണവും കൊടുത്തു' എന്നുപറഞ്ഞു.

രാമകിശോരൻ: കഷ്ടം! ഞാൻ പ്രിയംഭാവിക്കുക കൊണ്ടല്ലെ അങ്ങേക്ക് ഈ പണമൊക്കെയും വെറുതെ ചിലവായത്? നമ്മെപ്പോലെയുള്ളവർക്ക് ഇത്ര പണം സമ്പാദിപ്പാൻ എത്രകാലം വേണം. എന്റെ അല്പനേരത്തെ സന്തോഷത്തിനു വേണ്ടി ഇത്രവളരെ ദ്രവ്യം ചിലവായല്ലൊ, ഞാൻ വ്യസനിക്കുന്നു.

യോഗീശ്വരൻ: ഈ ദ്രവ്യം വെറുതെ പൊയ്പോയാൽതന്നെ നമുക്കു അധികം വ്യസനിക്കേണ്ടതില്ലല്ലോ. ദ്രവ്യംകൊണ്ട് നമുക്കു മറ്റെന്തൊരു കർത്തവ്യമാണുള്ളത്? ഇങ്ങനെ നമുക്കു വിനോദത്തിനു വേണ്ടി കുറെ ചിലവുചെയ്തത് വ്യർത്ഥമായി എന്ന് എനിക്കു തോന്നുന്നില്ല. ആയതുകൊണ്ട് അവയെ വേണ്ടതുപോലെ രക്ഷിച്ചു ഉപയോഗപ്പെടുത്തിക്കൊള്ളുകേ വേണ്ടൂ. ദ്രവ്യം ചിലവായതിനെക്കുറിച്ചു യാതൊരു ചിന്തയും വേണ്ട.

രാമകിശോരൻ യോഗീശ്വരന്നു തന്നെക്കുറിച്ചുള്ള ആന്തരമായ സ്നേഹത്തെ വിചാരിച്ച് സന്തോഷിച്ചുംകൊണ്ട് താമസിയാതെ തന്റെ കുതിരയെ പുറത്തേയ്ക്ക് പായിപ്പിക്കുവാൻ തുടങ്ങി. "ചെറുപ്പകാലത്തു കുതിരപ്പുറത്തു കയറുവാൻ ഞാനും ശീലിച്ചിട്ടുണ്ടായിരുന്നു, അത് ഒക്കെയും മറന്നുവോ എന്ന് നോക്കട്ടെ" എന്നു പറഞ്ഞു യോഗീശ്വരൻ മറ്റേ കുതിരയുടെ പുറത്തും കയറി. ഇത്ര സ്വാത്വീകഗുണം തികഞ്ഞിരിക്കുന്ന ഇദ്ദേഹത്തിന്ന് ഈ വകകളിലേക്കും പരിചയമുള്ളത് ആശ്ചര്യം! എന്നു രാമകിശോരൻ വിചാരിച്ചു. രണ്ടാളുംകൂടി ഓടിപ്പാനും തുടങ്ങി. കുതിരസ്സവാരിക്ക് തനിക്കു വളരെ സാമർത്ഥ്യമുള്ള വിവരം യോഗീശ്വരനെ കുറഞ്ഞൊന്നു മനസ്സിലാക്കേണമെന്നുള്ള വിചാരത്തോടുകൂടി രാമകിശോരൻ തന്റെ കുതിരയെ അപകടമുള്ള ഇറക്കുകളിലും തൂക്ക

മുള്ള ചെരിവുകളിലുംകൂടി പായിച്ചു. യോഗീശ്വരന്ന് അഭ്യാസം കുറയുമെന്നാണ് രാമകിശോരൻ വിചാരിച്ചിരുന്നത്. എന്നാൽ അദ്ദേഹവും ആ മാർഗങ്ങളിൽ കൂടിതന്നെ തന്റെ കുതിരയെയും അനായാസേന രാമകിശോരന്റെ ഒപ്പം പായിപ്പിച്ചു. അപ്പോൾ രണ്ടാളുകൾക്കും പരസ്പരമുണ്ടായ വിസ്മയം തമ്മിൽ പറയാതെ മനസ്സിൽ ഒതുക്കി.

അതിൽപിന്നെ പലേ ദിവസങ്ങളിലും രണ്ടുപേരുംകൂടി സവാരിക്കു പോവുക പതിവായി. പക്ഷേ, യോഗീശ്വരൻ ധർമ്മപുരിയിലേയ്ക്കും അതിന്നു സമീപം ദിക്കുകളിലേയ്ക്കുംമാത്രം കുതിരപ്പുറത്തു പോവുകയില്ല. ഒരു ദിവസം രണ്ടുപേരുംകൂടി മടങ്ങിവരുമ്പോൾ, രാമകിശോരൻ കയറിയിരുന്ന കുതിരയുടെ കാൽ ഒരു ഉരുണ്ട പാറപ്പുറത്തുകൊണ്ടു വഴുതി കുതിരയും രാമകിശോരനും വീണു. യോഗീശ്വരൻ ഉടനെ രാമകിശോരനെ എടുത്തുപൊങ്ങിച്ചപ്പോൾ എടത്തെ തുടയുടെ എടത്തുഭാഗത്തുനിന്ന് രക്തം ധാരാളമായി ഒലിക്കുന്നതു കണ്ടു. ക്ഷതം സാമാന്യം നല്ല ആഴമുണ്ടായിരുന്നു. ഉടനെ യോഗീശ്വരൻ തന്റെ ഉത്തരീയവസ്ത്രം എടുത്ത് രക്തം വരാതിരിക്കത്തക്കവണ്ണം മുറുക്കെകെട്ടി. അതിന്നിടയിൽതന്നെ അധികം രക്തം പോവുകയാൽ രാമകിശോരൻ മോഹാലസ്യപ്പെട്ടു മേലാസകലം വിയർത്തു. യോഗീശ്വരൻ ഒട്ടും പരിഭ്രമംകൂടാതെ വേഗത്തിൽ കുതിരകളെ മരത്തോടണച്ചുകെട്ടി. രാമകിശോരനെ എടുത്തു ചുമലിലിട്ടു ഭവനത്തിലേയ്ക്കു കൊണ്ടുവന്ന്, കാറ്റ് നല്ലവണ്ണം കിട്ടുന്ന സ്ഥലത്തുകിടത്തി. കുറെ തണുത്തവെള്ളം മുഖത്തുതളിച്ച് വിശറി കൊണ്ടു വീശിയപ്പോൾ പതുക്കെ കണ്ണു മിഴിച്ചു; അപ്പോഴാണ് എല്ലാവർക്കും മനസ്സിന്നു കുറച്ച് സമാധാനമായത്. യോഗീശ്വരൻ തോപ്പിൽ നിന്ന് ഒരു പച്ചമരുന്ന് പറിച്ച് അരയ്ക്കുവാൻ തുടങ്ങിയപ്പോഴെയ്ക്ക് കുന്ദലത അച്ഛന്റെ സഹായത്തിന്നു ചെന്നു. അദ്ദേഹം അകത്തുപോയി പതുക്കെ മുറി കെട്ടഴിച്ച്, കുന്ദലത അപ്പോഴെയ്ക്ക് അരച്ചു കൊണ്ടുവന്ന മരുന്നു മുറിയിന്മേൽ പിരട്ടി വേറൊരു ശീലകൊണ്ടു മൂടിക്കെട്ടുകയും ചെയ്തു. കുറച്ചുവെള്ളം കുടിച്ചപ്പോഴെയ്ക്കു രാമകിശോരന്നു നല്ലവണ്ണം സ്വമേധയുണ്ടായി, അടുക്കെ നില്ക്കുന്നവരെ അറിയുമാറായി. യോഗീശ്വരൻ, “ഒട്ടും ധൈര്യക്കേടു വേണ്ട, താമസിയാതെ ആശ്വാസമാവും” എന്നുപറഞ്ഞ് രാമകിശോരനെ ധൈര്യപ്പെടുത്തി, അദ്ദേഹത്തിന്നു വേണ്ടത് ഒക്കെയും അന്വേഷിക്കുവാനായിട്ട് പാർവ്വതിയേയും കുന്ദലതയേയും പ്രത്യേകിച്ച് പറഞ്ഞേല്പിക്കുകയും ചെയ്തു.

11

ശുശ്രൂഷകി

കുന്ദലതയും രാമകിശോരനും ആറേഴു മാസത്തോളമായി ഒരേ ഗൃഹത്തിൽതന്നെ പാർത്തുവന്നിരുന്നു എങ്കിലും യോഗീശ്വരൻ അവർക്ക് സ്വൈരസല്ലാപത്തിന്ന് ഒരിക്കലെങ്കിലും ഇടകൊടുത്തിട്ടുണ്ടായിരുന്നില്ല. അവർ തമ്മിൽ കാൺമാൻ ഇടവരുമ്പോഴൊക്കെയും യോഗീശ്വരൻ കൂടെയുണ്ടാവാതിരുന്നിട്ടില്ല. അദ്ദേഹം വല്ലേടത്തേയ്ക്കു പോകുമ്പോൾ രാമകിശോരനേയും കൂടെകൊണ്ടുപോവുകയുമായിരുന്നു പതിവ്. ആകയാൽ രാമകിശോരന്ന് അതുവരെ ഒരിക്കലെങ്കിലും കുന്ദലതയോട് നേരിട്ടു സംസാരിപ്പാൻ സംഗതി വരികയുണ്ടായിട്ടില്ല. അഥവാ സംഗതി വന്നിട്ടുണ്ടായിരുന്നുവെങ്കിൽതന്നെ ആ ചെറുപ്പക്കാർ തമ്മിൽ സംസാരിക്കുന്നതല്ലായിരുന്നു. കുന്ദലത ഗുരുപുത്രിയാകയാൽ അവളെക്കുറിച്ചുള്ള ബഹുമാനം ഹേതുവായിട്ടും, താരുണ്യംകൊണ്ടുള്ള ലജ്ജഹേതുവായിട്ടും രാമകിശോരന്ന് അവളോടു നേരിട്ടു സംസാരിപ്പാൻ വളരെ സങ്കോചമുണ്ടായിരുന്നു. രാമകിശോരൻ വിശിഷ്ടനായ ഒരു ബ്രഹ്മചാരിയാണെന്നും, വിദ്യാസമ്പാദനമാകുന്ന ഏകകാര്യത്തിൽ മാത്രം നിരതനാണെന്നുമാണ് കുന്ദലത ധരിച്ചിരുന്നത്. യോഗീശ്വരനേയും രാമദാസനേയും അല്ലാതെ വേറെ യാതൊരു പുരുഷനേയും ബുദ്ധിവെച്ചതിനുശേഷം അവൾ കാണുകയുണ്ടായിട്ടില്ല. സുഭഗനും ലക്ഷണയുക്തനുമായ രാമകിശോരനെ കുന്ദലത ഒന്നാമത് കണ്ടപ്പോൾ വിലാദ്രിയിൽ അധിവാസമുണ്ടെന്നു പറയുന്ന ഗന്ധർവന്മാരാരെങ്കിലും അച്ഛന്റെകൂടെ വരികയോ എന്നാണ് ശങ്കിച്ചത്. അച്ഛൻ പറഞ്ഞതുകൊണ്ട് ഒരു മനുഷ്യൻ തന്നെയാണെന്നു തീർച്ചയാക്കി എങ്കിലും രാമകിശോരനെ വളരെ വണക്കത്തോടും ആദരവോടും കൂടിയും തന്റെ ഗുരുവിനെപ്പോലെയുമാണ് കുന്ദലത വിചാരിച്ചു വന്നിരുന്നത്.

ആപത്തുണ്ടാവുന്ന സമയങ്ങളിൽ മനസ്സിന്ന് കരുതൽവിട്ടു മറ്റു സമയങ്ങളിൽ നമ്മേക്കൊണ്ടു മറച്ചുവെക്കുവാൻ കഴിയുന്ന ചില വികാരങ്ങൾ നമ്മുടെ അറിവുകൂടാതെ പ്രകാശിക്കുന്നത് അസാധാരണയല്ലല്ലോ. രാമകിശോരന്റെ പരമാർത്ഥം മുഴുവനും കുന്ദലത അറിവാൻ ഇടവന്നിട്ടുണ്ടായിരുന്നുവെങ്കിൽ അവളുടെ മനസ്സിൽ അവളുടെ അറിവോടുകൂടിത്തന്നെ ജനിച്ചു യഥേഷ്ടം വളരുവാൻ അവൻ സമ്മതിച്ചിരുന്ന ചില വികാരങ്ങൾ, അവളുടെ അറിവുകൂടാതെതന്നെ അവിടെ ജനിച്ചിട്ടുണ്ടായിരുന്നു. അനർഹങ്ങളായ വിഷയങ്ങളിൽ മനസ്സിനെ സഞ്ചരിപ്പാനയക്കുന്നത് കഷ്ടമാണല്ലൊ എന്നുവെച്ച്, കുന്ദലത തന്റെ ആ വികാരങ്ങളെ ധിക്കരിച്ച്, ഒട്ടും പ്രകാശിപ്പിക്കാതെ കഴിച്ചു പോന്നിരുന്നു. ആ വികാരങ്ങൾ രാമകിശോരന്ന് ഈ ആപത്തു വന്നപ്പോൾ താനെ വെളിപ്പെട്ടു. രാമകിശോരനെ ശുശ്രൂഷിപ്പാൻ യോഗീശ്വരൻ കുന്ദലതയെ ഏല്പിച്ചതിനാൽ ആ വികാരങ്ങളെ പ്രദർശിപ്പിപ്പാൻ നല്ല ഒരു അവസരവും ആയി. രാമകിശോരനെക്കുറിച്ച് കുന്ദലതക്ക് ഒന്നാമതായി ഒരു ആശ്ചര്യമാണ് ഉണ്ടായത്. അതിൽനിന്ന് താമസിയാതെ ദൃഢമായ ഒരു സ്നേഹവും ഉളവായി. അതുഹേതുവായിട്ട് രാമകിശോരന്റെ ആ അവശസ്ഥിതിയിൽ കുന്ദലത തന്റെ സ്നേഹത്തെ സ്പഷ്ടമായി കാണിച്ചു. രോഗികളെ ശുശ്രൂഷചെയ്വാൻ വശമുണ്ടായിരുന്നില്ലെങ്കിലും രാമകിശോരന്നു തല്ക്കാലം വേണ്ടുന്നതിനെ അറിഞ്ഞുപ്രവർത്തിപ്പാൻ വേഗത്തിൽ ശീലമായി. ബുദ്ധിയുള്ളവർ താല്പര്യത്തോടുകൂടി മനസ്സിരുത്തിയാൽ എന്തൊന്നാണ് വശമാക്കുവാൻ കഴിയാത്തത്? അവൾ എപ്പോഴും രാമകിശോരന്റെ സമീപത്തുതന്നെ വിട്ടുപോകാതെ നില്ക്കും, ആവശ്യം ഇന്നതെന്നറിഞ്ഞു പ്രവർത്തിക്കും. അനിഷ്ടമായിട്ടുള്ളതിനെ നിവാരണം ചെയ്യും. പക്ഷേ, ശരീരസ്ഥിതിയെക്കുറിച്ചോ മറ്റൊ രാമകിശോരനോട് വല്ലതും ചോദിച്ചറിയണമെങ്കിൽ ആയത് പോറ്റമ്മയോട് സ്വകാര്യമായി പറഞ്ഞു ചോദിപ്പിക്കുകയല്ലാതെ, താൻ ചോദിച്ചുവെന്നൊ ചോദിപ്പിച്ചുവെന്നൊ രാമകിശോരനറിവാൻ സംഗതി വെക്കുകയുമില്ല.

ഇങ്ങിനെ വർദ്ധിച്ചിരിക്കുന്ന സ്നേഹത്തിന്നു പുറമെ കുന്ദലതയുടെ ഹൃദയത്തിന്നു സഹജമായിട്ടുള്ളതും, രാമകിശോരന്റെ ആ ദൈന്യാവസ്ഥയാൽ വെളിപ്പെടുത്തപ്പെട്ടതുമായ കരുണരസവും ബലമായി ഉണ്ടായിരുന്നു. സ്നേഹത്തെ പ്രബലപ്പെടുത്തുവാൻ ഇത്ര നന്നായിട്ട് കരുണയെപ്പോലെ മറ്റൊന്നും തന്നെയില്ലല്ലൊ. വഹ്നി മാരുതനെക്കൊണ്ട് എന്നപോലെ കാരുണ്യത്തോടു സമ്മിശ്രമായിരിക്കുന്ന കുന്ദലതയുടെ സ്നേഹം വളരെ മുഴുത്തുവശമായി. തന്റെ ആ അവസ്ഥയെക്കുറിച്ച് ചിലപ്പോൾ കുന്ദലതതന്നെ വിചാരിക്കും:

“പണ്ട് ഇദ്ദേഹത്തെ അറിവും പരിചയവും ലേശംപോലും ഇല്ല. എന്നോട് ഇതുവരെ ഒരു വാക്കെങ്കിലും സംസാരിച്ചിട്ടും ഇല്ല. എന്നു മാത്രമല്ല, എന്നെക്കൊണ്ട് ഇദ്ദേഹത്തിന്ന് എന്തു തോന്നീട്ടുണ്ടോ എന്നും എനിക്കു നിശ്ചയമില്ല. അങ്ങിനെയിരിക്കുന്ന ഈ തരുണനോട് എനിക്ക്

എങ്ങിനെ ഇത്ര ആർദ്രത സംഭവിച്ചു? ആശ്ചര്യം! തന്നെപ്പോലെ ഒരാൾ കഷ്ടത്തിൽ അകപ്പെട്ടിരിക്കുന്നതു കണ്ടാൽ വ്യസനം തോന്നുന്നതും അവരെ യഥാശക്തി സഹായിപ്പാനാഗ്രഹമുണ്ടാകുന്നതും മാനുഷഹൃദയത്തിന്റെ വൈശിഷ്ട്യമായിരിക്കാം. എന്നാൽ വേറൊരാൾ ഈ അവസ്ഥയിൽതന്നെയായിരുന്നാൽ എനിക്ക് ആയാളെക്കുറിച്ച് ഈവിധം ഒക്കെയും തോന്നുമോ? അതു സന്ദേഹം, ദയ തോന്നാതിരിക്കയില്ല, നിശ്ചയംതന്നെ. പ്രേമമൊ? അതിനെന്തു കാരണം? പ്രേമം മറ്റൊരുത്തനോട് അസംഗതിയായി തോന്നുന്നതല്ലല്ലൊ. എന്തൊ! മാനുഷഹൃദയത്തിന്റെ വികൃതികൾ!

അച്ഛന്നും എന്നെപ്പോലെതന്നെ ഈ യുവാവിന്റെമേൽ പ്രതിപത്തി കാണ്മാനുണ്ട്. ഈ ആപത്തിന്നുശേഷം അധികവും ഉണ്ട്. ഇതിനെന്തു കാരണം? ഇദ്ദേഹവും ഞാനുമായാൽ അച്ഛന്ന് ഇപ്പോൾ അധികം സ്നേഹം ആരെയാണെന്നു പറവാൻ പ്രയാസം. അച്ഛന്നു വളരെ നേരം ഇദ്ദേഹത്തിന്റെ ഒരുമിച്ചു കഴിഞ്ഞിട്ടും ഇദ്ദേഹത്തിന്റെ അസാമാന്യമായ ബുദ്ധിവൈഭവം കണ്ടറിഞ്ഞിട്ടും, അച്ഛനേക്കുറിച്ച് ഇദ്ദേഹം വളരെ സ്നേഹവും ആഭിമുഖ്യവും കാണിക്കയാലും ഇദ്ദേഹത്തോട് ഇത്ര മമതയുണ്ടായത് അത്ഭുതമല്ല എനിക്കൊ? ഇതിന്നൊന്നിന്നും സംഗതിയുണ്ടായിട്ടില്ലല്ലോ. എന്റെ പ്രേമമൊ. അതിവിപുലം! മറച്ചുവെക്കുവാൻ പ്രയാസം. പണ്ടിങ്ങനെയുണ്ടായിട്ടില്ല. ജന്മാന്തരവാസന? അതല്ല. അതു മായമെന്ന് അച്ഛൻ പറഞ്ഞിട്ടുണ്ടല്ലോ. പരമാർത്ഥം ഈശ്വരനറിയാം. ഏതെങ്കിലും ഇദ്ദേഹത്തിന്റെ ദീനം വേഗത്തിൽ ആശ്വാസമായി മുമ്പത്തെ ഓജസ്സും മുഖപ്രസാദവും രണ്ടാമതും ഉണ്ടാകട്ടെ ഈശ്വരാ!"

ഇങ്ങിനെയുള്ള വിചാരത്തോടുകൂടി, കുന്ദലത വേറെ യാതൊന്നിന്നും ശ്രദ്ധവെക്കാതെ രാമകിശോരനെ ശുശ്രൂഷ ചെയ്യും. യോഗീശ്വരനും കുന്ദലതയുടെ ഔത്സുക്യം കണ്ടിട്ട് അല്പം മന്ദസ്മിതത്തോടുകൂടി നോക്കി ഉള്ളിൽ സന്തോഷിക്കും. രാമകിശോരനെ വഴിപോലെ ശുശ്രൂഷിക്കുന്നുണ്ടല്ലൊ എന്നുമാത്രം ചിലപ്പോൾ കുന്ദലതയോടു ചോദിക്കുകയും ചെയ്യും.

ഒരു മാസാർദ്ധത്തിൽപുറം അങ്ങിനെ ചികിത്സയായി കഴിഞ്ഞശേഷമാണ് മുറി ഉണക്കംതുടങ്ങിയത്. മുറിക്ക് അധികം ആഴം ഉണ്ടായിരുന്നതിനാൽ ഒരിക്കൽ അല്പം പനിയുണ്ടായി. പഴുപ്പ്കയറുമൊ എന്നുകൂടി രണ്ടു ദിവസം എല്ലാവരും ഭയപ്പെട്ടു. വേദനയുടെ വർദ്ധന നിന്നതിന്റെശേഷമാണ് രാമകിശോരൻ തന്റെ അവസ്ഥയെക്കുറിച്ചു വിചാരിപ്പാൻ തുടങ്ങിയത്. താൻ വീണതും യോഗീശ്വരൻ പിടിച്ച് എഴുന്നീല്പിച്ചതുംമാത്രമേ തനിക്ക് ഓർമ്മയുണ്ടായിരുന്നുള്ളു. പിന്നെ പ്രജ്ഞയുണ്ടാകുന്നവരെ ഉണ്ടായതത്രയും വിവരമായി യോഗീശ്വരൻ പറഞ്ഞറിഞ്ഞു. അപ്പോൾ രാമകിശോരൻ കൃതജ്ഞതയോടുകൂടി യോഗീശ്വരന്റെ നന്മയെ സ്മരിച്ചു. അധികം താമസിയാതെ, കുന്ദലത തനിക്കുവേണ്ടി ചെയ്യുന്നതൊക്കെയും കണ്ടറിഞ്ഞപ്പോൾ, രാമകിശോരന്ന് അവളെക്കുറിച്ചുണ്ടായ

വിചാരങ്ങൾ പറയുന്നതിനേക്കാൾ വിചാരിച്ചറിയുകയാണ് എളുപ്പം. "ഈശ്വരാ! ഈ ഭാഗ്യം അനുഭവിപ്പാൻ തക്കവണ്ണം ഞാൻ എന്തൊരു സുകൃതംചെയ്തു! ഭാഗ്യശാലിനിയായിരിക്കുന്ന ഈ സ്ത്രീ എന്നെ ഇത്ര താല്പര്യത്തോടുകൂടി പരിചരിക്കുവാൻ തക്കവണ്ണം ഞാൻ ഇവൾക്കു വേണ്ടി എന്തൊന്നു ചെയ്തു! ഇത്ര കാരുണ്യം ഇവൾ എന്റെ നേരെ കാണിച്ചതിന്ന് എന്റെ കൃതജ്ഞതാസൂചകമായിട്ട് എന്തൊന്നു ചെയ്യേണ്ടു. ഇതുവരെയായിട്ടും ഇവളുടെ ഈ കാരുണ്യം ഞാൻ അറിയുന്നുണ്ടെങ്കിലും ഇവളെ ബോധിപ്പിച്ചിട്ടില്ലല്ലൊ. ഗുരുപുത്രിയാകയാലും അവളുടെ അധികമായ മന്ദാക്ഷതഹേതുവായിട്ടും എനിക്ക് അങ്ങോട്ടു കടന്ന് സംസാരിപ്പാൻ മടിയുണ്ട്. ഏതെങ്കിലും ഈ അവസ്ഥയിൽ എന്റെ പ്രസാദപിശുനങ്ങളായ ചില വാക്കുകളെ പറയുകയെങ്കിലും ചെയ്തിട്ടില്ലെങ്കിൽ ഞാൻ ഒരു മഹാപാപിയായിരിക്കും." എന്നിങ്ങനെ വിചാരിച്ച് ഒരു ദിവസം ഭക്ഷണം കഴിഞ്ഞഉടനെ രാമകിശോരൻ വേറെആരും ഇല്ലാത്ത സമയം നോക്കി കുന്ദലതയോട് ഇപ്രകാരം പറഞ്ഞു.

രാമകിശോരൻ: എന്റെ ദീനം രണ്ടു ദിവസമായി ആശ്വാസംതന്നെയാണ്. എന്റെ പുണ്യാപൂരം പറഞ്ഞാൽ തീരുന്നതല്ല. ഇത്ര സുകൃതിനിയായിരിക്കുന്ന ഭവതി എന്റെ ഈ അവശസ്ഥിതിയിൽ എന്നോടു കാണിച്ച ദയഹേതുവായിട്ട് എനിക്കുണ്ടായ സന്തോഷംതന്നെയാണ്, ഇത്ര വേഗത്തിൽ എന്റെ ദീനം ആശ്വാസമാക്കിയത്. ഇതിന്ന് ശതാംശമായിട്ടെങ്കിലും ഒരു പ്രത്യുപകാരം ചെയ്‌വാനായി എന്നെക്കൊണ്ട് കഴിയേണമേ എന്നു ഞാൻ ദൈവത്തെ പ്രാർത്ഥിക്കുന്നു.

കുന്ദലത രാമകിശോരൻ പറവാൻ തുടങ്ങിയപ്പോൾ തന്നോടാവുകയില്ലല്ലൊ എന്നു വിചാരിച്ച് വേറെ ആരെങ്കിലും സമീപം ഉണ്ടൊ എന്നു നാലു പുറത്തേയ്ക്കും ഒന്നുനോക്കി; പിന്നെ തന്നോടുതന്നേയാണെന്നറിഞ്ഞപ്പോൾ നാണംകൊണ്ടു വേഗത്തിൽ തലതാഴ്ത്തിനിന്നു. അപ്പോൾ ക്ഷണനേരംകൊണ്ട് പല വിചാരങ്ങളും തന്റെ മനസ്സിൽക്കൂടി ഓടുകയാൽ ഹൃദയം ഊക്കോടുകൂടി മിടിക്കുന്നത് തനിക്കുതന്നെ കേൾക്കുമാറായി. ഒരു ദീർഘനിശ്വാസം അയച്ചു ഒന്നും ഉത്തരം പറവാൻ കഴിഞ്ഞതുമില്ല.

രാമകിശോരൻ: ദുർല്ലഭമായിരിക്കുന്ന ഈ മഹാഭാഗ്യം അനുഭവിപ്പാൻ തക്കവണ്ണം ഞാൻ എന്തൊരു സൽക്കർമ്മം ചെയ്തു?

കുന്ദലത: യോഗ്യനായിരിക്കുന്ന അങ്ങേക്ക് തുച്ഛമായ ഈ ഉപകാരമെങ്കിലും ചെയ്‌വാൻ സംഗതിവന്നതിനാൽ എനിക്കു വളരെ സന്തോഷമുണ്ട്. എന്നാൽ അങ്ങുന്ന് കൊണ്ടാടിയതിന്നു തക്കവണ്ണം അധികം ഒന്നും ഞാൻ ചെയ്തിട്ടില്ല. അങ്ങേയ്ക്കു വേണ്ടി ചെയ്താൽ കൊള്ളാമെന്നുള്ള എന്റെ ആഗ്രഹത്തെക്കുറിച്ചായിരുന്നു അങ്ങേടെ ഈ അതിശയോക്തി എങ്കിൽ വളരെ പിഴച്ചിട്ടില്ല.

രാമകിശോരൻ: ഭവതിയുടെ ക്രിയക്ക് അനുരൂപമായ ഈ മധുരവാക്കുകൾ എനിക്കു പരമാനന്ദകരമായി ഭവിക്കുന്നു.

കുന്ദലത: എന്നാൽ എന്റെ കാംക്ഷിതം സഫലമായി, അങ്ങേടെ പ്രീതിയെ കാംക്ഷിച്ചുകൊണ്ടിരിക്കുന്ന ഞാൻ കൃതാർത്ഥയായി. പക്ഷേ, എന്റെ മനോരഥം ഇത്ര അനായാസേന സാധിക്കുവാൻ സംഗതി വന്നതിനാൽ മാത്രം അത്ഭുതപ്പെടുന്നു.

രാമകിശോരൻ: പ്രിയ കുന്ദലതെ, ഭവതിയുടെ ക്രിയകൾക്കും വിചാരത്തിന്നും സദൃശമായ ഒരു പ്രത്യുപകാരം എന്നെക്കൊണ്ടു ചെയ്‌വാൻ കഴിഞ്ഞല്ലാതെ ഞാൻ കൃതകൃത്യനാവുന്നതല്ല.

കുന്ദലത വിചാരിച്ചു: "പ്രിയ കുന്ദലതെ" എന്നല്ലെ എന്നെ വിളിച്ചത്? പ്രിയ കുന്ദലതാ ഞാൻ ചെയ്തതിനേക്കുറിച്ചുള്ള സന്തോഷംകൊണ്ടായിരിക്കും അല്ലാതെ എനിക്ക് അങ്ങോട്ടുള്ളതുപോലെ ഇങ്ങോട്ടും പ്രേമം ഉണ്ടാവുകയാലായിരിക്കുമൊ അതല്ല എന്റെ മേൽ ഇത്ര യോഗ്യനായിരിക്കുന്ന ഇദ്ദേഹത്തിന്നു പ്രേമം ജനിക്കുവാൻ സംഗതിയെന്ത്? അതുപോലെ അദ്ദേഹത്തിന്റെ കുതിരയും അദ്ദേഹത്തിന്നു പ്രിയമായിട്ടുള്ളതുതന്നെ വാളും പ്രിയമായിട്ടുള്ളതുതന്നെ പറഞ്ഞ സ്വരംകൊണ്ടും മുഖഭാവം കൊണ്ടും പ്രിയശബ്ദത്തിന്ന് അതിലധികം അർത്ഥം കരുതീട്ടുണ്ടെന്നു തോന്നുന്നില്ല.

രാമകിശോരൻ: എന്റെ പ്രിയ കുന്ദലതെ, ഭവതിയുടെ ക്ഷേമത്തിന്നും അഭ്യുദയത്തിന്നും സദാ ആഗ്രഹിച്ചുകൊണ്ടിരിക്കുന്ന ഒരു സുഹൃത്താണെന്ന് എന്നെകരുതി ഭവതിയുടെ അക്ഷീണമായ കാരുണ്യത്തിന്നും സുദൃഢമായ സ്നേഹവിശ്വാസങ്ങൾക്കും എന്നെ ഒരു പാത്രമാക്കിക്കൊള്ളേണമെ.

കുന്ദലത: ഈ അപേക്ഷ ഞാൻ അങ്ങോട്ടു ചെയ്യേണ്ടതായിരുന്നു. എന്റെ ലജ്ജകൊണ്ട് ചെയ്‌വാൻ കഴിയാഞ്ഞതാണ്. അങ്ങുന്ന് ബുദ്ധിമാനാകയാൽ പറഞ്ഞതിന്റെ അർത്ഥം മാത്രമല്ലല്ലൊ ഗ്രഹിക്കുകയുള്ളു എന്നു വിചാരിച്ച് എന്റെ വാക്കുകൾ ചുരുങ്ങിയതിന്മേൽ ഞാൻ ഒട്ടും വ്യസനിക്കുന്നില്ല.

രാമകിശോരൻ: എനിക്കു ഭവതിയെക്കുറിച്ചുള്ള സ്നേഹവും ബഹുമാനവും നാംതമ്മിൽ കണ്ടന്നേ തുടങ്ങീട്ടുണ്ട്. ഇപ്പോൾ അവ കൃതജ്ഞതയോടു സമ്മിശ്രമായി വളരെ ദൃഢമാകുംവണ്ണം എന്റെ മനസ്സിൽ വേരൂന്നിയിരിക്കുന്നു. അവയ്ക്ക് ഈ ദേഹദേഹികൾ വേർപെടുന്നതുവരെ യാതൊരു കുലുക്കവും തട്ടുന്നതുമല്ല.

ഇങ്ങിനെ രാമകിശോരൻ പറഞ്ഞത് മനഃപൂർവമായിട്ടാണെന്ന് കുന്ദലതയ്ക്ക് പൂർണ്ണവിശ്വാസം വരികയാൽ അവളുടെ മുഖം ഏറ്റവും പ്രസന്നമായി. രാമകിശോരനും തന്റെ അന്തർഗ്ഗതങ്ങൾ ഒക്കെയും കുന്ദലതയെ വേണ്ടതുപോലെ ഗ്രഹിപ്പിക്കുവാൻ സംഗതി വന്നതിനാൽ അധികമായ സന്തോഷത്തോടുകൂടി കുന്ദലതയുടെ മനോഹരമായ സംഭാഷണത്തേയും, അവളുടെ പല വൈഭവങ്ങളേയും വിചാരിച്ചുകൊണ്ട് കുറെനേരം കഴിഞ്ഞശേഷം ഉറക്കമാകയും ചെയ്തു.

12

ദൂത്

ഇനി നമ്മുടെ കഥ ഇതുവരെ പ്രസ്താവിക്കാത്തതായ ഒരു സ്ഥലത്തുവെച്ചു തുടങ്ങേണ്ടിയിരിക്കുന്നു.

കലിംഗരാജ്യത്തിന്റെ വടക്കുപടിഞ്ഞാറുദിക്കിൽ കുന്തളം എന്നൊരു രാജ്യമുണ്ട്. കുന്തളരാജാക്കന്മാർ പണ്ട് സ്വതന്ത്രന്മാരായിരുന്നുവെങ്കിലും ഈ കഥയുടെ കാലത്തിന്ന് ഏകദേശം ഒരു നൂറ്റാണ്ട് മുമ്പെ ശക്തനായ ഒരു കലിംഗരാജാവ് വിക്രമാദിത്യൻ എന്നു ലോകപ്രസിദ്ധനായ മാളവരാജാവിനോടു സഖ്യംചെയ്ത്, കുന്തളേശനോടു പടവെട്ടി ജയിച്ച് കപ്പം വാങ്ങിതുടങ്ങിയിരുന്നു. കുന്തളരാജ്യത്ത് പ്രബലന്മാരായ രാജാക്കന്മാർ ആരും അതിന്നു ശേഷം കുറേ കാലത്തേയ്ക്ക് ഉണ്ടാകായ്കയാൽ കുന്തളേശന്മാർ അനാദിയായിട്ടുള്ള തങ്ങളുടെ സ്വാതന്ത്ര്യത്തെ വീണ്ടുകിട്ടുവാൻ ശ്രമിക്കാതെ കലിംഗരാജാക്കന്മാരുടെ ശാസനയിൻകീഴിൽ ഒതുങ്ങി അവർക്കു കപ്പം കൊടുത്തുകൊണ്ട് അവരുടെ മേക്കോയ്മയോടു കൂടിയാണ് തങ്ങളുടെ രാജ്യം ഭരിച്ചുവന്നിരുന്നത്. ചിത്രരഥൻ എന്ന കലിംഗ മഹാരാജാവിന്റെ ചെറുപ്പകാലത്ത് അന്നത്തെ കുന്തളേശൻ താൻ കപ്പം കൊടുക്കുകയില്ലെന്നും കലിംഗാധീശന്ന് തന്നോടു കപ്പം വാങ്ങുവാൻ അവകാശമില്ലെന്നും മറ്റും തർക്കിക്കുകയാൽ, യുദ്ധം ചെയ്തു കലിംഗാധീശൻ പണിപ്പെട്ട് കുന്തളേശനെ ഒതുക്കി രണ്ടാമതും കപ്പം വാങ്ങി. ആ അപജയം പ്രാപിച്ചു കുന്തളേശൻ പുരുഷപ്രജകൾ കൂടാതെ മരിച്ചു. കൃതവീര്യൻ എന്ന അദ്ദേഹത്തിന്റെ പ്രബലനായ അനുജന് രാജ്യം കിട്ടി. ഏകദേശം ഇരുപത്തഞ്ചുവയസ്സു പ്രായമായപ്പോഴാണ് പട്ടം കിട്ടിയത്. അതിൽപിന്നെ അദ്ദേഹം ഒരു പന്തീരാണ്ടു കാലം വളരെ ശുഷ്കാന്തിയോടും പ്രാപ്തിയോടുംകൂടി തന്റെ രാജ്യം ഭരിച്ചു.

കൃതവീര്യൻ വളരെ ഗംഭീരനും പരാക്രമിയും രാജ്യതന്ത്രങ്ങളിൽ നിപുണനനും ആയിരുന്നു. അദ്ദേഹത്തിന്ന് ഈ കഥയുടെ കാലത്ത് പ്രായം നാല്പതു വയസ്സിന്നടുത്തിരുന്നുവെങ്കിലും ദേഹം സ്ഥൂലിപ്പാനുള്ള ഭാവം ലേശംപോലും ഉണ്ടായിരുന്നില്ല. ഒരു ഒത്ത ആളോളംമാത്രമേ എകരം ഉണ്ടായിരുന്നുള്ളു എങ്കിലും, അദ്ദേഹത്തിന്റെ നടത്തം പാടുള്ളേടത്തോളം നിവർന്ന് തല പൊക്കിയും, മാറിടം അല്പം മുന്നോട്ടുതള്ളിയും ആകയാൽ, കാഴ്ചയ്ക്ക് ഉള്ളതിൽ അധികം വലിപ്പമുള്ളാളാണെന്നു തോന്നും. മുഖം ചെറുപ്പകാലങ്ങളിൽ അല്പം ശൃംഗാരരസം ഉള്ളതായിരുന്നുവെങ്കിലും ഇപ്പോൾ ആയത് കേവലം പോയി വീരരസപ്രധാനമായി തീർന്നിരിക്കുന്നു. ചിലപ്പോൾ രൗദ്രവും പകർന്നുകാണാം. വെളുത്ത് രക്തപ്രസാദമുള്ള ആ മുഖത്തെ അലങ്കരിക്കുന്നതായ ഏറ്റവും പ്രസരിപ്പും ചൈതന്യവുമുള്ള ലോചനയുഗളം, അന്തരംഗത്തിന്റെ അടക്കമില്ലായ്മയേയും ഉന്നതഭാവത്തേയും വിളിച്ചുപറയുന്നുവോ എന്നു തോന്നും.

കൃതവീര്യന്റെ സ്വഭാവം വർണ്ണിക്കുവാൻ എളുപ്പമല്ല. ആയത് ചെറുപ്പത്തിലുണ്ടായിരുന്ന സചിവന്മാരുടെ ദുർബോധനയാലും പാർശ്വസേവികളുടെ മുഖസ്തുതിയാലും ചീത്തയാക്കപ്പെട്ടിരുന്നൂ എങ്കിലും മനസ്സിന്ന് ജാത്യാലുള്ള ആർജ്ജവംമാത്രം വിട്ടുപോയിട്ടുണ്ടായിരുന്നില്ല. ബാല്യത്തിൽ അമിതമായി ലാളിച്ചുവളർത്തുകയാലും, താൻ നിത്യതകാണുന്നവരിൽ അധികം ജനങ്ങളും അടിമകളെപ്പോലെ താഴ്മയായി നില്ക്കുന്നതു കണ്ടുപരിചയിക്കയാലും തന്റെ ഹിതത്തിന്നു വിപരീതമായി ആരെങ്കിലും പ്രവർത്തിച്ചതായിട്ടോ, അഭിപ്രായത്തിന്ന് മറുത്തുപറഞ്ഞതായിട്ടോ ഓർമ്മയില്ലായ്കയാലും, രാജാക്കന്മാർക്ക് അസാധാരണയല്ലാത്ത ദുരഭിമാനം, ദുശ്ശാസനം മുതലായ ദുർഗ്ഗുണങ്ങൾ അദ്ദേഹം അറിയാതെ അദ്ദേഹത്തിന്റെ മനസ്സിനെ ബാധിച്ചിരുന്നു. ഗർവ്വവും പ്രൗഢിയും മൂർത്തീകരിച്ചിരിക്കയൊ എന്നു തോന്നും. താഴ്മയൊ വിട്ടൊഴിച്ചിലൊ ലേശംപോലും ഇല്ല. കോപവും സാമാന്യത്തിൽ അധികം ഉണ്ട്. രാജധാനിയിൽ ഉള്ള സകല അമാത്യന്മാർക്കും ഭൃത്യന്മാർക്കും വളരെ പഴക്കമുള്ള മന്ത്രിമാർക്കും കൂടി രാജാവിന്റെ പുരികക്കൊടി അൽപ്പം ചുളിഞ്ഞു കണ്ടാൽ അകത്ത് ഒന്നു കാളാതിരിക്കയില്ല. എന്നാൽ സാധാരണ എല്ലാ രാജാക്കന്മാർക്കും ഇല്ലാത്ത ചില വിശേഷഗുണങ്ങളും കൃതവീര്യന്നുണ്ടായിരുന്നു. രാജ്യപരിപാലനത്തിങ്കൽ അലസത ലേശംപോലും ഉണ്ടായിരുന്നില്ലെന്ന് മുമ്പുതന്നെ പ്രസ്താവിച്ചുവല്ലൊ. തന്റെ പ്രജകൾക്ക് പരിഷ്കാരം വർദ്ധിക്കണമെന്നും തന്റെ സൈന്യം ഭീമബലമുള്ളതായി തീരേണമെന്നും, തന്റെ ഭണ്ഡാരം എപ്പോഴും നിറഞ്ഞിരിക്കേണമെന്നും, ആയിരുന്നു അദ്ദേഹത്തിന്റെ മോഹങ്ങൾ. ആയവ സാധിക്കേണ്ടതിന്നുള്ള വഴികളും പ്രകാരങ്ങളും താൻ വഴിപോലെ ഗ്രഹിച്ചിട്ടും ഉണ്ടായിരുന്നു. തന്റെ കീഴിലുള്ള സകല ഉദ്യോഗസ്ഥന്മാരുടെയും നിത്യതചെയ്യുന്ന പ്രവൃത്തിയിൽ അദ്ദേഹത്തിന്റെ ദൃഷ്ടിയും പരിശോധനയും ഉണ്ടാവും. ഒരുവന്റെ പക്കൽ അകൃത്യമായിട്ടൊ, തെറ്റായിട്ടൊ വല്ലതും കണ്ടാൽ

അപ്പോൾ രാജാവിന്റെ ചൂരൽ അവന്റെ പുറത്തുവീണു. രാജാവ് വരുന്നു എന്നു കേട്ടാൽ കിടുകിടെ വിറക്കാത്തവർ വളരെ ജാഗ്രതയോടും വക തിരിവോടുംകൂടി തങ്ങളുടെ പണിനടത്തുന്നവർ മാത്രമെയുണ്ടായിരുന്നു ള്ളു. താൻ കാര്യത്തിനു നല്ല പ്രാപ്തിയുള്ളാളാകയാൽ ഒട്ടും മുഖം നോക്കാതെ പണിക്കു പോരാത്തവരെ താഴ്ത്തുകയും പ്രാപ്തന്മാരെ തിര ഞ്ഞെടുത്തു വലിയ സ്ഥാനങ്ങളിൽ വെയ്ക്കുകയും ചെയ്യും. അതു കൊണ്ട് മര്യാദക്കാർക്കൊക്കയും രാജാവിനെ സ്നേഹവും മറ്റുള്ളവർക്ക് ഭയവും രാജ്യഭരണത്തിനുള്ള പ്രാപ്തിയെ സംബന്ധിച്ചേടത്തോളം എല്ലാ വർക്കും ബഹുമാനവും ഉണ്ടായിരുന്നു.

ഒരുനാൾ കൃതവീരൻ തന്റെ വിഖ്യാതന്മാരായ ചില മന്ത്രിപ്രവീര ന്മാരെ ആളയച്ചു വരുത്തി, താനും അവരും കൂടി മന്ത്രശാലയിൽ എത്തി ക്കൂടി ഏറ്റവും മുഖ്യമായ ചില രാജ്യകാര്യങ്ങളെക്കൊണ്ട് ആലോചന തുടങ്ങി.

കൃതവീരൻ: പ്രിയ സചിവന്മാരെ! നാം വളരെക്കാലമായി ആലോചിച്ചി രുന്ന ചില കാര്യങ്ങൾ ഇപ്പോൾ പ്രവൃത്തിപ്പാൻ നല്ലതക്കം വന്നിരി ക്കുന്നുവെന്ന് നമുക്ക് തോന്നുകയാൽ നമ്മുടെ അഭിപ്രായങ്ങളെ വിവ രമായി നിങ്ങളെ ഗ്രഹിപ്പിച്ച്, അധികം അറിവും പഴമയും ആലോച നശക്തിയും, നമ്മെക്കുറിച്ച് കൂറുംഉള്ള നിങ്ങളുടെ അഭിപ്രായം എങ്ങ നെയെന്ന് അറിവാനാകുന്നു നിങ്ങളെ എല്ലാവരെയും ഇന്ന് ആലോ ചനസഭയിലേക്ക് വരുത്തിയത്. ആ കാര്യങ്ങൾ പല സംഗതികളേ ക്കൊണ്ടും ഇത്രനാളും, അതിവിശ്വാസയോഗ്യന്മാരും ആപ്തന്മാരു മായ നിങ്ങളെപ്പോലും അറിയിക്കാതെ രഹസ്യമായി വെക്കേണ്ടി വന്നതിനാൽ സമചിത്തന്മാരായ നിങ്ങൾക്ക് അപ്രിയം തോന്നുകയി ല്ലെന്ന് വിശ്വസിക്കുന്നു. നമ്മുടെ പൂർവ്വന്മാർ സ്വതന്ത്രന്മാരായിരുന്നു എന്നും കലിംഗാധീശന്റെ അതിക്രമം ഹേതുവായിട്ട് നമ്മുടെ കുല മഹിമ ഇങ്ങിനെ മങ്ങിക്കിടക്കുന്നതാണെന്നും പൂർവ്വവൃത്താന്തം അറിവുള്ള നിങ്ങളോട് വിസ്തരിച്ചു പറവാൻ ആവശ്യമില്ലല്ലൊ. പിന്നെ നമ്മുടെ ഓർമ്മയിൽതന്നെ നമ്മുടെ ജ്യേഷ്ഠൻ ഞങ്ങളുടെ സ്വാതന്ത്ര്യം തിരികെകിട്ടുവാൻ ചെയ്ത ശ്രമം നിങ്ങളാൽ ചിലരുടെ ആലോചന പിഴക്കയാലും നമ്മുടെ ബലം കുറകയാലും അത്യന്തം അപമാനമായി കലാശിച്ചത് വിചാരിച്ചു നോക്കുമ്പോൾ നമ്മുടെ മന സ്സുരുകുന്നു. ('നിങ്ങളാൽ ചിലരുടെ' എന്നു പറഞ്ഞതോടുകൂടി സഭ യിൽ ഇരുന്നിരുന്ന രണ്ടു മന്ത്രിമാരുടെ മുഖത്തേക്ക് ഇടക്കണ്ണിട്ടൊന്നു നോക്കി.)

ഇപ്പോൾ കലിംഗരാജ്യത്ത് ചിത്രരഥരാജാവ് വളരെ വൃദ്ധനായി. അദ്ദേഹം ഉള്ളതും ഇല്ലാത്തതും കണക്കൊന്നുതന്നെ. പിന്നെ ഈയിടെ അഭിഷേകം കഴിഞ്ഞത് പ്രതാപചന്ദ്രൻ എന്ന ബാലനാണ്. ആയാൾ വസ്ത്രാഡംബരത്തോടുകൂടി രാജകുമാരൻ എന്ന പേരും പറഞ്ഞ് പല്ല ക്കിൽ കൊണ്ടുനടപ്പാൻ നല്ല ഒരു പണ്ടമാണ്. കല്യാണം അഭിഷേകം

മുതലായ അടിയന്തരങ്ങൾ കഴിക്കുകയാൽ അവരുടെ ക്ഷീണിച്ചിരിക്കുന്ന ഭണ്ഡാരം ഇപ്പോൾ അധികം ക്ഷീണിച്ചിരിക്കുന്ന സമയമാണ്. പ്രാപ്തന്മാരായ സേനാനായകന്മാർ ആരും അവർക്കില്ല. സൈന്യങ്ങളും വളരെ അമാന്തസ്ഥിതിയിലാണ്. എന്നാൽ ഇതിനെല്ലാറ്റിനേക്കാളും നമുക്ക് വലിയ ഒരു ഗുണം ഉള്ളത്, കലിംഗാധീശന്റെ പ്രധാന മന്ത്രിയും സേനാധിപനും ആയിരുന്ന കപിലനാഥൻ എന്ന ആ മഹാശക്തൻ മരിച്ചുപോയതുതന്നേയാണ്. കഴിഞ്ഞ യുദ്ധത്തിൽ ജ്യേഷ്ഠനു വന്ന അപജയം മുഴുവനും അയാൾ ഒരാളുടെ സാമർത്ഥ്യംകൊണ്ടാണെന്ന് സംശയമില്ല. അയാളോട് തോല്ക്കുന്നത് അത്ഭുതമല്ലതാനും. "പുരുഷ കുഞ്ജരൻ" എന്നു പറയുന്നത് അയാളാണ്. എത്രയും ഉദാരൻ, അതിഗംഭീരൻ. ഒരു കുറി അയാൾ ഇവിടെ വന്നിരുന്നു. നമ്മുടെ ആസ്ഥാനമണ്ഡപത്തിൽ സിംഹാസനത്തിന്റെ മുൻഭാഗത്തുള്ള ആ വലിയ സ്തംഭത്തിന്റെ സമീപം ഒരു ഉന്നതമായ ആസനത്തിന്മേൽ ജ്യേഷ്ഠന്റെ മുമ്പാകെ ഇരുന്ന് രാജ്യകാര്യത്തെക്കുറിച്ച് സംസാരിച്ചത് നാം അന്നു ബാലനായിരുന്നുവെങ്കിലും നമുക്ക് ഈയിടെ കഴിഞ്ഞതുപോലെ ഓർമ്മ തോന്നുന്നു. ആയാൾ ഒരു സഭയിൽ ഉണ്ടായാൽ വക്താവ് അയാളും മറ്റെല്ലാവരും ശ്രോതാക്കളും, അങ്ങിനെ വരികയേയുള്ളു. അതിധീരൻ അയാളും മരിച്ചുവല്ലൊ.

ഇനി നമ്മുടെ വിഭവങ്ങളാണ് ആലോചിക്കേണ്ടത്. നമുക്ക് കലിംഗരാജാവിന് ഇപ്പോൾ ഉള്ളതിനേക്കാൾ ആന, തേർ, കുതിര, കാലാൾ ഇവ ഓരോന്നും അധികമുണ്ട്. സൈന്യാധിപന്മാരും അസാരന്മാരല്ല. നമ്മുടെ രാജ്യത്തിൽ പ്രജകൾ തമ്മിൽത്തന്നെയുണ്ടായിരുന്ന ഛിദ്രങ്ങളൊക്കെയും അടങ്ങി ഇപ്പോൾ സമാധാനവും സുഭിക്ഷവും ഉള്ള കാലമാണ്. അന്യശത്രുക്കളുടെ ഉപദ്രവവും ഇപ്പോൾ ഭയപ്പെടുവാനെങ്ങുമില്ല. എന്തിനേറെ പറയുന്നു; ഇന്ന് കലിംഗാധീശനെ അദ്ദേഹത്തിന്റെ പുരയിൽ വെച്ചുതന്നെ തോൽപ്പിക്കുവാൻ ദൈവം നമുക്ക് വളരെ പ്രതികൂലമല്ലെങ്കിൽ കുറച്ചുപോലും പ്രയാസമുണ്ടെന്ന് നമുക്ക് തോന്നുന്നില്ല. ഇങ്ങിനെയാണ് നമ്മുടെ അഭിപ്രായങ്ങൾ. ഇനി നിങ്ങൾ വഴിപോലെ ആലോചിച്ച് നമ്മുടെ നോക്ക് പോരായ്കയാൽ നാം കാണാതെ വല്ല തടസ്ഥവും ഉണ്ടെങ്കിൽ അതിനെ ആരാഞ്ഞു കണ്ടു പറഞ്ഞുതരേണം. ഇതാകുന്നു നമ്മുടെ ആവശ്യം.

രാജാവ് ഇങ്ങനെ പറഞ്ഞതിനെ വളരെ ശ്രദ്ധയോടുകൂടി കേട്ട മന്ത്രിമാർ കുറച്ചുനേരം ആലോചനയോടുകൂടി നിശ്ശബ്ദന്മാരായിരുന്നു. കൃതവീര്യൻ കാര്യത്തെക്കുറിച്ചുള്ള തന്റെ പ്രസംഗം കഴിഞ്ഞ ഉടനെ ആസനത്തിന്മേലേക്ക് പിന്നോക്കം ചാരി, കാലിന്മേൽ കാലേറ്റി ഒരു കൈകൊണ്ട് തന്റെ വലിയ മീശ പിടിച്ചുതിരിച്ചുംകൊണ്ട് താനും ആലോചനയായിരുന്നു. മന്ത്രിമാർ തങ്ങളുടെ ആലോചന കഴിഞ്ഞ് മുഖത്തോടു മുഖം എല്ലാവരും നോക്കി അവരിൽ അധികം പ്രായം ചെന്ന ഒരാൾ എഴുനീറ്റു ഇപ്രകാരം പറഞ്ഞു:

എനിക്ക് തോന്നിയത് ഞാൻ ഉണർത്തിക്കാം. ഇവിടുന്ന് അരുളിച്ചെയ്തതൊക്കെയും യഥാർത്ഥമാണ്. ഇത്ര നല്ല തക്കം നമുക്ക് ഇനി ഒരിക്കൽ കിട്ടുവാൻ പ്രയാസം. പക്ഷേ, യാതൊരു കാരണവും കൂടാതെ നാം അങ്ങോട്ട് അതിക്രമിക്കുവാൻ പോകുന്നത് അത്ര നല്ലതൊ എന്നു സംശയിക്കുന്നു. ഇവിടുത്തെ ഭാഗ്യംകൊണ്ടും യുദ്ധവൈദഗ്ദ്ധ്യം കൊണ്ടും, ജയം കിട്ടുവാൻ നല്ല സംഗതിയുണ്ട്. എന്നാൽ ഞങ്ങളുടെ സാമർത്ഥ്യം പോരായ്കയാലൊ പ്രജകളുടെ ഭാഗ്യദോഷംകൊണ്ടൊ നാം വിചാരിക്കുന്നതിന് വിപരീതമായിട്ടാണ് ഈ ആരംഭത്തിന്റെ അവസാനം എങ്കിൽ, നമ്മുടെ ശത്രുക്കൾക്കും മറ്റു രാജാക്കന്മാർക്കും നാം ഒരു പരിഹാസപാത്രമായി ഭവിക്കുമെന്നുള്ളതിന്ന് സംശയമുണ്ടൊ? ഇങ്ങിനെ ഒരു തടസ്ഥംമാത്രമെ എനിക്ക് തോന്നുന്നുള്ളു.

രണ്ടാമൻ ഒരു മന്ത്രി: അതു ഞാൻ ഒരു തടസ്ഥമായിട്ട് വിചാരിക്കുന്നില്ല. തങ്ങളെക്കൊണ്ട് കഴിയുമ്പോൾ തങ്ങളുടെ സ്വാതന്ത്ര്യം വീണ്ടുകൊള്ളുവാനായി, ആംവണ്ണം യത്നിക്കുന്നതിന് യാതൊരു ഭംഗികേടും ഇല്ല. നാം വൃഥാവിൽ അവരെ അങ്ങോട്ട് അതിക്രമിക്കുവാൻ തുടങ്ങുകയല്ലല്ലൊ. നമ്മുടെ പക്കൽ നിന്ന് അപഹരിച്ചതിനെ തിരികെ കിട്ടുവാനല്ലെ നമ്മുടെ ശ്രമം? പക്ഷേ, കപിലനാഥൻ ഇല്ലല്ലൊ എന്ന് വിചാരിച്ച നാം അത്ര ധൈര്യപ്പെടേണ്ട. കപിലനാഥന്റെ അനുജനായ അഘോരനാഥനാണ് ഇപ്പോഴത്തെ പ്രധാനമന്ത്രി. അദ്ദേഹത്തിന്ന് കപിലനാഥനെപ്പോലെതന്നെ ബുദ്ധികൗശലം ഇല്ലെങ്കിലും അതിസമർത്ഥനായ ഒരു യോദ്ധാവാണ്. ആ ഒരാൾക്ക് തുല്യനായിട്ട് ഇവിടുന്നൊഴികെ നമ്മുടെ ഇടയിൽ വേറെ ഒരു ആളുണ്ടെന്ന് എനിക്ക് തോന്നുന്നില്ല.

"ഇവിടുന്നൊഴികെ" എന്നു പറഞ്ഞപ്പോൾ രാജാവ് അല്പം ഒന്നു പുഞ്ചിരിക്കൊണ്ടു.

മൂന്നാമൻ ഒരു മന്ത്രി: അഘോരനാഥൻ അതിനിപുണനായ ഒരു യോദ്ധാവുതന്നെ. അതുകൊണ്ട് നാം അടങ്ങിയിരിക്കുവാൻ പാടുണ്ടൊ? തിരിഞ്ഞുനോക്കിയാൽ നമ്മുടെ കൂട്ടത്തിലും അതുപോലെയുള്ളവർ അപൂർവ്വം ചിലരുണ്ടാകില്ലെന്നില്ല. ഒരു സമയം ഇല്ലെന്നു വെച്ചാൽതന്നെ, മഗധേശ്വരനുമായി നാം സഖ്യത്തിലിരിക്കുന്ന അവസ്ഥക്ക്, ഇവിടുത്തെ അഭിലാഷം അല്പം ഒന്ന് അങ്ങോട്ട് അറിയിച്ചാൽ അദ്ദേഹം ഒരു യവനസൈന്യത്തെതന്നെ അയച്ചുതരുവാൻ മടിക്കുകയില്ല. യവനന്മാരായിട്ട് ഇപ്പോഴത്തെ മഗധേശ്വരനും സഖ്യത്തിൽ തന്നെയാണെന്നാണ് അന്വേഷണത്തിൽ അറിയുന്നത്.

കൃതവീര്യൻ: അതു ഞാൻ അത്ര വിശ്വസിക്കുന്നില്ല. മഗധേശ്വരനും യവനന്മാരും തമ്മിൽ ആന്തരമായിട്ട് അല്പം സ്പർദ്ധയുണ്ടെന്നാണ് ചാരന്മാരോടന്വേഷിച്ചതിൽ അറിയുന്നത്. അല്ല, താത്പര്യമായിട്ടാണെങ്കിൽതന്നെ, നാം അങ്ങോട്ട് വലിയ ഉപകാരം യാതൊന്നും ചെയ്തിട്ടില്ലാത്തതിനാൽ ആ ദിക്കിൽനിന്ന് അത്ര വലിയ ഒരു

സഹായം കിട്ടുന്നത് തീർച്ചയാക്കി കൂട്ടിക്കൂടാ. അപേക്ഷിപ്പാൻ അഭിമാനം നമ്മെ സമ്മതിക്കുന്നതും ഇല്ല.

രണ്ടാമൻ മന്ത്രി: അഘോരനാഥൻ ഉള്ളതുകൊണ്ട് നാം അടങ്ങിയിരിക്കേണമെന്നല്ല ഞാൻ ബോധിപ്പിച്ചതിന്റെ താല്പര്യം. നമുക്കു വിജയം അത്ര എളുപ്പത്തിൽ സമ്പാദിപ്പാൻ ആവുന്നതല്ലെന്നു മാത്രമാണ്.

മൂന്നാമൻ മന്ത്രി: ദുർബലന്മാരോട് ഏറ്റ് പ്രയാസം കൂടാതെ ജയം കൊള്ളുന്നതിൽ എന്തൊരു മഹിമയാണുള്ളത്? വൈരികൾ പ്രബലന്മാരായിരുന്നാൽ സംഗരം ഘോരമായിതീരുമെങ്കിലും വിജയം അതിനു തക്കവണ്ണം പുകൾ പൊങ്ങുകയും ചെയ്യും. യുദ്ധം ഘോരമാകുമെന്നുതന്നെയാണ് കരുതേണ്ടത്. അങ്ങിനെയായാൽതന്നെ നമ്മുടെ സേനകൾ ജയിപ്പാൻ മതിയായിട്ടുള്ളവരൊ എന്ന ഏകസംഗതിമാത്രമേ തീർച്ചയാക്കേണ്ടതുള്ളു.

രാജാവ്: (അല്പം ബദ്ധപ്പെട്ട്) ആ സംഗതിയെപ്പറ്റി രണ്ട് അഭിപ്രായം ഉണ്ടാവാൻ പാടുണ്ടൊ?

മൂന്നാമൻ മന്ത്രി: ഇല്ല. നമ്മുടെ സൈന്യത്തിന്ന് കലിംഗാധീശന്റെ സൈന്യത്തേക്കാൾ പരാക്രമം കൂടുമെന്നുള്ള സംഗതി നിർവ്വിവാദമാണ്. അതുകൊണ്ടു നാം ഈ അവസരം കൈവിട്ടും പോവാനയക്കാതെ വേണ്ടും വണ്ണം ഉദ്യോഗിച്ചാൽ നമ്മുടെ പൊയ്പോയ സ്വാതന്ത്ര്യം വീണ്ടും കിട്ടുവാൻ സാധിക്കുമെന്നു വളരെ കാലമായി നമ്മെ വെടിഞ്ഞിരിക്കുന്ന ജയലക്ഷ്മി ഇക്കുറി നമ്മെ കടാക്ഷിക്കാതിരിക്കയില്ലെന്നും ആകുന്നൂ എന്റെ മനോഗതം.

രാജാവ് ആ അഭിപ്രായം കേട്ട് അല്പം ഒരു മന്ദസ്മിതത്തോടുകൂടി രണ്ടാമൻ മന്ത്രിയുടെ മുഖത്തേയ്ക്ക് ആയാളുടെ അഭിപ്രായം ഖണ്ഡിച്ചു പറയേണമെന്ന് ആജ്ഞാപിക്കുംപോലെ ഒന്നു നോക്കി.

രണ്ടാമൻ മന്ത്രി: ഇപ്പോൾ നാം കലിംഗരാജ്യത്തേയ്ക്ക് അതിക്രമിക്കുവാൻ പോകുന്നത് അല്പം അവിവേകമാണെന്നും ആയതുകൊണ്ട് ആ മാർഗ്ഗം കേവലം നിരസിക്കേണ്ടതാണെന്നും ആകുന്നു ഈ സഭയിൽ എനിക്ക് ഏറ്റവും വണക്കത്തോടുകൂടി ബോധിപ്പിപ്പാനുള്ളത്. ആദിയിൽ സുഗമമാണെന്നു തോന്നുന്ന കാര്യങ്ങൾ സാധിക്കുവാൻ ശ്രമിക്കുമ്പോൾ അസാദ്ധ്യമാണെന്ന് പ്രത്യക്ഷപ്പെടുന്നത് അസാധാരണയല്ലല്ലൊ. കലിംഗാധീശൻ നമ്മുടെ രാജ്യത്തേയ്ക്ക് അതിക്രമിക്കുന്നതായാൽ അപ്പോൾ നമ്മുടെ പരാക്രമം വഴിപോലെ കാണിക്കേണ്ടതും ആയതിന്ന് സംഗതിവന്നാൽ അദ്ദേഹം പരാജയം പ്രാപിക്കുമെന്ന് ഏതാണ്ട് തീർച്ചയും ആകുന്നു. എന്നാൽ നമുക്ക് ജീവഹാനിയും ദ്രവ്യനഷ്ടവും എത്രയൊ കുറയും എന്നുതന്നെയല്ല നമ്മുടെ മനോരഥം സാധിക്കുകയും ശത്രുക്കളുടെ ദർപ്പം ശമിക്കുകയും എല്ലാവർക്കും നമ്മുടെ പ്രവൃത്തി സമ്മതപ്പെടുകയും ചെയ്യും.

രാജാവ്: ശത്രുക്കൾ ഇങ്ങോട്ട് അതിക്രമിപ്പാൻ വിചാരിക്കുന്നില്ലെങ്കിലൊ?

രണ്ടാമൻ മന്ത്രി: അതിന് എളുപ്പത്തിൽ ഒരു ഉപായം ഉണ്ട്. നാം അവരുമായിചെയ്ത ഉടമ്പടിയെ ലംഘിച്ചാൽ അവർ നമ്മോട് അതിനെക്കുറിച്ച് ആക്ഷേപിക്കാതിരിക്കയില്ല. ആ ആക്ഷേപത്തെ നാം അലക്ഷ്യമാക്കിയാൽ നമ്മോട് യുദ്ധംകൂടാതെ കഴിപ്പാൻ അവർക്കു നിവൃത്തിയില്ലാതായിത്തീരുകയും ചെയ്യും. അഥവാ, അവർ നമ്മുടെ പ്രാബല്യം ഓർത്ത് സ്വസ്ഥന്മാരായിരിക്കുവാൻ തീർച്ചയാക്കുന്നതായാൽ അവരുടെ ഛത്രാധിപത്യത്തെ നമുക്കു പരസ്യമായി പരിത്യജിക്കാവുന്നതും എന്നാൽ നമ്മുടെ സ്വാതന്ത്ര്യം അനായാസേന തിരികെ കിട്ടുന്നതും ആണല്ലൊ.

ഒന്നാമത്തെ മന്ത്രി: ഈ മാർഗ്ഗം അംഗീകരിക്കുന്നതിനു യാതൊരു തടസ്ഥവും കാണുന്നില്ല. എന്റെ അഭിപ്രായവും ഇതിനോടു യോജിച്ചിരിക്കുന്നു. നമ്മുടെ സ്വാതന്ത്ര്യം തിരികെ കിട്ടുവാൻ ഇങ്ങിനെ സൗമ്യമായ ഒരു പ്രതിവിധി ഉണ്ടായിരിക്കെ, അധികം കർശനമുള്ളതും ഇത്രതന്നെ തീർച്ചയില്ലാത്തതുമായ ഒരു മാർഗ്ഗത്തിൽ പ്രവേശിപ്പാൻ ഞാൻ ഇവിടുത്തെ ഉപദേശിക്കുകയില്ല.

രാജാവ്, സേവപറവാൻ ശീലമില്ലാത്ത ഇദ്ദേഹത്തിന്റെ കളങ്കമില്ലാത്ത അഭിപ്രായം കേട്ടപ്പോൾ തന്റെ മനസ്സുറപ്പ് അല്പം ഒന്നയഞ്ഞ് ആന്തരമായി തനിക്ക് അധികം ബഹുമാനവും താൽപര്യവും ഉള്ള നാലാമത്തെ മന്ത്രിയുടെ മുഖത്തേയ്ക്ക് ഒന്നുനോക്കി.

നാലാമൻ മന്ത്രി: ഞാൻ ആലോചിച്ചിടത്തോളം, കലിംഗരാജ്യത്തേയ്ക്ക് അതിക്രമിക്കുന്നതിന്ന് പറയത്തക്ക തടസ്ഥങ്ങൾ യാതൊന്നും കാണുന്നില്ല. ഇപ്പോൾ സഭയിൽവെച്ച് പ്രസ്താവിച്ചുകേട്ട മാതിരി ചില ചില്ലറ തടസ്ഥങ്ങൾ എപ്പോഴും ഉണ്ടായിക്കൊണ്ടിരിക്കും. അതും കൂടി ഇല്ലാതാകണമെന്ന് വിചാരിച്ച് നാം കാത്തിരിക്കുന്നതായാൽ എന്നേയ്ക്കും കാത്തിരിക്കുകയേവേണ്ടു. എന്റെ പക്ഷം ഇപ്പോൾ ത്തന്നെ കാലതാമസം ഒട്ടുംകൂടാതെ ഉത്സാഹിച്ചാൽ നമുക്ക് നിശ്ചയമായും ജയംകിട്ടുമെന്നാണ്. എനിക്ക് വേറെ ഒരു മോഹം കൂടിയുണ്ട്. മുമ്പേത്തെ യുദ്ധത്തിൽ ഇവിടുത്തേയ്ക്കും അമാത്യന്മാരായ ഞങ്ങൾക്കും വ്യസനത്തിന്നും അവമാനത്തിന്നും കാരണമായിത്തീർത്ത കലിംഗരാജാവിന്റെ ആ ക്രിയയ്ക്ക് തക്കതായ ഒരു പ്രതിക്രിയ ചെയ്‌വാൻ നാം ഒരിക്കലും മറക്കരുത്. ഇനി കാണിനേരം പോലും താമസിക്കുകയും അരുത്. മന്ത്രഗോപനത്തിന്റെ വൈഭവം ക്രിയാസത്വരതകൊണ്ടല്ലാതെ ശോഭിക്കുകയില്ല.

കൃതവീര്യൻ ആ അഭിപ്രായം കേട്ടപ്പോൾ ശിരഃകമ്പനം കൊണ്ട് തന്റെ അഭിപ്രായവും അതുതന്നെയാണെന്നു സൂചിപ്പിച്ചു. പിന്നെ മന്ത്രിമാർ പറഞ്ഞതൊക്കെയും ആലോചിച്ചു ചിലതുകൂടെ പറയുവാൻ തുടങ്ങുമ്പോഴേയ്ക്ക്, മന്ത്രശാലയുടെ പുരോഭാഗത്ത് കാവൽനിന്നിരുന്ന ആയുധപാണികളായ ഭടന്മാരിൽ ഒരുവൻ കടന്നുവന്ന് സഭയുടെ മുമ്പാകെ കുമ്പിട്ടു.

കൃതവീര്യൻ "എന്ത്" എന്നു ചോദിച്ചു.

ഭടൻ: കലിംഗമഹാരാജാവ് അയച്ച ഒരു ദൂതൻ വന്നിട്ടുണ്ട്. അടിയന്തിരമായ ഒരു കാര്യത്തെപ്പറ്റി ഇവിടുത്തെ കണ്ട് സംസാരിക്കേണമെന്നും വന്ന വിവരം ഇവിടെ ഉണർത്തിച്ചു കാൺമാൻ സമ്മതംവാങ്ങി വരേണമെന്നും ആവശ്യപ്പെടുന്നു.

കൃതവീര്യൻ "മറുപടി പറവാൻ വിളിക്കാം. പുറത്തു നില്ക്കു" എന്നു പറഞ്ഞ് അവനെ പുറത്തേയ്ക്കയച്ച്, അതിനെക്കുറിച്ച് മന്ത്രിമാരോട് കുറെ നേരം ആലോചിച്ചശേഷം ആ ഭടനെ തിരികെ വിളിച്ച് "നാളെ രാവിലെ രണ്ടര നാഴിക പുലരുമ്പോഴേയ്ക്ക് നമ്മുടെ സഭയിൽ നാമും മന്ത്രിമാരും കൂടിയിരിക്കും, അപ്പോൾ നമ്മെ കാൺമാൻ സമയമാണെന്നു പറക." എന്നു മറുപടി പറഞ്ഞയച്ചു. കുറെനേരംകൂടി രാജാവും മന്ത്രിമാരും തമ്മിൽ പിന്നെയും ആലോചന കഴിഞ്ഞശേഷം സഭ പിരിയുകയും ചെയ്തു.

നിശ്ചയിച്ചപ്രകാരം പിറ്റേദിവസം കൃത്യമായി രണ്ടരനാഴിക പുലർന്നപ്പോഴേയ്ക്കു കുന്തളേശൻ കിരീട കുണ്ഡലാദികളെക്കൊണ്ട് അലംകൃതനായി ആലവട്ടം വെഞ്ചാമര മുതലായ രാജചിഹ്നങ്ങളോടും, അധികം പരിവാരങ്ങളോടുംകൂടി തന്റെ പ്രതാപത്തെ മുഴുവനും കാണിച്ചുകൊണ്ടു സഭയിൽ എത്തി ഉന്നതമായ തന്റെ സിംഹാസനത്തിന്മേൽ വളരെ ഗാംഭീര്യത്തോടുകൂടി വന്നിരുന്നു. രാജാവ് സഭയിലേയ്ക്കെത്തിയപ്പോഴെയ്ക്ക്, ഒന്നായി എഴുനീറ്റു നിന്നിരുന്ന സഭക്കാരും, രാജാവ് ഇരുന്ന ഉടനെ ഇരുന്നു സഭ നിശ്ശബ്ദമായി. സഭയുടെ മുൻഭാഗത്ത് രണ്ടു വരിയായി കഞ്ചുകികൾ നില്ക്കുന്നവരുടെ നടുവിൽക്കൂടി ആ സമയത്തുതന്നെ കലിംഗരാജാവിന്റെ ദൂതനും വന്നെത്തി. എത്തിയ ഉടനെ വളരെ താഴ്മയോടുകൂടി കുന്തളേശനേയും സഭക്കാരെയും കുമ്പിട്ടു. കുന്തളേശൻ ചൂണ്ടിക്കാണിച്ച ഒരു ആസനത്തിന്മേൽ ഇരിക്കുകയും ചെയ്തു.

ദൂതന്നു പ്രായംകുറയുമെങ്കിലും വളരെ വിനയവും ഔചിത്യവുമുള്ളവനായിരുന്നു. സഭയിലേയ്ക്ക് കടന്ന ഉടനെതന്നെ അരക്ഷണം കൊണ്ട് തല ചുറ്റുംതിരിച്ച് ഒന്നു നോക്കിയപ്പോഴെയ്ക്ക്, രാജാവിനേയും, പ്രധാനികളായ സഭക്കാരേയും അവരുടെ മുഖരസങ്ങളേയുംകൂടി തന്റെ വിമലമായ മതിദർപ്പണത്തിൽ പ്രതിഫലിച്ചു കാണുമാറാക്കി. ഒരു പരിചയമുള്ള മുഖം എങ്ങുതന്നെ കാണ്മാനില്ലാത്ത ആ രാജസഭയുടെ നടുവിൽ താൻ ഒരുവൻ, എല്ലാവരുടേയും നോക്കുകൾക്ക് ലാക്കായി നിൽക്കേണ്ടിവന്നുവെങ്കിലും ആ ദൂതന് ഒട്ടുംതന്നെ ഒരു ചാഞ്ചല്യമുണ്ടായില്ല. ആസനത്തിന്മേൽ ഇരുന്ന ഉടനെ താൻ വന്ന കാര്യം പറവാൻ സമ്മതമുണ്ടൊ എന്നു ചോദിക്കുംപ്രകാരം വളരെ വിനയത്തോടുകൂടി രാജാവിന്ന് അഭിമുഖനായി. കുന്തളേശൻ മന്ത്രിമാരുടെ മുഖത്ത് ഒന്നു നോക്കി വന്നകാര്യം പറയാമെന്നു കല്പിച്ചു.

ദൂതൻ എഴുനീറ്റു രാജാവിനേയും സഭക്കാരേയും രണ്ടാമതും വന്ദിച്ച് ഇപ്രകാരം വ്യക്തമായി ഉച്ചത്തിൽ പറഞ്ഞു: "സാർവഭൗമനെന്നു സ്ഥാന

മുടയ, ഏകഛത്രാധിപതിയായ ശ്രീ പ്രതാപചന്ദ്രകലിംഗമാഹാരാജാവവർകൾ അദ്ദേഹത്തിന്റെ ദൂതനായ എന്റെ മുഖേന, കൃതവീര്യൻ എന്നു നാമധേയമായ കുന്തളരാജാവിനോട് പറയുന്നതാവിത്: കുന്തളേശൻ നമ്മുടെ ഛത്രത്തിൻകീഴിൽ വളരെക്കാലമായി സമാധാനത്തോടുകൂടി നമുക്ക് കോഴതന്നുംകൊണ്ട് രാജ്യം ഭരിച്ചുവന്നിരുന്നതും പതിനെട്ടു സംവത്സരംമുമ്പെ നമ്മൊടു മത്സരിച്ചു ജയിപ്പാൻകഴിയാതെ നമ്മുടെ ശാസനയിൻകീഴിൽ ഒതുങ്ങിയതും അന്നു നിശ്ചയിച്ച പുതുതായ ഉടമ്പടിക്കനുസരിച്ച് ഇതുവരെ കഴിഞ്ഞുപോന്നിട്ടുള്ളതും നല്ല നിശ്ചയമുണ്ടായിരിക്കെ, നമുക്ക് അഭിഷേകം കഴിഞ്ഞിട്ട് ആറു മാസത്തോളമായിട്ടും നമ്മെ വന്നു കാണുകയാകട്ടെ, കിഴുക്കടപ്രകാരം നമുക്ക് ഉപചാരം ചെയ്യുകയാകട്ടെ, ചെയ്തിട്ടില്ലാത്തതിന്നും നമുക്കു കാലംതോറും വീഴ്ച കൂടാതെ എത്തിച്ചുകൊള്ളാമെന്ന് വെച്ചിട്ടുള്ളതും അപ്രകാരം എത്തിച്ചു പോന്നിരുന്നതും ആയ കോഴദ്രവ്യം ഇക്കുറി എത്തിക്കാത്തതിന്നും മതിയായ കാരണം വല്ലതും ഉണ്ടോ? ഇല്ലെന്നുവരികിൽ കുന്തളേശൻ ഇപ്രകാരം ചെയ്തതിനെക്കുറിച്ച് നമ്മോടു തക്കതായ സമാധാനം, താമസിയാതെ പറഞ്ഞിട്ടില്ലെങ്കിൽ കുന്തളരാജ്യം നമ്മുടെ സ്വന്തം രക്ഷയിൽ ആക്കുകയും കുന്തളേശന്റെ രാജ്യഭരണം അവസാനിപ്പിക്കുകയും ചെയ്യേണ്ടിവരുമെന്ന് കൃതവീര്യൻ എന്ന നാമധേയമായ കുന്തളേശൻ അറിയേണ്ടതാണ്."

ദൂതൻ ഇങ്ങിനെ ഒട്ടും സഭാകമ്പംകൂടാതെ ഉച്ചത്തിൽ പറയുമ്പോൾ നിശ്ശബ്ദമായിരുന്ന ആ സഭ, സംസാരം അവസാനിച്ചപ്പോഴെയ്ക്ക്, സംസാരിച്ച കാര്യത്തെക്കുറിച്ചും സംസാരത്തിന്റെ വിധത്തെക്കുറിച്ചും, സംസാരിച്ചവനെക്കുറിച്ചും മറ്റും ജനങ്ങൾ അന്യോന്യം ക്ഷമകൂടാതെ ഓരോന്ന് ചെവിയിൽ മന്ത്രിക്കുവാൻ തുടങ്ങുകയാൽ അഗാധമായ വാഹിനികളുടെ അടിയിൽനിന്ന് ചിലപ്പോൾ കേൾക്കാവുന്ന മാതിരി ഒരു എരമ്പംകൊണ്ട് മുഴങ്ങി. ദൂതിന്റെ താല്പര്യം മനസ്സിലായപ്പോൾത്തന്നെ ഭാവം പകർന്നിരുന്ന കൃതവീര്യൻ കർണ്ണകഠോരങ്ങളായ ആ ഒടുവിൽ പറഞ്ഞ വാക്കുകൾ കേട്ടപ്പോൾ ഏറ്റവും ക്രോധപരവശനായി, കുറച്ചു നേരത്തേയ്ക്ക് എന്തുപറയേണ്ടു എന്നുണ്ടായീല. പിന്നെ അരിശം സഹിയാതെ പാദപീഠത്തെ ചവിട്ടിമറിച്ച്, വളരെ ഘനമുള്ള സിംഹാസനം ശബ്ദത്തോടുകൂടി പിന്നോട്ട് നിരങ്ങത്തക്കവണ്ണം ഊക്കോടുകൂടി എഴുനീറ്റ് "ഇനി വല്ലതും പറവാനുണ്ടൊ?" എന്ന് ഇടിവെട്ടുമ്പോലെ അതിരൗദ്രതയോടുകൂടി ചോദിച്ചു. അപ്പോഴാണ് ആ സഭ രണ്ടാമതും നിശ്ശബ്ദമായത്. കണ്ണുകൾ ഉരുട്ടി പുരികക്കൊടികൾ വളഞ്ഞു രുദ്രമൂർത്തിയെപ്പോലെ കൃതവീര്യൻ നില്ക്കുന്നതു കണ്ടപ്പോൾ സഭയിൽ ഉണ്ടായിരുന്നവരെല്ലാവരും, ധൈര്യശാലിയായ ദൂതൻതന്നെയും ഒന്നു നടുങ്ങി. ദൂതൻ തന്റെ ഭീതിയെ ഒട്ടും പ്രകാശിപ്പിക്കാതെ "ഇല്ല" എന്നുമാത്രം ശാന്തതയോടുകൂടി മറുപടി പറഞ്ഞു.

കൃതവീര്യൻ: പുരാതനമായി നമ്മുടെ പൂർവ്വന്മാർ ഭരിച്ചു വന്നിരുന്ന ഈ രാജ്യം കലിംഗാധീശന്ന് കൈവിട്ടുകൊടുക്കുകയൊ നിന്റെ സ്വാമിയെ ചെന്നുകാണാത്തതിന്റെ പരിഭവം തീർക്കുകയൊ ചെയ്യേണ്ടത് എന്ന് ആലോചിച്ച് നിന്റെ സ്വാമിയെ വഴിയെ അറിയിക്കാമെന്നു പറക.

ദൂതൻ: ഇവിടുത്തെ തീർച്ചയായ മറുപടി അറിഞ്ഞല്ലാതെ മടങ്ങിച്ചെല്ലരുതെന്നാണ് എന്റെ സ്വാമിയുടെ കല്പന. പക്ഷേ, ആലോചന കഴിയുന്നവരെ ഞാൻ ഇട്ടിക്കിൽതന്നെ താമസിക്കാം.

കൃതവീര്യൻ: എന്നാൽ ഈ പറഞ്ഞതുരണ്ടും ഉണ്ടാവില്ലെന്നു നിന്റെ സ്വാമിയോടറിയിക്കുക.

ദൂതൻ: വളരെ കാലത്തോളം സമാധാനമായി കഴിഞ്ഞു വന്നിരുന്ന ഈ രാജ്യങ്ങൾ തമ്മിൽ കലഹങ്ങൾ തുടങ്ങുവാനും വളരെ വീരന്മാർ നശിക്കുവാനും കാരണമാകുന്ന ഈ മറുപടി കൊണ്ടുപോകുവാൻ എനിക്കു സംഗതി വന്നതുവിചാരിച്ചു വളരെ വ്യസനമുണ്ട്. മറുപടി ഭേദപ്പെടുത്തുവാൻ ഭാവമില്ലാത്തപക്ഷം ഇതുതന്നെ കൊണ്ടുപോകയല്ലാതെ നിവൃത്തിയില്ലല്ലൊ.

ദൂതൻ ഒടുവിൽ പറഞ്ഞതു കേട്ടു എന്ന ഭാവംതന്നെ കുന്തളേശൻ ഭാവിച്ചില്ല. പറഞ്ഞത് ഇളക്കുകയില്ലെന്നു മനസ്സിലാവുകയാൽ ദൂതൻ യാത്ര പറയുന്ന മാതിരിയിൽ രാജാവിനേയും സഭാവാസികളേയും ഒന്നു നോക്കി കുമ്പിട്ട് രാജസഭയിൽ നിന്ന് ഇറങ്ങി അപ്പോൾതന്നെ കുതിരപ്പുറത്തു കയറി മടങ്ങിപ്പോകയും ചെയ്തു.

13

ദുഃഖനിവാരണം

പ്രതാപചന്ദ്രന്ന് പട്ടം കിട്ടിയതിൽപിന്നെ അദ്ദേഹം മിക്കവാറും എല്ലാ ദിവസങ്ങളിലും രാജസഭയിൽചെന്ന് കുറെ നേരംഇരുന്ന് പ്രജകളുടെ ഹരജികളെ വായിച്ചു കേൾക്കുകയും, അവരുടെ സങ്കടങ്ങൾ കേട്ടു മറുപടികല്പിക്കുകയും, അവരുടെ യോഗക്ഷേമത്തിന്നു വേണ്ടി പലകാര്യങ്ങളും ആലോചിക്കുകയും ചെയ്യുന്നതിന്നു പുറമെ, ആലോചനാസഭയിൽചെന്ന് അവിടെ കഴിയുന്ന കാര്യങ്ങളേയും അറിയുക പതിവായിരുന്നു. ആ ആലോചനാസഭയിൽ പ്രധാനമന്ത്രി ഒഴികെ, ശേഷമുള്ളവർ മിക്കപേരും ചെറുപ്പക്കാരും, കാര്യങ്ങളിൽ പഴക്കംകുറഞ്ഞവരും പ്രതാപചന്ദ്രന്റെ കുട്ടിക്കാലത്തെ പരിചയക്കാരാണെന്നുള്ള ഒരു ഗുണം ഒഴികെ വിശേഷിച്ച് യോഗ്യതയില്ലാത്തവരുമായിരുന്നു. മുഖ്യമായ രാജ്യകാര്യങ്ങളിൽ വല്ലതും ആലോചിക്കേണ്ടതുണ്ടായാൽ അന്ന് അഘോരനാഥനും ഉണ്ടാവും. അഘോരനാഥൻ സഭയിലില്ലാത്ത ഒരു ദിവസം പ്രതാപചന്ദ്രന്ന് അഭിഷേകം കഴിഞ്ഞതിൽപിന്നെ തന്നെ പതിവുപോലെ വന്നു കാണാത്തവരും കോഴ ബാക്കിനിർത്തീട്ടുള്ളവരും ആയ പ്രഭുക്കന്മാരുടേയും ഉപരാജാക്കന്മാരുടേയും, അടുക്കലേയ്ക്ക് അതിന്റെ കാരണം ചോദിക്കുവാനായിട്ട് ഓരോ ദൂതന്മാരെ അയയ്ക്കേണമെന്ന് ഒരു സചിവൻ സഭയിൽവെച്ച് പ്രസ്താവിക്കയുണ്ടായി. രാജാവും അതിനെ അഭിനന്ദിച്ച് അതു വേണ്ടതുതന്നെയാണെന്നരുളി, പോകേണ്ട ദൂതന്മാരെ നിശ്ചയിക്കുകയും ചെയ്തു.

അങ്ങിനെ കോഴ ബാക്കിനിർത്തീട്ടുള്ള മിക്ക പ്രഭുക്കന്മാരും ബലഹീനന്മാരായിരുന്നതുകൊണ്ട് അവരോട് സമാധാനം ചോദിക്കുവാൻ ആളെ അയക്കുന്നത് അത്ര വലിയ കാര്യമായിരുന്നില്ല. കുന്തളേശനോട് സമാധാനം ചോദിക്കുന്നത് ചില്ലറ കാര്യമായിരുന്നില്ലതാനും. പ്രധാനമ

ന്ത്രിയുടെ അറിവുകൂടാതേയും കുന്തളേശന്റെ ശക്തിയറിയാതേയുമാണ് കഴിഞ്ഞ അദ്ധ്യായത്തിൽ വിവരിച്ച ദൂത് അയച്ചത്. ദൂതനെ അയച്ചു രണ്ടു ദിവസം കഴിഞ്ഞതിന്നുശേഷം, യുവരാജാവ് അഘോരനാഥനോട് പല രാജകാര്യങ്ങളെക്കുറിച്ചും സംസാരിക്കുന്നതിന്നിടയിൽ യാദൃച്ഛയായി ആ വിവരം പറഞ്ഞു. ആയതുകേട്ടപ്പോൾ ഉടനെ അദ്ദേഹം ഒന്നു ഞെട്ടി. നെറ്റിയിന്മേൽ കൈവെച്ചുംകൊണ്ട് വളരെ വിചാരത്തോടുകൂടി മുഖം താഴ്ത്തി നാലു നിമിഷം ഇരുന്നശേഷം, കുന്തളേശനോട് പറവാൻ പറഞ്ഞയച്ചത് എന്താണെന്ന് സൂക്ഷ്മമായി അറിവാൻവേണ്ടി ചോദിച്ചു. അത് ഇന്നതെന്ന് രാജാവ് അറിയിച്ച ഉടനെ, കോപത്തോടും വ്യസനത്തോടും കൂടി ദീർഘമാകുംവണ്ണം നിശ്വസിച്ച് പെട്ടെന്നെഴുനീറ്റ് "ഇവിടുന്ന് ചെയ്തതിന്റെ ഫലം നമുക്ക് അധികം താമസിയാതെ അനുഭവിക്കാം. സർപ്പത്തിന്റെ വാലിന്മേലാണ് ചവിട്ടിയത്" എന്നുമാത്രം പറഞ്ഞു, പിന്നെ ആരോടും ഒന്നും പറയാതേയും ഒരുത്തന്റേയും മുഖത്തു നോക്കാതേയും തന്റെ കുതിരപ്പുറത്തു കയറി കഴിയുന്ന വേഗത്തിൽ ഓടിച്ച് ചന്ദനോദ്യാനത്തിൽ എത്തുകയും ചെയ്തു.

അറിവാൻ പ്രയാസമായ അഘോരനാഥന്റെ ആ വാക്കും പ്രവൃത്തിയും കണ്ടപ്പോൾ യുവരാജാവിന്ന് മനസ്സിൽ ഉണ്ടായ പരിതാപം പറഞ്ഞാൽ തീരുന്നതല്ല. മൃതശരീരം നടന്നുപോകുമ്പോലെ തന്റെ മുറിയിൽ പോയി ഒരു കട്ടിലിന്മേൽ വീണു–കിടന്നു എന്നു പറഞ്ഞുകൂടാ—വിചാരം തുടങ്ങി:

"കഷ്ടം! ഞാൻ ഇത്ര ആലോചനക്കുറവോടുകൂടി പ്രവർത്തിച്ചുവല്ലോ. അനിർവ്വഹനീയമായ വല്ല തെറ്റും ഉണ്ടെങ്കിലല്ലാതെ അഘോരനാഥൻ ഇങ്ങിനെ ഒന്നും പറവാനും പ്രവർത്തിപ്പാനും സംഗതിയില്ല. ധൈര്യവും അഭയദായിതയും അധികമുള്ള അഘോരനാഥൻകൂടി ഇങ്ങിനെ ത്രസിക്കേണമെങ്കിൽ കുന്തളേശൻ വളരെ പ്രബലനായിരിക്കേണമെന്നു തീർച്ചതന്നെ. ഇത്ര അവിവേകിയായല്ലൊ ഞാൻ. അച്ഛൻ അതിവൃദ്ധൻ–മൃതപ്രായൻ, എനിക്ക് പട്ടം കിട്ടിയത് ഇന്നലെ! യുദ്ധവൈദഗ്ദ്ധ്യം എനിക്കില്ല. ബലവും ശിഥിലം. പ്രബലന്മാരായ ബന്ധുക്കളും ആരുമില്ല. എന്റെ രാജ്യഭാരം തുടങ്ങിയപ്പോഴെയ്ക്കുതന്നെ ശാന്തമായിരിക്കുന്ന ഈ രാജ്യത്തേയ്ക്ക് എന്റെ ജളത്വംകൊണ്ട് യുദ്ധത്തിന്റെ നിഷ്ഠുരതകളെ ഞാൻ വലിച്ചിട്ടുവെന്നല്ലെ മഹാജനങ്ങൾ പറയുക. കഠിനം! കഠിനം! കുന്തളേശൻ ബലവാനാണെങ്കിൽ ജയം ആയാൾ കൊണ്ടുപോകും. അപമാനം എനിക്ക് ശേഷിക്കുകയും ചെയ്യും. ഇതാണ് എന്റെ സൂക്ഷ്മാവസ്ഥ. ദൈവമെ! അനാഥനായ ഈ ബാലനെ കാരുണ്യലേശത്തോടുകൂടി ഒന്ന് കടാക്ഷിക്കേണമെ" എന്നിങ്ങനെ വിചാരിച്ചുകൊണ്ട് ഇടയ്ക്കിടെ നെടുവീർപ്പോടുകൂടി പ്രതാപചന്ദ്രൻ കേണുകൊണ്ട് കിടക്കുമ്പോൾ സ്വർണ്ണമയി അടുക്കൽ ചെന്നു. ഭർത്താവും ഇളയച്ഛനും തമ്മിൽ സന്തോഷമായി സല്ലാപം ചെയ്തുകൊണ്ടിരിക്കെ ഇളയച്ഛൻ ഭാവംപകർന്ന് ക്ഷോഭത്തോടുകൂടി പോയതും പോകുമ്പോൾ പറഞ്ഞ വാക്കും താൻ സൂക്ഷ്മമായി

അന്വേഷിച്ചറിഞ്ഞ്, ഭർത്താവ് വ്യസനിക്കുന്നുണ്ടെങ്കിൽ സമാധാനപ്പെടുത്താമല്ലോ എന്നു വിചാരിച്ചാണ് അവിടേയ്ക്ക് ചെന്നത്. ഭർത്താവ് കഠിനമായി വ്യസനിക്കുന്നതു കണ്ടപ്പോൾ തന്റെ ധൈര്യം ജലരൂപേണ കണ്ണിൽനിന്നൊലിച്ചു. ഭർത്താവിന്റെ അരികത്തിരുന്ന് താൻ വന്നത് അറിയിക്കുവാനായിട്ട് സ്വർണ്ണമയി തന്റെ വലതുകൈ ഭർത്താവിന്റെ മാറിൽ വെച്ചു. അപ്പോൾ പ്രതാപചന്ദ്രൻ ആ കൈ തന്റെ കൈകളെക്കൊണ്ട് പിടിച്ചു മാറത്തേയ്ക്കമർത്തി, "നാം ഈ വ്യസനം അനുഭവിക്കുമാറായല്ലോ" എന്നു പറയുംവിധത്തിൽ സ്വർണ്ണമയിയുടെ മുഖത്തേയ്ക്കു നോക്കി, ഒന്നും പറയാതെ ഒരു ദീർഘനിശ്വാസം അയച്ചു തിരിഞ്ഞു കിടന്നു. സ്വർണ്ണമയി പലതും പറവാൻ വിചാരിച്ചിട്ടായിരുന്നു വന്നിരുന്നത് എങ്കിലും, തല്ക്കാലം ഒന്നും പറവാൻ തോന്നിയതുമില്ല. കുറെ നേരം ഭർത്താവിന്റെ അരികെ ഒന്നുംസംസാരിക്കാതെ ദുഃഖിച്ചുകൊണ്ടിരുന്ന ശേഷം സാവധാനത്തിൽ ഭർത്താവിന്റെ മാറത്തു നിന്ന് തന്റെ കയ്യെടുത്ത് പുറത്തേയ്ക്കുപോകയും ചെയ്തു.

അഘോരനാഥൻ ചന്ദനോദ്യാനത്തിൽ എത്തിയ ഉടനെ ഒരു വിനാഴികപോലും താമസിയാതെ, ചില എഴുത്തുകൾ എഴുതി വിശ്വാസയോഗ്യന്മാരായ ചില ദൂതന്മാരുടെ പക്കൽ കൊടുത്തയച്ചു. പിന്നെ സൈന്യങ്ങളുടെ അവസ്ഥ ആലോചിപ്പാൻ തുടങ്ങി. പ്രധാനികളായ സേനാനാഥന്മാരെ അടിയന്തരമായി ആളയച്ചുവരുത്തി നാലഞ്ചുദിവസത്തിനുള്ളിൽ കഴിയുന്നേടത്തോളം നല്ലതായ ഒരു സൈന്യത്തെ ശേഖരിക്കുവാനും ഉള്ള സൈന്യങ്ങളേയും ആയുധങ്ങളേയും യുദ്ധത്തിന്നു തെയ്യാറാക്കുവാനും അവരെ ഏല്പിച്ചു. വേറെചില സചിവന്മാരെ വരുത്തി രാജധാനിയുടെ ചുറ്റുമുള്ള ചിത്രദുർഗ്ഗത്തിന്റെ ഭിത്തികൾ അല്പം കേടുവന്നിട്ടുണ്ടായിരുന്നത് നന്നാക്കുവാനും കിടങ്ങുകൾ ദുസ്തരമാക്കുവാനും വാതിലുകൾ ബലപ്പെടുത്തുവാനും മറ്റ് അറ്റകുറ്റങ്ങൾ ഉടനെ തീർപ്പാനും കല്പന കൊടുത്തു. കുന്തളരാജ്യത്തേയ്ക്കും അതിനു സമീപം ദിക്കുകളിലേയ്ക്കും ചില ചാരന്മാരേയും രണ്ടു രാജ്യങ്ങളുടേയും അതിരിൽ ഉള്ള ചില പുരാതനമായ കോട്ടകളിലേയ്ക്ക് കുറെ സൈന്യത്തേയും അയച്ചു. സൈന്യങ്ങൾക്ക് ഭക്ഷണസാധനങ്ങളും കൈനിലക്ക് പടകുടികൾ കെട്ടുവാനുള്ള സാമാനങ്ങളും ശേഖരിക്കുവാനുംമറ്റും യുദ്ധത്തിന്നു വേണ്ടുന്ന സകല ഒരുക്കുമാനങ്ങളും കൂട്ടുവാനും മതിയായ ആളുകളെ കല്പിച്ചാക്കുകയും ചെയ്തു.

ഒരു പത്തു നാഴികയ്ക്കുള്ളിൽ ഇതൊക്കെയും കഴിച്ച് തിരക്ക് അല്പം ഒഴിഞ്ഞതിന്റെശേഷം ഭക്ഷണം കഴിക്കുവാൻ പോയി. ഭക്ഷണം കഴിഞ്ഞ് ആസ്ഥാനമുറിയിലേയ്ക്കു മടങ്ങിവരുമ്പോൾ, സ്വർണ്ണമയി ബദ്ധപ്പെട്ടുവന്ന് കരഞ്ഞുംകൊണ്ട് അഘോരനാഥന്റെ കാൽക്കൽ വീണു. അദ്ദേഹം അവളെ ഉടനെ എഴുനീൽപിച്ച്, "ദേവി, ഇതെന്തൊരു കഥയാണ്?" എന്നു ചോദിച്ചു. സ്വർണ്ണമയി അഘോരനാഥന്റെമേൽ ചാരിക്കൊണ്ടുനിന്നു കരഞ്ഞതേയുള്ളു. കുറച്ചുനേരത്തേയ്ക്ക് ഒന്നും സംസാ

രിച്ചില്ല. പിന്നെ അഘോരനാഥൻ വളരെ ശാന്തതയോടുകൂടി കാരണം ചോദിച്ചപ്പോൾ ഉത്തരീയംകൊണ്ട് അശ്രുക്കൾതുടച്ച് ഇടത്തൊണ്ട വിറച്ചുകൊണ്ട് പറഞ്ഞുതുടങ്ങി.

സ്വർണ്ണമയി: അങ്ങുന്ന് എന്റെ ഭർത്താവിനോട് ഭാവിച്ചതുപോലെ എന്നോടും പാരുഷ്യം ഭാവിക്കയില്ലല്ലൊ.

അഘോരനാഥൻ: എന്താണിങ്ങനെ ചപലസ്ത്രീകളെപ്പോലെ പറയുന്നത്? ഞാൻ ദേവിയോട് എപ്പോഴെങ്കിലും പാരുഷ്യം ഭാവിച്ചത് ഓർമ്മ തോന്നുന്നുണ്ടോ? ദേഷ്യത്തോടുകൂടി ഒരു വാക്കുപോലും ഞാൻ ദേവിയോട് ഒരിക്കലും പറഞ്ഞിട്ടില്ലല്ലൊ.

സ്വർണ്ണമയി: അങ്ങുന്ന് പണ്ടുചെയ്യാത്തവിധം ചിലത് ചെയ്തതായി കേട്ടു. അതുകൊണ്ട് ഈ വിധം ഞാൻ ശങ്കിക്കാനിടയുണ്ടായതാണ്. എനിക്ക് ഒരു അപേക്ഷയുണ്ട്.

അഘോരനാഥൻ: എന്നെക്കൊണ്ട് കഴിയുന്നതാണെങ്കിൽ ദേവിയുടെ ആവശ്യം സാധിപ്പിപ്പാൻ പറയേണ്ട താമസമേയുള്ളു. എന്നാൽ അസാദ്ധ്യമല്ലല്ലൊ?

സ്വർണ്ണമയി: അങ്ങുന്ന് ഭർത്താവുമായിട്ട് ചിലത് സംസാരിച്ചുകൊണ്ടിരിക്കെ ഭർത്താവിനോട് ചില പരുഷവാക്കുകൾ പറഞ്ഞു ധൃതിപ്പെട്ടു പോന്നതിനാൽ ഭർത്താവ് വലിയ വ്യസനത്തിൽ അകപ്പെട്ടിരിക്കുന്നു. എന്തുതന്നെയുണ്ടായാലും വേണ്ടതില്ല, അങ്ങുന്ന് ഇപ്പോൾ എന്റെ കൂടെതന്നെപോന്നു ഭർത്താവിന്റെ സന്താപം എങ്ങനെയെങ്കിലും തീർത്തുതരേണം (എന്നിങ്ങനെ പറഞ്ഞുകഴിഞ്ഞപ്പൊഴെയ്ക്ക് കുറച്ചുനേരം ഒഴിഞ്ഞുനിന്നിരുന്ന അശ്രുക്കൾ രണ്ടാമതും അവളുടെ കണ്ണിൽ നിറഞ്ഞു.)

അഘോരനാഥൻ: എന്റെ പരുഷവാക്കുകളല്ല യുവരാജാവിന്റെ വ്യസനത്തിന്നു കാരണം. അദ്ദേഹം ആലോചനകൂടാതെ ചെയ്ത ചില പ്രവൃത്തികളാണ്. ആ പ്രവൃത്തികളുടെ ഭവിഷ്യത്ത് എന്റെ വാക്കുകളെക്കൊണ്ടായിരിക്കാം അദ്ദേഹത്തിന്നു പ്രത്യക്ഷമായത്. ഏതെങ്കിലും ഇനി വ്യസനിക്കുവാൻ ആവശ്യമില്ല. അപകടം വരാവുന്നേടത്തോളം ഒക്കയും വന്നുകഴിഞ്ഞു. നമുക്ക് ഇപ്പോൾതന്നെ പോയി അദ്ദേഹത്തിന്റെ വ്യസനം തീർക്കുവാൻ ശ്രമിക്കാം.

എന്നിങ്ങിനെ പറഞ്ഞ് അഘോരനാഥൻ രണ്ടു പേർക്കും ഡോലികൾ കൊണ്ടുവരുവാൻ കല്പിച്ചു. ഉടനെ ഡോലിയിൽ കയറി താനും സ്വർണ്ണമയിയും രാജധാനിയിൽ മടങ്ങിയെത്തുകയും ചെയ്തു.

രാജ്ഞി അകമ്പടിയൊന്നും കൂടാതെ ധൃതിപ്പെട്ടുപോയി പ്രധാനമന്ത്രിയെ കൂട്ടിക്കൊണ്ടുവന്നതും രാജാവിന്ന് ഒട്ടും സുഖമില്ലാത്ത അവസ്ഥയും രാജാവും അഘോരനാഥനും തമ്മിലുണ്ടായ സംഭാഷണവും പുരവാസികൾ അറിഞ്ഞ്, ഇതിന്നെല്ലാം കാരണമെന്തെന്ന് അന്യോന്യം രഹസ്യമായി ചോദിക്കുവാനും ഊഹിച്ച് ഓരോന്നു പറവാനും തുടങ്ങി. അഘോരനാഥൻ ആരോടും ഒന്നും സംസാരിക്കാതെ സ്വർണ്ണമയിയുടെ

ഒരുമിച്ചുപോയി വ്യസനിച്ചുകൊണ്ടുതന്നെ കിടന്നിരുന്ന പ്രതാപചന്ദ്രനെ സാവധാനത്തിൽ പിടിച്ചെഴുനീല്പിച്ചിരുത്തി താഴെ പറയുംപ്രകാരം പറഞ്ഞുതുടങ്ങി.

അഘോരനാഥൻ: എന്റെമേൽ ഇവിടുത്തേയ്ക്ക് അപ്രിയം തോന്നുവാൻ ഞാൻ സംഗതിയുണ്ടാക്കീട്ടുണ്ടെങ്കിൽ എനിക്ക് മാപ്പു തരേണം. എനിക്ക് കാര്യത്തിന്റെ വസ്തുതയും ഇവിടുന്ന് പ്രവർത്തിച്ചതിന്റെ ഭവിഷ്യത്തും മനസ്സിൽ തോന്നിയ ഉടനെ എന്നെത്തന്നെ മറന്നുപോയി പാരുഷ്യമാണെന്നു തോന്നത്തക്കവണ്ണം ഞാൻ വല്ലതും പറയുകയൊ ചെയ്യുകയൊ ചെയ്തിട്ടുണ്ടെങ്കിൽ, അതിന്റെ ഓർമ്മ ഇപ്പോൾതന്നെ ഇവിടുത്തെ മനസ്സിൽ നിന്നു തള്ളിക്കളയണം. നമുക്ക് വ്യസനിക്കുവാനിതല്ല സമയം. കാര്യത്തിന്റെ ഗൗരവം ഞാൻ ഗ്രഹിച്ചതുപോലെ ഇവിടുന്നുകൂടി ഗ്രഹിച്ചിട്ടുണ്ടായിരുന്നുവെങ്കിൽ ഞാൻ പറഞ്ഞതിനെക്കുറിച്ച് ഒട്ടും വ്യസനിപ്പാൻ സംഗതിയുണ്ടായിരുന്നില്ല.

പ്രതാപചന്ദ്രൻ: ഞാൻ അങ്ങുന്ന് പറഞ്ഞതിനെക്കുറിച്ച് അല്പംപോലും വ്യസനിച്ചിട്ടില്ല. അങ്ങിനെ തെറ്റിദ്ധരിക്കരുതെ. അങ്ങുന്ന് പറഞ്ഞതിനാൽ എനിക്ക് പ്രത്യക്ഷമായ എന്റെ അബദ്ധമാണ് എന്നെ ദുഃഖിപ്പിക്കുന്നത്. (അതു പറഞ്ഞപ്പോൾ അഘോരനാഥൻ സ്വർണ്ണമയിയുടെ മുഖത്തേയ്ക്ക് ഒന്നു നോക്കി) ഇനി ഈ ദുർഘടത്തിൽ നിന്ന് അപമാനം കൂടാതെ നിവൃത്തിക്കുവാൻ, അങ്ങേടെ ബുദ്ധികൗശലമല്ലാതെ എനിക്ക് യാതൊരു ആധാരവും ഇല്ല. ഞാൻതന്നെ ചന്ദനോദ്യാനത്തിലേയ്ക്ക് അങ്ങെ കാണ്മാൻ വരേണമെന്ന് തീർച്ചയാക്കിയിരുന്നു. അപ്പോഴേയ്ക്കാണ് അങ്ങുന്ന് ദൈവം തന്നെ അയച്ചു വന്നപോലെ എന്റെ സഹായത്തിന്ന് എത്തിയത്.

അഘോരനാഥൻ: എന്നെ സ്വർണ്ണമയിയാണ് കൂട്ടിക്കൊണ്ടുപോന്നത്. അല്ലെങ്കിൽ ഞാൻ ഇപ്പോൾ ഇങ്ങോട്ടു വരുന്നതല്ലായിരുന്നു. അവളുടെ വ്യസനം കണ്ടിട്ടാണ് ഞാൻ എന്റെ പണികൂടി നിർത്തിവെച്ചു പോന്നത്. ആകട്ടെ; അതിരിക്കട്ടെ; ഇവിടുന്ന് പ്രവർത്തിച്ചതിന്റെ ഭവിഷ്യൽ ഫലങ്ങൾ ഇവിടന്ന് നല്ലവണ്ണം അറിവാൻ സംഗതിയില്ല; അറിഞ്ഞിരിക്കേണ്ടത് ആവശ്യവുമാണ്. ഒട്ടും പരിഭ്രമിക്കരുത്. വരുന്നതുവരട്ടെ. ധൃഷ്ടതയാണ് പുരുഷന്മാർക്ക് ഈവക സമയങ്ങളിൽ അത്യാവശ്യം.

പ്രതാപചന്ദ്രൻ: നിവൃത്തിമാർഗ്ഗം ആലോചിക്കുന്നതിന്ന് മുമ്പായി പ്രവൃത്തിയുടെ ദോഷം ഇത്രത്തോളമുണ്ടെന്ന് അറിഞ്ഞിരിക്കേണ്ടത് ആവശ്യമാണല്ലൊ. ഞാൻ ആയത് സൂക്ഷ്മമായി ഇനിയെങ്കിലും അറിയട്ടെ, പറയൂ.

അഘോരനാഥൻ: കൃതവീര്യൻ എന്ന ഇപ്പോഴത്തെ കുന്തളേശൻ അതിധീരനും പരാക്രമശാലിയും ദുരഭിമാനിയുമാണ്. ആയുധവിദ്യ ശിക്ഷയിൽ അഭ്യസിച്ചിട്ടുമുണ്ട്. അദ്ദേഹത്തിന്നു സമനായ ഒരു യോദ്ധാവ്

ഇന്ന് നമ്മുടെ രാജ്യത്തിൽ ഉണ്ടൊ എന്നു സംശയമാണ്. അത്രയുമല്ല, അദ്ദേഹം മനസ്സിൽ ഇന്നതൊന്ന് ചെയ്യണമെന്ന് നിരൂപിച്ചിട്ടുണ്ടെങ്കിൽ അത് എങ്ങിനെയെങ്കിലും ചെയ്തല്ലാതെ അടങ്ങുന്ന ആളല്ല, ചെയ്‌വാൻ ത്രാണിയുമുണ്ട്.

കുന്തളരാജ്യമൊ-ഒരു മുപ്പത് സംവത്സരത്തിന്നിപ്പുറം, ആ രാജ്യം വളരെ ഐശ്വര്യവതിയായി തീർന്നിരിക്കുന്നു. ഭണ്ഡാരം തടിച്ചിരിക്കുന്നു, സേനകൾ അനവധി, പ്രബലന്മാരായ സേനാധിപന്മാർ, ബുദ്ധിമാന്മാരായ മന്ത്രികൾ, ധനികന്മാരും രാജഭക്തിയുമുള്ള പ്രജകൾ, ബഹുവർത്തകം നടന്നു വരുന്ന പട്ടണങ്ങൾ, കള്ളന്മാരുടെ ഉപദ്രവമില്ലാത്ത ചെത്തുവഴികൾ, യന്ത്രപ്പാലങ്ങൾ, വിദ്യാശാലകൾ , വൈദ്യശാലകൾ-എന്നുവേണ്ട പരിഷ്കാരസൂചകങ്ങളായ പലതും ഉണ്ട്. ഈ കുന്തളേശന്റേയും ഇദ്ദേഹത്തിന്റെ ജ്യേഷ്ഠനായ മുമ്പത്തെ കുന്തളേശന്റേയും ബുദ്ധികൗശലം കൊണ്ടുതന്നെ കുന്തളരാജ്യം ഇപ്പോൾ പശ്ചിമഭാരതത്തിന്നു ഒരു തൊടുകുറിയായി തീർന്നിരിക്കുന്നു. കുന്തളേശന്റെ രാജലക്ഷ്മി ക്ഷേമവും സുഭിക്ഷവുമാകുന്ന സഖിമാരോടുകൂടി ദിവസേന നൃത്തമാടുന്നു.

എന്റെ ജ്യേഷ്ഠൻ പ്രധാനമന്ത്രിയായിരിക്കുമ്പോൾ അദ്ദേഹത്തിന്റെ ബുദ്ധിവൈഭവംകൊണ്ടും പൗരുഷംകൊണ്ടും കുന്തളേശനെ ഒരുവിധം ഒതുക്കിവെക്കുവാൻ കഴിഞ്ഞതാണ്. വിശേഷിച്ച്, ജ്യേഷ്ഠൻ അല്പം ഒരു കഠിനക്കയ്യും പ്രവൃത്തിച്ചിട്ടുണ്ട്. കുന്തളേശന്റെ വൃദ്ധനായ അച്ഛനെ പിടിച്ച് കാരാഗൃഹത്തിൽ ആക്കി വളരെ ദ്രവ്യം പുത്രനോട് വാങ്ങീട്ടാണ് വിട്ടയച്ചത്. ജ്യേഷ്ഠൻ സാമദാനഭേദങ്ങൾ പ്രയോഗിച്ചിട്ടും കുന്തളേശൻ വഴിപ്പെടാഞ്ഞപ്പോൾ വേറെ വഴികാണായ്കയാൽ അദ്ദേഹം അങ്ങനെ ചെയ്തതാണ്. വഴിപ്പെട്ടതിന്റെ ശേഷം ആ ദ്രവ്യം അങ്ങോട്ടുതന്നെ മടക്കികൊടുക്കുകയും ചെയ്തിരിക്കുന്നു. എങ്കിലും കൃതവീര്യൻ അതു ഹേതുവായിട്ടുണ്ടായ വ്രണം ഇപ്പോഴും ഉണക്കാതെ വെച്ചുകൊണ്ടിരിക്കുന്നുണ്ടാവും. അദ്ദേഹം വൈര്യം മറന്നുകളയുന്ന മാതിരിയല്ല; ഇപ്പോൾ അയൽ വക്കക്കാരായ ചേദി, അവന്തി, ഈ രാജ്യങ്ങളിലെ രാജാക്കന്മാരായിട്ടും അല്പം ബന്ധുതയുമുണ്ടായിട്ടുണ്ട്. എന്നാൽ അവർ പണ്ടേക്കുപണ്ടേ നമ്മോടു മൈത്രിയുള്ളവരാകയാൽ കുന്തളനോടു ചേർന്ന് നമ്മുടെ നേരെ തിരിയുവാൻ സംഗതിപോരാ. ഈ അവസ്ഥയിൽ അവർ നിരായുധന്മാരായിരുന്നാൽതന്നെ ആയത് നമ്മുടെ ഭാഗ്യമാണെന്ന് വിചാരിക്കണം.

വിശേഷിച്ച് കുന്തളേശൻ മഗധരാജാവുമായിട്ട് സഖ്യത്തിലാണ്. മഗധരാജാവിനു യവനന്മാർ പണ്ടുതന്നെ മമതയായിട്ടാണെന്ന് അറിയാമല്ലൊ. അതുകൊണ്ട് കുന്തളേശൻ കുഴങ്ങിയാൽ മഗധരാജാവ് ഒരു യവനസൈന്യംതന്നെ അദ്ദേഹത്തിന്റെ സഹായത്തിന് അയക്കുവാനും മതി. ജ്യേഷ്ഠന്റെ കാലംകഴിഞ്ഞ് ഞാൻ രാജ്യകാര്യം ഏറ്റതിൽപിന്നെ, ഇതുവരേയും മനസ്സിൽനിന്നു വിട്ടുപോകാതെയുണ്ടായിരുന്ന ഒരു പേടി

കുന്തളരാജ്യത്തെ ആ അഗ്നിപർവ്വതം എപ്പോഴാണ് പൊട്ടിത്തെറിക്കുന്നത് എന്നായിരുന്നു. എന്തുചെയ്തിട്ടെങ്കിലും അതുകൂടാതെ കഴിക്കേണ മെന്നും കഴിയുമെങ്കിൽ കുന്തളേശനെ സാമദാനങ്ങളേക്കൊണ്ട് ഇണങ്ങി പാട്ടിലാക്കണമെന്നുമായിരുന്നു എന്റെ മനോരാജ്യം. ഇവിടുന്ന് ഇതൊന്നും അറിയാതെ, അൽപനേരംകൊണ്ടു വളരെക്കാലമായി ഞാൻ ഭയപ്പെട്ടി രുന്നതത്രയും സംഭവിക്കുമാറാക്കിയല്ലൊ. കടുന്നൽകൂട്ടിലേക്ക് കല്ലിടു കയാണ് ചെയ്തത്. കുന്തളേശന്റെ സ്വഭാവം എനിക്ക് നല്ല നിശ്ചയമുണ്ട്. ഒട്ടും താമസിയാതെ കുന്തളേശനും പടയും നമ്മുടെ ചിത്രദുർഗ്ഗത്തേയും രാജധാനിയേയും വന്നു വളഞ്ഞാൽതന്നെ ഞാൻ വിസ്മയപ്പെടുകയില്ല. എന്നാൽ നമ്മുടെ പരാജയവും തീർച്ചതന്നെ.

ഇങ്ങിനെയെല്ലാമാണ് കാര്യത്തിന്റെ സൂക്ഷ്മാവസ്ഥ. പക്ഷേ, ഇതൊ ക്കെയും വിചാരിച്ച് നാം ഒരിക്കലും നിരാശപ്പെടരുത്. ഇപ്പോഴാണ് നമ്മുടെ ഉത്സാഹവും പൗരുഷവും ആപദ്ധൈര്യവും കാണേണ്ടത്. അതിസാഹ സമായി യത്നിച്ചാൽ ദൈവാനുകൂല്യംകൊണ്ട് നമുക്ക് ദോഷംവരാതെ കഴിവാനും മതി. യുദ്ധത്തിന്റെ കലാശം വിചാരിച്ചപോലെയാവുകയില്ല. കുന്തളേശന്റെ അതിക്രമത്തെ ഒരുവിധത്തിൽ തടുപ്പാൻ വേണ്ടുന്ന ഏർപ്പാ ടുകൾ ഒക്കയും ഞാൻ ചെയ്തിട്ടുണ്ട്. ഞാൻ ചന്ദനോദ്യാനത്തിലേക്ക് ബദ്ധപ്പെട്ട് പോയത് അതിനു വേണ്ടിയായിരുന്നു. (ഇതു കേട്ടപ്പോൾ യുവ രാജാവിന്റെ വാടിയിരുന്ന മുഖം അൽപം പ്രസന്നമായി) നമുക്ക് സഹാ യത്തിന് ചിലർ വരുമെന്ന് ഞാൻ വിചാരിക്കുന്നുണ്ട്. അവർ എത്തിയാൽ എനിക്ക് ധൈര്യം വർദ്ധിക്കുമായിരുന്നു. കഷ്ടം! നമ്മുടെ താരാനാഥൻ ഇനിയും വന്നില്ലല്ലൊ. അവനുണ്ടെങ്കിൽ എനിക്ക് ഒരു വലിയ സഹായ മായിരുന്നു.

പ്രതാപചന്ദ്രൻ: അതും എന്റെ വലിയ നിർഭാഗ്യംതന്നെ. താരാനാഥന്റെ അത്ഭുതമായ പരാക്രമം ഈ ആപത്തിൽ നമുക്ക് വലിയ സഹായ മായിരുന്നു.

സ്വർണ്ണമയി: നമുക്ക് ഇങ്ങനെ ഒരു ആപത്ത് വന്നിരിക്കുന്നുവെന്നറി ഞ്ഞാൽ, ജ്യേഷ്ഠൻ എവിടെയായിരുന്നാലും നമ്മുടെ സഹായത്തിന് എത്താതിരിക്കുമോ?

പ്രതാപചന്ദ്രൻ: "ഞങ്ങളുടെ പുരാണപ്രസിദ്ധമായ ഈ സ്വരൂപത്തിന്റെ മഹിമ പോകാതെ നിർത്തി രാജ്യം രക്ഷിക്കുവാൻ അങ്ങുന്നല്ലാതെ വേറെ ആരും ഇല്ല്യെ" എന്നു പറഞ്ഞ് അഘോരനാഥനോടുകൂടി യുദ്ധത്തിന് വേണ്ടുന്ന ഒരുക്കുകൾ പൂർത്തിയാക്കുവാൻ പുറത്തേക്ക് പോകയും ചെയ്തു.

14

അനുരാഗവ്യക്തി

കുന്ദലതയും രാമകിശോരനും തമ്മിൽ പരിചയമായ വിവരം മുമ്പ് ഒരേടത്ത് പറഞ്ഞുവല്ലോ. അവർ തമ്മിൽ സംസാരിക്കുന്നതും അന്യോന്യമുള്ള ഔത്സുക്യവും കണ്ടിട്ട് യോഗീശ്വരൻ ആന്തരമായി സന്തോഷിക്കും. രാമകിശോരന്റെ ദീനം നല്ലവണ്ണം ഭേദമായി ശരീരം മുമ്പത്തെ സ്ഥിതിയിൽ ആയി എങ്കിലും യോഗീശ്വരൻ പുറത്തേക്ക് പോകുമ്പോഴൊക്കെയും രാമകിശോരനെക്കൂടി വിളിച്ചുകൊണ്ട് പോകുമാറുണ്ടായിരുന്നത് മാറ്റി. കുന്ദലതയോടുകൂടെ ആരാമത്തിൽ നടന്ന ഓരോ സംഗതികളെക്കുറിച്ച് സംസാരിക്കുന്നതിൽ താൽപര്യം തോന്നുകയാൽ രാമകിശോരന്ന് അതുകൊണ്ട് ഒട്ടും സൗഖ്യക്കേടുണ്ടായതുമില്ല. അവർ തമ്മിൽ ഇണക്കം വർദ്ധിക്കേണമെന്നായിരുന്നു യോഗീശ്വരന്റേയും മനോരഥം എന്നു തോന്നും. എന്തുകൊണ്ടെന്നാൽ, താൻ പുറത്തേക്ക് പോകാത്ത ദിവസങ്ങളിലും രാമകിശോരനും കുന്ദലതയും നടക്കുന്ന ദിക്കിലേക്ക് ചെല്ലുകയാകട്ടെ അവരെ തന്റെ അടുക്കലേക്ക് വിളിക്കുകയാകട്ടെ ചെയ്കയില്ല. പക്ഷേ, അവർ തമ്മിൽതന്നെ സംസാരിക്കുമ്പോൾ വല്ല സംഗതിയെക്കുറിച്ചും ഭിന്നാഭിപ്രായം ഉണ്ടായാൽ യോഗീശ്വരനോട് ചെന്ന് ചോദിക്കുകയും അപ്പോൾ തന്റെ അഭിപ്രായം പറഞ്ഞുകൊടുക്കുകയും ചെയ്യും. എന്നാൽ രാത്രിയിൽ രാമകിശോരനും യോഗീശ്വരനും തമ്മിൽ പതിവുപോലെയുള്ള സംഭാഷണത്തിന് ഒരിക്കലും മുടക്കം വരികയുമില്ല. അത്താഴം കഴിഞ്ഞ് കുന്ദലതയും പാർവ്വതിയുംകൂടി അകത്ത് വാതിൽ അടച്ച് കിടന്നശേഷം, ഉമ്മരത്ത് കിടന്ന് ഉറക്കം വരുന്നതുവരെ ഗുരുവും ശിഷ്യനുംകൂടി വളരെ നേരം സംസാരിക്കുകയും ചെയ്യും.

ഇങ്ങനെ കഴിഞ്ഞുപോരുന്ന കാലം ഒരു ദിവസം രാമകിശോരനും കുന്ദലതയുംകൂടി തോട്ടത്തിൽ നടക്കുമ്പോൾ രാമദാസൻ അവിടെ പണി എടുക്കുന്നതുകണ്ടു.

കുന്ദലത: "അച്ഛൻ എവിടെയാണ്" എന്ന് അവനോടു ചോദിച്ചു.

രാമദാസൻ: പുലർച്ചെ എഴുനീറ്റു പുറത്തേയ്ക്കു പോകുന്നതുകണ്ടു.

കുന്ദലത: അപൂർവ്വമായിട്ട് ചിലപ്പോൾ അച്ഛൻ രാവിലേയും പുറത്തേക്ക് പോവുക പതിവുണ്ട്.

രാമകിശോരൻ: ഇയ്യിടെ പുറത്തേക്ക് പോകുമ്പോൾ എന്നെ വിളിക്കാത്തത് എന്താണെന്ന് എനിക്ക് അറിഞ്ഞുകൂടാ.

കുന്ദലത: അതുള്ളതുതന്നെ. അങ്ങേടെ ദീനം ഭേദമായശേഷം ഒന്നൊരണ്ടൊ കുറിയല്ലാതെ അച്ഛന്റെ ഒരുമിച്ച് പുറത്തുപോവുകയുണ്ടായിട്ടില്ല.

രാമകിശോരൻ: ഒരു ദിവസം ഞാനും പോരാമെന്ന് പറഞ്ഞ് കൂടെചെന്നു. 'അപ്പോൾ ക്ഷീണം നല്ലവണ്ണം തീരട്ടെ, അതിനുമുമ്പെ പുറത്തിറങ്ങീട്ട് തരക്കേട് വരേണ്ട' എന്നു പറഞ്ഞു എന്നെ മടക്കി അയച്ചു.

കുന്ദലത: അതാവില്ല. ക്ഷീണം നല്ലവണ്ണം തീർന്ന് ദേഹം സ്വസ്ഥമായിട്ട് എത്ര നാളായി. അച്ഛന്റെ അന്തർഗ്ഗതം എന്താണെന്നറിവാൻ എളുപ്പമല്ല.

രാമകിശോരൻ: അദ്ദേഹത്തിന്റെ ഹൃദയം അഗാധമാണ്, എനിക്ക് നല്ല പരിചയമുണ്ട്. ഏതെങ്കിലും അച്ഛൻ ഇങ്ങനെ പറഞ്ഞതുകൊണ്ട് എനിക്ക് ഒട്ടും സുഖക്കേടുണ്ടായില്ല.

കുന്ദലത: (അല്പം പുഞ്ചിരിയോടുകൂടി) 'അതെന്തുകൊണ്ട്?'

രാമകിശോരൻ: നമുക്ക് തമ്മിൽ സൈ്വരമായി സല്ലാപം ചെയ്യാമല്ലൊ എന്നു വിചാരിച്ചാണ്. അച്ഛൻ നമ്മുടെ കൂടെയുണ്ടായാൽ നാം പറയുന്നത് അദ്ദേഹത്തോടായിരിക്കും. നമുക്ക് തമ്മിൽ നേരിട്ട് ഒന്നും പറവാൻ ഇടവരികയുമില്ല.

കുന്ദലത: അതങ്ങിനെ തന്നെ. അച്ഛൻ അങ്ങേ ചിലപ്പോൾ കൂട്ടിക്കൊണ്ടുപോയാൽ എനിക്കും ഒട്ടും സൗഖ്യമുണ്ടാവാറില്ല. പതിവുപോലെ സംസാരിപ്പാൻ ആരുമില്ലായ്കയാൽ മനസ്സിന് ഒരു മൗഢ്യം വന്നു ബാധിക്കും. അങ്ങുന്ന് അച്ഛന്റെകൂടെ പോകണ്ടാ എന്നു പറവാനും എനിക്കു മടിയുണ്ട്. അങ്ങേക്ക് അച്ഛന്റെ ഒരുമിച്ച്നടന്നാൽ പലതും ഗ്രഹിക്കുവാനുണ്ടാകുന്നതാണ്. എന്റെ ഇഷ്ടത്തിന് ഇവിടെ ഇരുന്നാൽ എന്തു ലാഭം?

രാമകിശോരൻ: ഞാൻ അങ്ങനെയല്ല വിചാരിക്കുന്നത്. അച്ഛന്റെകൂടെ നടന്നാൽ പലതും ഗ്രഹിപ്പാനുണ്ടെന്നുപറഞ്ഞതു ശരിതന്നെ. എന്നാൽ പരമാർത്ഥം, കുന്ദലതയുമായി സംഭാഷണം ചെയ്ത്, ആ മധുരമായ വാക്കുകളെ ആസ്വദിക്കുവാനാണ് എനിക്ക് അധികം സന്തോഷം.

കുന്ദലത: എന്റെ പ്രായത്തിൽ ഉള്ള ആളുകളെ ഇതിൻകീഴിൽ എനിക്കു കാണ്മാനിടവരാത്തതിനാൽ അങ്ങുന്നുമായുള്ള സല്ലാപത്തിൽ എനിക്കു കൗതുകം തോന്നുന്നത് അത്ഭുതമല്ല. പലദിക്കുകളിലും സഞ്ചരിപ്പാനും വളരെ ജനങ്ങളെ കാണ്മാനും അവരുമായി സംസാ

രിപ്പാനും സംഗതി വന്നിട്ടുള്ള അങ്ങേക്ക് ഈ പ്രാകൃതയായ എന്നോട് സംസാരിക്കുന്നതിലാണ് അധികം സന്തോഷം എന്നുപറഞ്ഞത്, എന്നെ മുഖസ്തുതി ചെയ്കയല്ലല്ലൊ ?

രാമകിശോരൻ: കഷ്ടം! എന്നോടിത്ര നിർദ്ദയ കാണിക്കരുതെ, വളരെ ജനങ്ങളെ കണ്ടിട്ടുണ്ടെങ്കിലും ഞാൻ ഒരു കുന്ദലതയെ മാത്രമെ കണ്ടിട്ടുള്ളു. ദർശനം ചെയ്യേണമെന്ന് വളരെ കാലമായി ആഗ്രഹിച്ചു വരുന്ന ഒരു പുണ്യസ്ഥലത്ത് ഏറ്റവും പണിപ്പെട്ട് എത്തിയ തീർത്ഥവാസികൾക്കു തോന്നുംപോലെ ഭവതിയെ ഒന്നാമതായി കണ്ടപ്പോൾ എനിക്ക് ഒരു കൃതകൃത്യതയാണ് തോന്നിയത്. പിന്നെ ഭവതിയുടെ ദയാപൂരം കൊണ്ട് എന്റെ സ്നേഹം വർദ്ധിച്ചതും വിശ്വാസം ജനിച്ചതും, നാം തമ്മിൽ ഒന്നാമതായി സംഭാഷണമുണ്ടായ ദിവസം ഞാൻ വ്യക്തമായി പറഞ്ഞുവല്ലൊ. അന്നു ഞാൻ പറഞ്ഞത് മറന്നിട്ടില്ലെങ്കിൽ ഈ വിധം സംശയങ്ങളെക്കൊണ്ട് എന്നെ വ്യസനിപ്പിക്കയില്ലായിരുന്നു.

കുന്ദലത: എന്നെക്കുറിച്ച് ദയയോടുകൂടി പറഞ്ഞ ആ വാക്കുകൾ ശിലാരേഖപോലെ എന്റെ മനസ്സിൽ പതിഞ്ഞിട്ടുള്ളത്, ഇതാ ഇപ്പോൾക്കൂടി എനിക്ക് പ്രയാസം കൂടാതെ വായിക്കാം. എങ്കിലും അങ്ങേടെ വസ്തുത സൂക്ഷ്മമായി അറിയായ്കയാൽ ആ വാക്കുകൾ അങ്ങേടെ അവശസ്ഥിതിയിൽ ഞാൻ കുറഞ്ഞൊരു ഉപകാരം ചെയ്തതിനെക്കുറിച്ച് കൃതജ്ഞത ഹേതുവായിട്ടുമാത്രം പറഞ്ഞതായിരിക്കുമൊ എന്നു ശങ്കിച്ചു.

രാമകിശോരൻ: അയ്യോ! ഈ ശങ്കകൾക്ക് എന്തു കാരണം? നമ്മിലെ അനുരാഗം നാം തമ്മിൽ വാക്കുകളെക്കൊണ്ട് പറഞ്ഞിട്ടില്ലെങ്കിലും, നമ്മുടെ ഹൃദയങ്ങൾ അനുരാഗോൽഭൂതങ്ങളായ പല ചേഷ്ടകളെക്കൊണ്ടും അന്യോന്യം പ്രദർശിപ്പിച്ചിട്ടില്ലെ? എന്റെ പ്രേമഭാരം അനിർവ്വചനീയമാകയാൽ വാക്കുകളെക്കൊണ്ട് അധികം വ്യക്തമാക്കുവാൻ എനിക്ക് കഴിയാഞ്ഞതാണ്.

കുന്ദലത: അങ്ങേക്ക് എന്റെമേൽ അനുരാഗമുണ്ടെന്നു തോന്നുമ്പോൾ സന്തോഷവും, പിന്നെ അങ്ങേടെ പരമാർത്ഥം അറിയായ്കയാൽ വല്ല സംഗതികൊണ്ടും ആശാഭംഗം വന്നുപോകുമൊ എന്നുള്ള ഭയവും, രണ്ടിനെക്കുറിച്ചും സംശയവും, എന്റെ മനസ്സിൽ ഇടകലർന്നുകൊണ്ടാണ് ഇത്രനാളും കഴിഞ്ഞത്. അയ്യോ! ദൈവമെ; എന്റെ ഹൃദയം ഈ വേദനകൾ അനുഭവിക്കേണ്ടതല്ലെ! എന്നിങ്ങനെ പലപ്പോഴും ഞാൻ ചിന്തിക്കുമാറുണ്ട്. അങ്ങുമിങ്ങും ഉഴന്നുകൊണ്ടും, ഒരേടത്തും ഉറച്ചുനില്ക്കുവാൻ വഴിയില്ലാതേയും എത്ര അദ്ധ്വാനിച്ചു ഈ ഹൃദയം! കഷ്ടം!

രാമകിശോരൻ, "എന്റെ പ്രിയതമയായ കുന്ദലതേ! എന്റെ അനുരാഗം മുഴുവനും ഭവതിയുടെമേൽ നിക്ഷിപ്തമായിരിക്കുന്നു. ഭവതി എന്റെ പ്രാണനായികയാണ്. ഇനിയെങ്കിലും ആ ബാഷ്പധാരയെ നിർത്തി

അങ്ങുമിങ്ങും സഞ്ചരിച്ച് വളരെ വേദനയനുഭവിച്ച ആ ഹൃദയം ഇവിടെ വിശ്രമിക്കട്ടെ" എന്നു പറഞ്ഞ് കുന്ദലതയുടെ മാറിടം തന്റെ മാറിടത്തോടണച്ച് ധാരാളമായി വന്നിരുന്ന കണ്ണുനീർ തുടച്ചുകൊണ്ട് യോഗീശ്വരനെകൂടി അറിയിക്കാത്ത തന്റെ ചില ചരിതങ്ങളെ ഏറ്റവും ഗോപ്യമായി രാമകിശോരൻ കുന്ദലതയോടു പറഞ്ഞു;

അപ്പോൾ കുന്ദലത വളരെ മുഖപ്രസാദത്തോടുകൂടി രാമകിശോരന്റെ മുഖത്തേക്ക് നോക്കി, "ഇനി എന്റെ പ്രിയ രാമകിശോരാ എന്നു വിളിക്കാമല്ലൊ" എന്നു പറഞ്ഞ് ഒരു ദീർഘനിശ്വാസം അയച്ചു. "എന്റെ മനസ്സിൽനിന്ന് ഒരു ഭാരം ഇറങ്ങിയപോലെ തോന്നുന്നു. ശ്വാസോച്ഛ്വാസങ്ങൾക്കുകൂടി സൗകര്യം വർദ്ധിച്ചപോലെയിരിക്കുന്നു," എന്നു പറഞ്ഞ് രാമകിശോരനെ ആശ്ലേഷം ചെയ്തു.

രാമകിശോരൻ: "ഞാൻ ഒരു കാര്യം പറവാൻ മറന്നു." കുന്ദലത, മുഖപ്രസാദം മങ്ങിക്കൊണ്ട് "അത് എന്ത്?" എന്നു ചോദിച്ചു.

രാമകിശോരൻ: എന്റെ പ്രിയ കുന്ദലതെ, ഭവതിയുടെ സ്വേച്ഛപ്രകാരം എന്നെ ഭർത്താവാക്കി വരിച്ചാൽ അച്ഛൻ യാതൊന്നും മറുത്തു പറകയില്ലായിരിക്കാം. എങ്കിലും ഭവതി എന്നെ ഭർത്താവായി വരിക്കുന്നതിന്നു മുമ്പായി ഒരു കാര്യം ആലോചിക്കേണ്ടതുണ്ട്. ഭവിഷ്യത്തിനെ വഴിപോലെ ആലോചിക്കാതെ പ്രവർത്തിക്കുന്നവരെക്കുറിച്ച് എനിക്ക് അൽപംപോലും ബഹുമാനമില്ല. എന്നെയല്ലാതെ വേറെ ഒരു ചെറുപ്പക്കാരനേയും കുന്ദലതക്ക് കാണ്മാൻ സംഗതി വന്നിട്ടില്ലല്ലൊ. മേലാൽ ഓരോ രാജ്യങ്ങളേയും ജനങ്ങളേയും സഞ്ചരിച്ചുകാണുവാൻ കുന്ദലതക്ക്തന്നെ സംഗതിവന്നാൽ എന്നെക്കാൾ ഗുണോൽക്കർഷം ഉള്ളവരും കുന്ദലതക്ക് അധികം അനുരൂപന്മാരായ പുരുഷന്മാരുണ്ടായിരിക്കെ ഈ അസാരനായ എന്നെ വരിച്ചത് അബദ്ധമായി എന്നൊരു പശ്ചാത്താപം ലേശംപോലും തോന്നുവാൻ ഇടവെക്കരുതെ. ഭവതി എന്റെ ഭാര്യയായി എന്നു വരികിൽ എനിക്ക് ജന്മസാഫല്യം വന്നു. എങ്കിലും സ്വാർത്ഥത്തെമാത്രം കൊതിച്ചു ഭവിഷ്യത്തുകളായ ദോഷങ്ങളെ എന്നാൽ മുൻകൂട്ടി കാണ്മാൻ കഴിയുന്നേടത്തോളമെങ്കിലും, ഭവതിയെ അറിയിക്കാതെ കഴിക്കുന്നത് ഏറ്റവും പാപകരമാണ്. ആയതുകൊണ്ട്, ജീവാവസാനം വരെ നില്ക്കേണ്ടതായ നമ്മിലെ ഈ ശാശ്വതമായ സംബന്ധത്തെ തീർച്ചപ്പെടുത്തുന്നതിന്നുമുമ്പായി ഒരിക്കൽക്കൂടി ഗുണദോഷങ്ങളെ വഴിപോലെ ആലോചിക്കേണമെ.

കുന്ദലത: അങ്ങുന്ന് പറയുമ്പോലെ വേറെ ഒരു പുരുഷനെ വരിക്കാമായിരുന്നുവെന്ന് എനിക്ക് തോന്നുന്നതായാൽതന്നെ, (ഈശ്വര! അങ്ങിനെ തോന്നുന്ന കാലത്ത് എന്റെ ഈ ഹൃദയം നശിക്കട്ടെ) ഇപ്പോൾ സമർപ്പിച്ചിരിക്കുന്നേടത്തുനിന്ന് എന്റെ അനുരാഗത്തെ തിരികെ എടുക്കുവാൻ എന്നാൽ അശക്യമാണ്. ആയതുകൊണ്ട് ഇനി ആവിധം ആലോചനകൾ നിഷ്പ്രയോജനമെന്നു തീർച്ചതന്നെ. നന്മയായാലും

തിന്മയായാലും വേണ്ടതില്ല, ഇനിമേലാൽ ഞാൻ അങ്ങേടെ കുന്ദലത, അങ്ങുന്ന് എന്റെ പ്രിയ രാമകിശോരൻ; ഇതിന്ന് യാതൊരു ഇളക്കവും ഇല്ല. കാലദേശാവസ്ഥകളെക്കൊണ്ട് ഭേദപ്പെടാതെ, സമ്പത്തിലും വിപത്തിലും ആപത്തിലും, അരിഷ്ടതയിലും ഒരുപോലെ ജീവാവസാനപര്യന്തം അങ്ങെ ദൃഢമാകുംവണ്ണം സ്നേഹിക്കുവാൻ നിശ്ചയിച്ചിരിക്കുന്ന ഈ ഹൃദയത്തേയും എന്നേയും അഖില ചാരചര ഗുരുവായ ജഗദീശ്വരൻ സാക്ഷിയാകെ അങ്ങേക്കായ്ക്കൊണ്ട് ഇതാ ദാനം ചെയ്യുന്നു.

എന്നിങ്ങനെ പറഞ്ഞു വീഴുവാൻ ഭാവിക്കുമ്പോഴെക്ക് രാമകിശോരൻ ഹർഷാശ്രുക്കളോടുകൂടി കുന്ദലതയെ പിടിച്ചുനിർത്തി രണ്ടുപേരും അന്യോന്യം ഗാഢമാകുംവണ്ണം ആശ്ലിഷ്ടന്മാരായി കുറെ നേരത്തേക്ക് തങ്ങളുടെ മറ്റു സകല അവസ്ഥകളും വിചാരങ്ങളും മറന്ന് ആനന്ദാർണ്ണവത്തിൽ നിമഗ്നന്മാരായി നിന്നു.

പിന്നെ ദീർഘശ്വാസത്തോടുകൂടി തമ്മിൽ വേർവിട്ട് രണ്ടാമതും സംഭാഷണം തുടങ്ങി.

രാമകിശോരൻ: നേരം ഞാൻ വിചാരിച്ചതുപോലെ അത്ര അധികമായിട്ടില്ല.

കുന്ദലത: നാം നടക്കാൻ തോട്ടത്തിലേക്കു വന്നതിൽ പിന്നെ ഈ അല്പനേരംകൊണ്ട് നമ്മുടെ മനസ്സിൽ എന്തെല്ലാം മാതിരി വിചാരങ്ങളാണ് ഉണ്ടായത്. അധികം നേരമായി എന്നു തോന്നിയത് അതുകൊണ്ടായിരിക്കണം.

രാമകിശോരൻ: ഈ അല്പനേരംകൊണ്ട്, നമ്മുടെ വിചാരങ്ങളും സ്ഥിതിയും എത്ര ഭേദംവന്നു! ഏതെല്ലാം ആശകൾ സാധിച്ചു; എന്തെല്ലാം ശങ്കകൾ നശിച്ചു; എത്രയെല്ലാം മോഹങ്ങൾ ജനിച്ചു! നമ്മുടെ മോദഖേദങ്ങൾ അത്രയും നമ്മുടെ ചിത്തവൃത്തികളെ ആശ്രയിച്ചവയാണെന്നു നമ്മുടെ ഇപ്പോഴത്തെ അനുഭവം തന്നെ ദൃഷ്ടാന്തപ്പെടുത്തുന്നുവല്ലൊ! ആശ്ചര്യം!

കുന്ദലത: നമ്മുടെ ഇപ്പോഴത്തെ ഈ അവസ്ഥ അകൃതസുകൃതന്മാർക്കു അസുലഭംതന്നെ.

രാമകിശോരൻ: പക്ഷേ, നിരുപമമായ ഈ സന്തോഷം അധികം നേരം നില്ക്കുമെന്നുമാത്രം വിചാരിക്കേണ്ട. മനുഷ്യർക്കു ദുഃഖസമ്മിശ്രമല്ലാത്ത സുഖം ദുർല്ലഭം. വരുവാൻപോകുന്ന ഒരു സുഖക്കേട് ഇതാ ഇപ്പോൾതന്നെ എന്റെ മനസ്സിൽ നിഴലിച്ചിരിക്കുന്നു. ആലോചിക്കുന്നേടത്തോളം ആ നിഴൽ അധികം ഇരുളുകയും ചെയ്യുന്നു. കഷ്ടം!

കുന്ദലത അത് എന്ത്? എന്നു ചോദിക്കുമ്പോലെ സങ്കടത്തോടുകൂടി രാമകിശോരന്റെ മുഖത്തേക്ക് നോക്കി.

രാമകിശോരൻ: എനിക്ക് എന്റെ സോദരിയെ കാണ്മാൻ വൈകിയിരിക്കുന്നു. എന്നെ ഇതുവരെയായിട്ടും കാണായ്കയാൽ അവൾ ഇപ്പോൾതന്നെ വ്യസനിക്കുന്നുണ്ടാകും. പോയി വേഗത്തിൽ മടങ്ങി

വരാമെന്നു തോന്നുന്നുണ്ട്. എങ്കിലും കുന്ദലതയെ പിരിയുക എന്നു വിചാരിക്കുമ്പോൾതന്നെ എനിക്കു വിഷാദമാകുന്നു. സോദരിയെ കാണാതിരിക്കുകയോ, അതും വിഷമം. എന്തുചെയ്യേണ്ടു എന്നറിഞ്ഞില്ല.

കുന്ദലത: കഷ്ടം! മനുഷ്യരുടെ സുഖം, മിന്നൽപിണരുപോലെ ക്ഷണമാത്രം പ്രകാശിച്ച്, അതാ, നോക്കു! എന്നു പറയുന്നതിന് മുമ്പ് ദുഃഖമാകുന്ന അന്ധകാരം ഗ്രസിച്ച് കഴിയുന്നുവല്ലൊ!

രാമകിശോരൻ: ഞാൻ കുന്ദലതയേയും എന്റെ ഒരുമിച്ച് കൊണ്ട് പോയാലൊ?

കുന്ദലത: എനിക്ക് വളരെ സന്തോഷംതന്നെ. പക്ഷേ–

രാമകിശോരൻ: പക്ഷേ, അച്ഛൻ സമ്മതിക്കുമോ എന്നാണ് സംശയം അല്ലെ?

കുന്ദലത: നമ്മുടെ രണ്ടാളുടേയും ഇഷ്ടം ഇന്നപ്രകാരമെന്നറിഞ്ഞാൽ അച്ഛൻ അതിനു മറുത്തു ഒരു വാക്കു പോലും പറകയില്ല; അദ്ദേഹം അത്ര നല്ലാളാണ്. പക്ഷേ, എന്നെക്കുറിച്ച് ഇത്ര വാത്സല്യവും ദയയും ഉള്ള അദ്ദേഹത്തെ വിട്ടുപോകുവാൻ എനിക്ക് ധൈര്യം മതിയാകുന്നില്ല.

രാമകിശോരൻ: അദ്ദേഹത്തെ വിട്ടുപോവാൻ മനസ്സില്ലായ്മ എനിക്കും കുന്ദലതയെക്കാൾ ഒട്ടും കുറവില്ല. വേഗത്തിൽ മടങ്ങിവരാമല്ലോ എന്നു വിചാരിച്ച് സമാധാനപ്പെടുകയാണ് ഞാൻ ചെയ്യുന്നത്.

കുന്ദലത: അച്ഛനോട് നമ്മുടെ കൂടെ പോരേണമെന്ന് അപേക്ഷിച്ചാലൊ?

രാമകിശോരൻ: അതുണ്ടാവുമെന്ന് എനിക്ക് തോന്നുന്നില്ല. അദ്ദേഹത്തിന്റെ ഈ വിജനവാസവും മറ്റും കണ്ടതുകൊണ്ട് എനിക്ക് ഊഹിക്കാം. അതുകൊണ്ട് നാം അങ്ങനെ ചെയ്യണമെന്ന് അപേക്ഷിച്ച് അദ്ദേഹത്തിന് മനസ്സൗഖ്യമില്ലാതാക്കിത്തീർക്കുന്നത് നന്നല്ല. കുന്ദലതയുടെ സമ്മതം ഉണ്ടെങ്കിൽ, ഞാൻ പോയി നാലുദിവസം എന്റെ സോദരിയുടെ ഒരുമിച്ച് താമസിച്ച് വേഗത്തിൽ മടങ്ങിവരാം. കുന്ദലതയെ കാണായ്കയാലുള്ള വ്യസനം ഒരു ശൃംഖലപോലെ ഞാൻ പോകുന്നേടത്തൊക്കെയും എന്നെ ബന്ധിക്കും. കുന്ദലതയെ കാണ്മാനുള്ള ആഗ്രഹം ഇങ്ങോട്ടേക്ക് എന്നെ സദാ ആകർഷിക്കുകയും ചെയ്യും. ആയതുകൊണ്ട് ഞാൻ പോയിവരുവാൻ സമ്മതിക്കണെ.

കുന്ദലത: (കണ്ണിൽ അശ്രുബിന്ദുക്കൾ പൊടിഞ്ഞുകൊണ്ട്) അങ്ങുന്ന് പോയാൽ വേഗത്തിൽ വരുമല്ലൊ; പോയിവന്നാട്ടെ. സോദരിയെ കാണ്മാൻ താല്പര്യം കൊണ്ടല്ലെ എന്നും മറ്റും എനിക്ക്തന്നെ തോന്നുന്നുണ്ട്. പക്ഷേ, തമ്മിൽ പിരിയുക എന്നും പോകാനുള്ള രാജ്യത്തിന്റെ ദൂരവും വിചാരിക്കുമ്പോഴുണ്ടാകുന്ന വ്യസനം അടക്കുവാൻ ഞാൻ സമർത്ഥയാകുന്നില്ല.

രാമകിശോരൻ കണ്ണുനീർ തുടച്ച് കുന്ദലത സമാധാനപ്പെടുത്തുവാൻ

തുടങ്ങുമ്പോൾ കുന്ദലത വ്യസനം സഹിയാതെ രാമകിശോരന്റെ മാറിടത്തേക്ക് തലചായിച്ച് അശ്രുധാരകൊണ്ട് രാമകിശോരനെ കുളിപ്പിച്ചു.

രാമകിശോരൻ: "ഇങ്ങനെ വ്യസനിക്കുന്നതായാൽ ഞാൻ കുന്ദലതയെ പിരിഞ്ഞ് എങ്ങും പോകുന്നില്ല. നിശ്ചയംതന്നെ. സോദരിയെ കാണ്മാൻ എങ്ങിനെയെങ്കിലും ഞാൻ വഴിയുണ്ടാക്കിക്കൊള്ളാം. ഏതായാലും ഇങ്ങനെ വ്യസനിക്കരുതെ" എന്നു പറഞ്ഞു.

ആ നിലയിൽതന്നെ രണ്ടുപേരുംകൂടി നിൽക്കുമ്പോൾ യോഗീശ്വരൻ പിൻഭാഗത്തു കൂടി കടന്നുവരുന്നത് അവർ കണ്ടില്ല. രാമകിശോരന്റെ ഒടുക്കത്തെ വാക്കുകൊണ്ട് യോഗീശ്വരൻ വസ്തുത സൂക്ഷ്മമായി ഊഹിച്ചു. പിന്നെ അവർ അത്ര കഠിനമായി വ്യസനിക്കുന്നത് കണ്ടപ്പോൾ, സാവധാനത്തിൽ അവരുടെ മുൻഭാഗത്ത് വന്നുനിന്നു. രാമകിശോരന് യോഗീശ്വരനെ കണ്ടപ്പോൾ അല്പം പരിഭ്രമമുണ്ടായി. യോഗീശ്വരൻ അതുകണ്ടുവെന്ന് ഭാവിക്കാതെ കുന്ദലതയെ പതുക്കെ തന്റെ മേലേക്കണച്ച് "എന്തിനിങ്ങനെ വ്യസനിക്കുന്നു" എന്ന് ചോദിച്ചു. കുന്ദലത യോഗീശ്വരന്റെ മുഖത്തേക്ക് ഒന്നു തല പൊങ്ങിച്ച് നോക്കി അപ്പോൾ വ്യസനം അധികമായതേയുള്ളൂ. അദ്ദേഹത്തിന്റെ സ്വഭാവഗുണം വളരെ പരിചയമുള്ളതായിരുന്നതുകൊണ്ട് അവൾക്ക് ഒട്ടും പരിഭ്രമം ഉണ്ടായില്ല.

യോഗീശ്വരൻ: "എന്തായാലും വേണ്ടതില്ല, നിങ്ങളുടെ വ്യസനത്തിന്റെ കാരണം എന്നോട് പറഞ്ഞാൽ ഞാൻ നിവൃത്തിയുണ്ടാക്കാം. നിങ്ങൾ വ്യസനിക്കുന്നത് കണ്ടിട്ട് എനിക്കും വളരെ വ്യസനമുണ്ടാകുന്നു" എന്നു പറഞ്ഞു.

സ്നേഹത്തോടും വളരെ ദയയോടുംകൂടി പറഞ്ഞ ആ വാക്കുകൾ കേട്ടപ്പോൾ, രാമകിശോരൻ കുന്ദലത കഠിനമായി വ്യസനിക്കുന്നതിന്റെ കാരണം ചുരുക്കത്തിൽ പറഞ്ഞു. അതു തനിക്കും വ്യസനകാരണമായിരിക്കുന്നു എന്നും അറിയിച്ചു.

"ഇതിന് വേണ്ടീട്ടാണ് ഈ കാറും മഴയും? താമസിയാതെ നമുക്കെല്ലാവർക്കും കൂടി തന്നെ രാമകിശോരന്റെ നാട്ടിലേക്ക് പോയി സോദരിയെക്കണ്ട് മടങ്ങിവരാമല്ലോ. അതല്ല നാം രണ്ടുപേരും അവിടെത്തന്നെ താമസിച്ചെ കഴിയൂ എന്നാണ് രാമകിശോരന്റെ ആവശ്യം എങ്കിൽ അങ്ങനെ ചെയ്യുന്നതിന്നും തരക്കേടെന്ത്? ഏതായാലും ഇങ്ങനെ വ്യസനിക്കുവാനാവിശ്യമില്ലല്ലൊ" എന്നിങ്ങനെ യോഗീശ്വരൻ പറഞ്ഞപ്പോഴേക്ക് കുന്ദലതയുടെ മുഖത്ത്നിന്ന് കാറുംമഴയും നീങ്ങി മുഖം മുമ്പത്തെപ്പോലെ പ്രസന്നമായി.

രാമകിശോരൻ: ഞങ്ങളുടെ ആവശ്യം ഇതുതന്നെയായിരുന്നു. അങ്ങേ അറിയിക്കുവാൻ മടിച്ചതാണ്. ഇന്ന് എല്ലാംകൊണ്ടും ഒരു സുദിനമാണ്. അങ്ങേക്ക് അപ്രിയമില്ലാത്തവിധം ഞങ്ങളുടെ മനോരഥം സാധിച്ചുവല്ലൊ.

യോഗീശ്വരൻ: "എനിക്കും സുദിനമാണെന്നു പറയാം. ഞാൻ രാവിലെ നടക്കാൻപോയത് വൃഥാവിലായില്ല. എനിക്ക് പണ്ടത്തെ ശിഷ്യരിൽ

ഒരാൾ അയച്ചുതന്ന ഈ പട്ട് കാണണ്ടേ?" എന്നു പറഞ്ഞ് തന്റെ കയ്യിൽ ഉണ്ടായിരുന്ന ഒരു ചെറിയപെട്ടിയിൽനിന്ന് ഒരു പട്ടെടുത്ത് അവരെ കാണിച്ചു.

കുന്ദലത അത് എടുത്ത് നൂർത്തിനോക്കി "നല്ല പട്ട്" എന്നു പറഞ്ഞ്, അതിൽ ഉണ്ടായിരുന്ന ചില സുവർണരേഖകളെ കണ്ട് ആശ്ചര്യപ്പെട്ടു.

രാമകിശോരൻ: ഇത് അയച്ച ശിഷ്യൻ ഏതാണ്? ധനികനാണെന്നു തോന്നുന്നു. എങ്ങനെ കിട്ടി?

യോഗീശ്വരൻ: "എനിക്ക് തരുവാനായി ധർമ്മപുരിയിൽ എന്റെ പരിചയക്കാരനായ ഒരു ബ്രാഹ്മണന്റെ പക്കൽ ഇന്നലെ കൊടുത്തതാണത്രെ. ആരയച്ചതാണെന്ന് സൂക്ഷ്മം വഴിയെ അറിയാം.' എന്നു പറഞ്ഞ് രാമകിശോരനെയും കുന്ദലതയെയും അകത്തേക്ക് പറഞ്ഞയച്ച്, താൻ രാമദാസനോട് ചിലതു പറഞ്ഞേല്പിച്ച് അവനേയും എങ്ങാണ്ടൊരേടത്തേക്ക് അയച്ചു.

പിന്നെ വളരെ വിചാരമുള്ള മാതിരിയിൽ ആരോടും സംസാരിക്കാതെ ഉമ്മരത്ത് ഉലാത്തിക്കൊണ്ടും ഇരുന്നുകൊണ്ടും നേരംകഴിക്കുന്നതുകണ്ട് കുന്ദലത പറഞ്ഞു: അച്ഛൻ നമ്മുടെ സംഭാഷണത്തെക്കുറിച്ചും നമ്മെക്കുറിച്ചും തന്നെയായിരിക്കണം ആലോചിക്കുന്നത്; സംശയമില്ല.

രാമകിശോരൻ: അങ്ങനെ തന്നെയായിരിക്കണം. നമ്മുടെ മുമ്പത്തെ പരിചയക്കേടും ലജ്ജയും, ഇപ്പോഴത്തെ ഈ സ്ഥിതിയുംകൂടി ഓർത്തുനോക്കുമ്പോൾ നമ്മെക്കൊണ്ട് എന്തുതോന്നും അത്ഭുതം തോന്നാതിരിക്കില്ല.

കുന്ദലത: നമ്മെക്കൊണ്ട് അനിഷ്ടമായിട്ട് ഒന്നും തോന്നീട്ടില്ലെന്നു തീർച്ച തന്നെ. ഉണ്ടെങ്കിൽ ഒരു വിനാഴികപോലും നമ്മോട് പറയാതെ ആയത് അച്ഛൻ മനസ്സിൽ വെയ്ക്കുകയില്ല എന്ന് എനിക്കു നിശ്ചയമുണ്ട്. അതുകൊണ്ട് നമ്മുടെ അവസ്ഥ മുഴുവൻ അദ്ദേഹം അറിഞ്ഞു എന്നും എല്ലാം അദ്ദേഹത്തിന് പഥ്യമാണെന്നും നമുക്ക് അനുമാനിക്കാം.

ഇങ്ങിനെ അവർ തമ്മിൽ യോഗീശ്വരനെക്കുറിച്ച് ഓരോന്നു പറഞ്ഞുകൊണ്ടും യോഗീശ്വരൻ വളരെ ചിന്താപരനായിട്ടും ഇരിക്കെ നേരം വൈകി സൂര്യൻ അസ്തമിക്കയും ചെയ്തു.

15

നിഗൂഹനം

കലിംഗരാജ്യത്തിൽ യുദ്ധത്തിനു വളരെ ജാഗ്രതയോടുകൂടി കോപ്പു കൂട്ടി വരുന്ന സമയത്ത്, കുന്തളരാജ്യത്തേക്ക് അയച്ചിരുന്ന ആ ദൂതൻ മടങ്ങിയെത്തി. അപ്പോഴാണ് യുദ്ധംകൂടാതെ കഴികയില്ലെന്ന് എല്ലാവർക്കും ബോദ്ധ്യമായത്. അതിനു മുമ്പായിതന്നെ, യുദ്ധം അടുത്തിരിക്കുന്നൂ എന്നറിഞ്ഞ് വേണ്ടുന്ന ഒരുക്കുകൾ ഒക്കയും കൂട്ടി തയ്യാറാകയാൽ പ്രധാനമന്ത്രിയുടെ മുൻകാഴ്ചയെക്കുറിച്ച് എല്ലാവരും പ്രശംസിച്ചു. ദൂതൻ എത്തിയതിന്റെ നാലാം ദിവസംതന്നെ രണ്ടാളുകൾ കുന്തളരാജ്യത്തിന്റെ അതിരിൽനിന്ന് അതിവേഗത്തിൽ പാഞ്ഞെത്തി കുന്തളേശനും പടയും വരുന്നവിവരം അഘോരനാഥനെ അറിയിച്ചു. അദ്ദേഹം ആ ചാരന്മാരോട് "നിങ്ങൾ എന്തു കണ്ടു" എന്നു ചോദിച്ചു. "ഞങ്ങൾ അജ്ഞാതന്മാരായി കുന്തളരാജ്യത്തിൽ ചെന്നപ്പോൾ കുന്തളേശന്റെ സൈന്യത്തിന്റെ വലിയൊരു ഭാഗം ഇങ്ങോട്ട് പുറപ്പാടുതുടങ്ങിയിരിക്കുന്നു. അതിന്റെ ഊക്കോടുകൂടിയ പുറപ്പാട് കണ്ടപ്പോൾ ഞങ്ങൾ ഒട്ടും താമസിയാതെ സ്വാമിയെ ഉണർത്തിപ്പാൻ മുമ്പിട്ട് ഓടിപ്പോന്നതാണ്." എന്ന് ആ ചാരന്മാർ പറഞ്ഞു.

അഘോരനാഥൻ, "നിങ്ങൾ കണ്ടു എന്ന് തീർച്ചയാണല്ലോ" എന്നു ചോദിച്ചതിന് ചാരന്മാർ "സ്വാമീ ഞങ്ങൾ ജീവിച്ചിരിക്കുന്നു എന്നുള്ളതുപോലെ പരമാർത്ഥമാണ്" എന്നുത്തരം പറഞ്ഞു. അപ്പോൾ അഘോരനാഥൻ ശത്രുക്കൾ വരുന്നുവെന്ന് മുൻകൂട്ടി അറിവുതന്ന അവരെ സമ്മാനിച്ചയയ്ക്കുകയും ചെയ്തു.

പ്രധാന സേനാനാഥന്റെ സ്ഥാനം വഹിക്കുവാൻ തക്കവണ്ണം യോഗ്യന്മാരായ സേനാധിപന്മാർ ആരും ഇല്ലാതിരുന്നതിനാൽ അഘോരനാഥൻ തന്നത്താൻ പ്രധാന സേനാനാഥനായി നിയമിച്ചു. തനിക്കു സഹായി

പ്പാൻ പതിനാറു സേനാപതിമാരേയും തിരഞ്ഞെടുത്തു. രാജധാനിയേയും അതിനുബലമായി ചുറ്റുമുള്ള ചിത്രദുർഗത്തേയും രക്ഷിച്ചുനിന്ന കുന്തളേശന്റെ അതിക്രമത്തെ തടുക്കുകയല്ലാതെ അപ്പോൾ ഉള്ള സൈന്യങ്ങളെക്കൊണ്ട് ശത്രുസൈന്യത്തിന്റെ ഭയങ്കരമായ വരവിനെത്തന്നെ തടുക്കുവാൻ പ്രയാസമാമെന്നുകണ്ട് ചിത്രദുർഗത്തിന്റെ നാലു ഗോപുരങ്ങളിലും ഓരോ സേനാപതിമാരേയും ഓരോ ആയിരം ഭടന്മാരേയും ചുറ്റും രണ്ടുവരി കുതിരച്ചേകവരേയും നിർത്തി. ശേഷം സൈന്യത്തെ രണ്ടായി പകുത്ത് ഏകദേശം മൂവ്വായിരം കാലാളുകളും കുറെ കുതിര ചേകവരും ഉള്ള ഒരു പകുതിക്ക് യുവരാജാവിനെ നായകനാക്കി. കുന്തളേശൻ വരുവാൻ തരമുള്ളതാണെന്നുതോന്നിയ ഒരു വഴിയിൽ നിർത്തി. അപ്രകാരമുള്ള മറ്റൊരുവഴിയിൽ സൈന്യത്തിന്റെ മറ്റൊരു പകുതിയോടുംകൂടി പ്രധാന സേനാനാഥനായ അഘോരനാഥനും പാളയമടിച്ചു. ഇങ്ങനെ സൈന്യങ്ങളെ ഓരോ ദിക്കിൽ ഉറപ്പിച്ച് അവിടവിടെ കൈനിലയ്ക്ക് പടകുടികളും കെട്ടി, കുന്തളേശനും സൈന്യവും ഇതാ എത്തി! ഇതാ എത്തി! എന്നു വിചാരിച്ചുകൊണ്ട് അസ്തമനം വരെ എല്ലാവരും കാത്തുകൊണ്ടിരുന്നു. പിന്നെ രാത്രിയിൽ ഊഴമിട്ട് കാവൽ കാക്കുന്ന തവണക്കാർ ഒഴികെ മറ്റെല്ലാവരും വേഗത്തിൽ ഉറങ്ങിക്കൊള്ളട്ടെ എന്ന് പ്രധാന സേനാനാഥൻ കല്പിച്ചപ്രകാരം ഭടന്മാരും സേനാപതിമാരും നേരത്തെ ഉറക്കമാവുകയും ചെയ്തു.

ഇങ്ങനെ കലിംഗരാജാവിന്റെ സൈന്യം ശത്രുസൈന്യത്തെ നേരിടുവാൻ തെയ്യാറായിക്കൊണ്ടിരിക്കെ, അതേ സമയത്ത് ചന്ദനോദ്യാനത്തിന്റെ സമീപമുള്ള സൈകതപുരിയിൽ ഒരു ശൂദ്രവീട്ടിൽ നിരൂപിക്കാത്ത ഒരു സന്തോഷം സംഭവിച്ചത് നമ്മുടെ കഥയോട് വളരെ സംബന്ധമുള്ളതാകയാൽ ആ ചെറിയ സംഗതി ഇവിടെത്തന്നെ പറയേണ്ടിയിക്കുന്നു.

ആ വീട്ടിൽ ഒരു പ്രായംചെന്ന സ്ത്രീയും അവളുടെ ഒരു മകളും മാത്രമെ ഉണ്ടായിരുന്നുള്ളു. വേറെ ആരും ഉണ്ടായിരുന്നില്ലെങ്കിലും വിളിപ്പാടിനുള്ളിൽ മറ്റു പല വീടുകളും ആളുകളും ഉണ്ടായിരുന്നു. പുലരുവാൻ ഒരു മൂന്നു നാഴികയുള്ളപ്പോൾ ആ വീടിന്റെ പടിവാതിൽക്കൽ ആരോ ചിലർ വിളിക്കുന്നതു കേട്ടിട്ട് തള്ളതന്നെ വിറച്ചുകൊണ്ട്, ഒരു കൈവിളക്കോടുകൂടി പടിക്കലേക്ക് പോയി വാതിൽ തുറന്നു. അപ്പോൾ മുഴുവനും കറുത്ത വസ്ത്രംകൊണ്ടു മൂടിയ നാലാളുകൾ അകത്തേക്ക് കടന്നു. അതിൽ ഒരുവൻ കൂടെ വന്നിട്ടുണ്ടായിരുന്ന ചിലരെ പറഞ്ഞയച്ച് വേഗത്തിൽ എല്ലാറ്റിനും മുൻപിൽ വന്നു. മുഖംമൂടിയത് എടുത്തുകളഞ്ഞു. "നിങ്ങൾ എന്നെ അറിഞ്ഞുവോ" എന്നു തള്ളയോട് ചോദിച്ചു. തള്ള അവർ എന്തൊരുകൂട്ടം ആളുകളാണ് എന്തിനുവന്നവരാണ് എന്നും മറ്റും അറിയായ്കയാൽ പരിഭ്രമിച്ചിരുന്നുവെങ്കിലും അവൻ ചോദിച്ചതു കേട്ടപ്പോൾ തന്റെ വിളക്ക് ഉയർത്തിപ്പിടിച്ച്, തലപൊങ്ങിച്ച് കുറെ നേരം അവന്റെ മുഖത്തേക്കു നോക്കി "ഞാൻ അറിഞ്ഞില്ലെ." എന്നു പറഞ്ഞ് കണ്ണുതിരുമ്മി പിന്നെയും നോക്കി. അപ്പോഴേക്ക് അമ്മ വരുവാൻ ഇത്ര

താമസമെന്തെന്നറിയായ്കയാൽ, മകളും പടിക്കലേക്ക് എത്തി. "നീയെന്നെ അറിഞ്ഞുവോ" എന്ന് അവൻ അപ്പോൾ മകളോടും ചോദിച്ചു. അവൾ കുറച്ചുനേരം മുഖത്തേക്ക് സൂക്ഷിച്ചു നോക്കി. "എന്റെ ഏട്ടനല്ലെ ഇത്" എന്നു പറഞ്ഞ് വിസ്മയംകൊണ്ടും സന്തോഷംകൊണ്ടും തന്നെ ത്താൻ മറന്ന് ഉടനെ അവനെ കെട്ടിപ്പിടിച്ചു കരഞ്ഞു. "എന്റെ കുട്ടി നീയ്യ് മരിച്ചു പോയി എന്നല്ലെ ഞങ്ങൾ എല്ലാവരും വിചാരിച്ചത്?" എന്നു പറഞ്ഞ് തള്ളയും അവനെ കെട്ടിപ്പിടിച്ചു. മൂന്നു പേരുംകൂടി വളരെ സന്തോഷിച്ചു. പിന്നെ തള്ള പല പഴമകളും പറഞ്ഞ് കണ്ണുനീർ ഒലിപ്പിച്ച് അന്ധയായി നിന്നു.

അതിന്റെ ശേഷം അവൻ തന്റെകൂടെ വന്നിരുന്ന മറ്റു മൂന്നാളുകളെയും അകായിലേക്ക് കൂട്ടിക്കൊണ്ടു പോയി ഉള്ളതിൽവച്ച് നല്ല ഒരു അകത്ത് ഒരു കട്ടിലിന്മേൽ ഇരുത്തി, കുറച്ചുനേരം അവരോട് രഹസ്യമായി ചിലത് പറഞ്ഞ് പുറത്തേക്കു കടന്ന് അമ്മയേയും പെങ്ങളേയും വിളിച്ച് "അമ്മേ എന്നെ ചത്തുപോകാതെ ഇത്രനാളും രക്ഷിച്ചത് ഇവരാണ് കിട്ടോ....പെരുത്തു നല്ലോരാണമ്മെ ഇവര്. ഇവർക്കു വേണ്ടുന്ന സല്ക്കാരങ്ങളെല്ലാം നിങ്ങൾ ചെയ്യണം. പക്ഷേ, അവരോട് ഊരും പേരും ഏതും ചോദിക്കാതിരിക്കട്ടെ. എന്നുതന്നെയല്ല, മറ്റാരെങ്കിലും ഇവിടെ വന്നാൽ ഇവരുള്ള വർത്തമാനംമാത്രം മുണ്ടിപ്പോകരുത്. അവര് ഇവരെക്കണ്ടു എന്നും വന്നുപോകരുത്. അതു നല്ലവണ്ണം കരുതിക്കൊള്ളുവിൻ. ഞാൻ അന്തിയാവുമ്പൊഴെക്ക് മടങ്ങിവരും. വർത്തമാനം എല്ലാം അപ്പോൾ പറയാം. എന്നാൽ പറഞ്ഞവണ്ണം എല്ലാം ഒരു തോരക്ക് വ്യത്യാസം കൂടാതെ നടന്നോളിൻ. തെറ്റീന്നും വന്നൂ എന്നെ മഷിവച്ചു നോക്കിയാൽ കൂടെ നിങ്ങൾക്ക് കാണ്മാൻ കഴീല്ല. അത് നല്ലവണ്ണം ഓർമ്മയുണ്ടായിരുന്നോട്ടെ!" എന്നും പറഞ്ഞ് അവൻ തള്ളയുടെ പക്കൽ ഒരു സഞ്ചി പണവും കൊടുത്ത്, പുറത്തേക്ക് കടന്നു. അപ്പോഴേക്ക് അകത്തിരുന്നവരിൽ ഒരാൾകൂടി പുറത്തേക്ക് വന്നു. അവർ രണ്ടു പേരും കൂടി, തമ്മിൽ ഒന്നും സംസാരിക്കാതെ ബദ്ധപ്പാടോടുകൂടി വേഗത്തിൽ പടി കടന്നുപോകയും ചെയ്തു.

16

യുദ്ധം
(പ്രതിക്രിയ)

മുമ്പേത്തെ അദ്ധ്യായത്തിൽ വിവരിച്ച പ്രകാരം ഉറങ്ങിക്കിടക്കുന്ന സൈന്യങ്ങൾ യുവരാജാവിന്റെ പാളയത്തിൽനിന്ന്, പ്രഭാതസമയത്ത് കാഹളശബ്ദവും ഭേരീനിനാദവും കോലാഹലവും കേൾക്കുകയാൽ ഉണർന്ന് ഉടുപ്പിട്ട് ആയുധപാണികളായി. ആ കോലാഹലം ഉണ്ടായത് കുന്തളേശന്റെ സൈന്യം ദൂരത്തു വരുന്നതു കണ്ടതിനാലായിരുന്നു. ആ സൈന്യത്തെ കണ്ട ദിക്കിന്റേയും യുവരാജാവിന്റെ പാളയം അടച്ചതിന്റേയും മദ്ധ്യത്തിൽ ഒരു ചെറിയ കുന്നും അതിന്നു ചുറ്റും നല്ല കാടും ഉണ്ടായിരുന്നതിനാൽ കുന്തളേശന്റെ സൈന്യം എത്ര വലിയതാണെന്നറിവാൻ പ്രയാസമായിത്തീർന്നു. ആ കാട്ടിൽ യുവരാജാവിന്നു യാതൊരു തോൽവിയും വരരുതെന്നുള്ള കരുതലോടും അദ്ദേഹത്തിന്റെ ദേഹരക്ഷയിങ്കൽ വളരെ താല്പര്യത്തോടും കൂടി വേടർക്കരചൻ അയ്യായിരം വേടരെ തെയ്യാറാക്കി നിർത്തിയിട്ടുണ്ടായിരുന്നു. വേടർ നിന്നിരുന്ന സ്ഥലം കുറേ ഉയർന്നതായിരുന്നതിനാൽ അത് അവർക്കു നല്ലൊരു ആക്കമായിത്തീർന്നു. അവർ ഓരോ മരങ്ങളുടേയും പൊന്തകളുടേയും പിന്നിൽ തങ്ങളുടെ ശരീരത്തെ മറച്ചാണ് നിന്നിരുന്നത്. അതുകൊണ്ടും സ്വതെ കറുത്ത അവരുടെ ശരീരം അധികഭാഗം നഗ്നമായിരുന്നതിനാലും, ശത്രുക്കൾ വേടരെ കാണാതെയും അവരുടെ ഉപായം മനസ്സിലാക്കാതെയും അവരുടെ വളരെ അരികത്ത്, പെട്ടെന്ന് ചെന്നെത്തി. എത്തേണ്ട താമസമേ യുണ്ടായുള്ളു; അപ്പോഴേയ്ക്ക്, കാട്ടിൽ ഒളിഞ്ഞിരുന്നിരുന്ന വേടർ ഒന്നായി എഴുനീറ്റ് അതിവിദഗ്ദ്ധതയോടുകൂടി ശത്രുസൈന്യത്തിന്മേൽ കഠിനമായ അമ്പുമാരി തുടരെത്തുടരെ തൂകി. ഒട്ടും ഓർക്കാതെ ഇങ്ങിനെ ഒരടി കിട്ടിയപ്പോൾ, ഹുങ്കാരത്തോടുകൂടി പോയിരുന്ന ആ സൈന്യത്തിന്റെ ദ്രുതഗതി പൊടുന്നനെ നിന്ന് കുഴപ്പമോടുകൂടി അല്പംനേരം പരിഭ്രമി

ക്കുകയാൽ വേടന്മാരുടെ ഇടവിടാതെയുള്ള അസ്ത്രപ്രയോഗംകൊണ്ട് അതിന്നു വലുതായ നാശം നേരിട്ടു. ശത്രുസൈന്യത്തിൽ വില്ലാളികൾ ഇല്ലാതിരുന്നതിനാൽ അതിന്റെ സേനാപതി, വേടരോട് യാതൊന്നും പകരം ചെയ്വാൻ ശ്രമിക്കാതെ ശേഷിച്ച സൈന്യത്തെ വേഗത്തിൽ മുന്നോട്ടു നടത്തി യുവരാജാവിന്റെ വ്യൂഹത്തോടടുപ്പിച്ചു. അപ്പോൾ വേടർക്ക് എയ്യുവാൻ തരമില്ലാതായി. നിരന്ന സ്ഥലത്തേയ്ക്കിറങ്ങി, കുന്തളേശന്റെ കുതിരപ്പടയോടു നേരിടുവാൻ കുതിരയില്ലാത്തതിനാൽ വേടർക്ക് സാമർത്ഥ്യവും പോരായിരുന്നു. ആകയാൽ അവർ യുവരാജാവിനു കഴിയുന്ന സഹായം ചെയ്വാൻ വേണ്ടി കുന്നിന്റെ വേറൊരു ഭാഗത്തുകൂടി, കീഴ്പട്ടിറങ്ങി, ആ സൈന്യത്തിന്റെ വലത്തെ പാർശ്വത്തേയ്ക്കണയുകയും ചെയ്തു.

അതിന്നിടയിൽ അഘോരനാഥനും യുവരാജാവിന്റെ രക്ഷയ്ക്ക് തന്റെ സ്ഥാനം വിട്ട് ഓടിഎത്തി. ആകാരദാരുണനായ അദ്ദേഹത്തിന്റെ ഉന്നതഘോണംകൊണ്ട് ശോഭിതമായ മുഖം എല്ലാറ്റിന്റേയും മീതെ പൊങ്ങിക്കാണുമാറായപ്പോഴേയ്ക്ക്, യുവരാജാവിന്നും സൈന്യത്തിന്നും ധൈര്യവും ഉത്സാഹവും വർദ്ധിച്ചു. യുവരാജാവിന്റെ സൈന്യം സന്തോഷംകൊണ്ട് ആർത്തുവിളിച്ചു. അദ്ദേഹം എത്തിയ ഉടനെ തന്റെ നീണ്ട വലിയ വാൾ, ഊരിപ്പിടിച്ച് ശത്രുസൈന്യത്തിലുള്ള പ്രധാനികളെ ഓരോരുത്തരേയും സൂക്ഷിച്ചു നോക്കിത്തുടങ്ങി. അതിന്റെ ആവശ്യം കൃതവീര്യനെ കണ്ടുപിടിപ്പാനായിരുന്നു. കൃതവീര്യനോടു നേരിട്ടു പൊരുതി അദ്ദേഹത്തെ തോല്പിച്ചാൽ ശത്രുക്കൾ ഉടനെ തോറ്റോടിപ്പോകുമെന്നും എന്നാൽ അധികം ജീവനാശം കൂടാതെ യുദ്ധം അവസാനിപ്പിക്കാമെന്നുമായിരുന്നു അഘോരനാഥന്റെ നോട്ടം. അദ്ദേഹത്തോടു നേരിടുവാൻ തന്റെ സൈന്യത്തിൽ തന്നെപ്പോലെ അത്ര ബലവും അഭ്യാസവും ഉള്ള ആളുകൾ വേറെ ആരും ഇല്ലെന്നും അഘോരനാഥന്ന് നല്ല നിശ്ചയമുണ്ടായിരുന്നു. അഘോരനാഥൻ കൃതവീര്യനെ തിരയുന്നതിന്നിടയിൽ യുവരാജാവിന്റെ സൈന്യവും ശത്രുസൈന്യവും തമ്മിൽ ഏറ്റുമുട്ടി ഘോരമായ സമരം ആരംഭിക്കുകയും ചെയ്തു.

രാജധാനിയുടെ കിഴക്കുഭാഗത്ത് കുന്തളേശന്റെ സൈന്യം ഭയങ്കരമായി അങ്ങിനെ പൊരുതുവാൻ തുടങ്ങിയപ്പോഴേയ്ക്ക്, ഏകദേശം അത്ര തന്നെ വലുതായ മറ്റൊരു സൈന്യം ആരും വിചാരിക്കാത്ത ദുർഘടമായ ഒരു സ്ഥലത്തുകൂടി കടന്നുവന്ന് അധികം ശബ്ദങ്ങളും കോലാഹലവും കൂടാതെ രാജധാനിയുടെ പശ്ചിമഗോപുരത്തിന്നു സമീപം എത്തി. എത്തിയ ഉടനെ അവിടെ നിർത്തിയിരുന്ന ചെറിയ സൈന്യത്തോട് ചുരുക്കത്തിൽ ഒന്ന് ഏറ്റു. അവരുടെ എണ്ണം കുറകയാലും സാമർത്ഥ്യം പോരായ്കയാലും ശത്രുക്കൾക്ക് രാജധാനിക്കുള്ളിൽ കടക്കുവാൻ അധികം പ്രയാസമുണ്ടായില്ല. ഉള്ളിൽ കടന്നതിന്റെ ശേഷമാണ് കുന്തളേശൻ എത്തിയ വിവരം അഘോരനാഥനെ അറിയിക്കുവാൻ ആൾ പോയത്. ആ സൈന്യത്തിന്റെ അധിപതി കൃതവീര്യൻ താൻതന്നെയായിരുന്നു.

അദ്ദേഹം രാജധാനിക്കുള്ളിൽ കടന്ന ഉടനെ ഒരു നിമിഷംപോലും കളയാതെ വൃദ്ധനായ കലിംഗരാജാവിന്റെ അരമനയുടെ മുകളിലേയ്ക്ക് കയറിച്ചെന്നു. ദുർബ്ബലന്മാരായ രക്ഷിജനം കുന്തളേശനും ഭടന്മാരും വരുന്ന കണ്ടപ്പോൾ വ്യാഘ്രത്തെക്കണ്ട ശ്വാക്കളെപ്പോലെ അവരവരുടെ സ്ഥാനം വിട്ടു മണ്ടിത്തുടങ്ങി. കുന്തളേശൻ മഹാരാജാവിന്റെ മുമ്പിൽ എത്തിയ ഉടനെ, കൂടെ കൊണ്ടുവന്നിട്ടുണ്ടായിരുന്ന ഉറപ്പുള്ള ഒരു ഡോലി തിരുമുമ്പാകെ വെപ്പിച്ച് "തിരുമനസ്സുകൊണ്ട്, അതിൽ കയറി ഇരിക്കണം" എന്ന് ഉറപ്പിച്ചു പറഞ്ഞു. വൃദ്ധൻ വസ്തുത മുഴുവനും ഗ്രഹിയാതെ "എന്തിന്?" എന്നു ചോദിച്ചു. "അതു ഞാൻ വഴിയെ ഉണർത്തിക്കാം" എന്നു പറഞ്ഞ് കൃതവീര്യൻ തന്നെ വൃദ്ധനായ മഹാരാജാവിനെ പതുക്കെ താങ്ങിപ്പിടിച്ച് എടുത്ത് വണക്കത്തോടുകൂടി ഡോലിക്കുള്ളിൽ വെച്ച് വാതിൽ അടച്ചു. ഡോലിക്കാരോടു വേഗത്തിൽ കൊണ്ടു പോകുവാൻ അടയാളം കാണിക്കുകയും ചെയ്തു. ഡോലിക്കാർ ഗോപുരത്തിൽ എത്തിയപ്പോഴെയ്ക്ക് അവരുടെ രക്ഷയ്ക്ക് കുന്തളേശന്റെ ഭടന്മാരിൽ ഒരു മുപ്പത് ആളുകളും അവരുടെ ഒരു മേധാവിയും കൂടെകൂടി, കഴിയുന്ന വേഗത്തിൽ അവർ കുന്തളരാജ്യത്തിന്റെ നേരിട്ട് ഡോലിയുംകൊണ്ടു പോകയും ചെയ്തു.

ഈകാര്യം അരനാഴികക്കുള്ളിലാണ് കുന്തളേശൻ സാധിപ്പിച്ചത്. അതിനിടയിൽ പശ്ചിമഗോപുരം രാജധാനിക്കുള്ളിൽ ഭണ്ഡാരശാല മുതലായ പലപല മുഖ്യമായ സ്ഥലങ്ങളും കുന്തളേശന്റെ സൈന്യം കൈവശമാക്കി. താമസിയാതെ രാജധാനി മുഴുവനും കുന്തളേശൻ കരസ്ഥമാക്കുമെന്നു തീർച്ചയായിത്തുടങ്ങിയപ്പോഴെയ്ക്ക് കിഴക്കു ഭാഗത്തുകൂടി വന്നിരുന്ന ശത്രുസൈന്യം മിക്കതും അഘോരനാഥന്റെയും വേടർക്കരചന്റെയും അത്ഭുതമായ പരാക്രമംകൊണ്ട് ഒടുങ്ങിത്തുടങ്ങി. ആ സമയത്തുതന്നെയാണ് കൃതവീര്യനും സൈന്യവും പടിഞ്ഞാറെ ഗോപുരത്തിലൂടെ അകത്തേയ്ക്കു കടന്ന വിവരം ഒരുവൻ ഓടിച്ചെന്ന് അഘോരനാഥനെ അറിയിച്ചത്. ഇടിവെട്ടിയതുപോലെ അദ്ദേഹം ഒന്ന് നടുങ്ങി, അരവിനാഴികനേരം ആ നിലയിൽ നിന്നുതന്നെ ആലോചിച്ച്, ഉടനെ മനസ്സുറച്ച് അശ്വാരൂഢന്മാരായി തിരഞ്ഞെടുക്കപ്പെട്ട അഞ്ഞൂറു ഭടന്മാരോടുകൂടെ കിഴക്കെ ഗോപുരത്തിൽക്കൂടിത്തന്നെ കോട്ടയിലേയ്ക്കു കടന്ന് പടിഞ്ഞാറെ ഗോപുരത്തിന്ന് നേരിട്ടുപോകയും ചെയ്തു.

(മൂന്നു യവനന്മാർ)

രാജധാനിയുടെ സമീപം യുദ്ധം ഇങ്ങിനെ ഭയങ്കരമായി മുറുകിക്കൊണ്ടിരിക്കെ, അവിടെനിന്ന് രണ്ടു നാഴികവഴി വടക്ക് ഒരു വഴിയമ്പലത്തിന്നു സമീപം സാമാന്യത്തിൽ അധികം വലിയ ഒരു കറുത്ത അറബിക്കുതിരയുടെ പുറത്തു കയറി ഒരാൾ ഇരിക്കുന്നത് കാണായി. ആയാളുടെ മുഖം അതിശൈത്യമുള്ള യവനരാജ്യങ്ങളെപ്പോലെ വെളുപ്പും മഞ്ഞയും കൂടി

ക്കലർന്ന മനോഹരമായ ഒരു നിറമായിരുന്നു. മുഖമൊഴികെ ശരീരം മുഴുവനും കറുത്ത കുപ്പായവും കാലൊറയുംകൊണ്ട് നല്ലവണ്ണം മൂടിയിരുന്നു. തലക്കെട്ടും കറുത്തതുതന്നെ. കറുത്തു നീണ്ട് അതിനിബിഡമായ താടി, നീണ്ടു തടിച്ച വളരെ ബലമുള്ള ശരീരം, തീപ്പൊരികൾ പറക്കുന്നു എന്നു തോന്നത്തക്കവണ്ണം ഉജ്ജ്വലത്തുക്കളായ നേത്രയുഗളങ്ങൾ ഇങ്ങിനെയാണ് ആ യവനന്റെ സ്വരൂപം. കുതിരയുടെ ജീനിമേൽ ഒരു വലിയ കുന്തം തിരുകിയിട്ടുണ്ട്. അരയിൽ നിന്ന് അതിദീർഘമായ ഒരു വാൾ ഉറയോടുകൂടി തൂങ്ങുന്നുണ്ട്. കയ്യിൽ ഒരു വലിയ വെണ്മഴുവും ഉണ്ട്. എല്ലാംകൂടി കണ്ടാൽ ഒരു നല്ല യോദ്ധാവാണെന്നു തോന്നും.

ആ യവനയോദ്ധാവ് ഒരു കൈകൊണ്ട് തന്റെ നീണ്ടതാടി ഉഴിഞ്ഞുകൊണ്ടും മറ്റേക്കയ്യിൽ ആ വലിയ വെണ്മഴു എടുത്തു ചുഴറ്റിക്കൊണ്ടും ഒരാളെ കാത്തുനിൽക്കുന്നതുപോലെ ഒരു ദിക്കിലേക്കുതന്നെ നോക്കിക്കൊണ്ട് കുറച്ചുനേരം നിന്നപ്പൊഴെക്ക്, ആ ദിക്കിൽനിന്ന് വേറൊരു യവനയോദ്ധാവ് കുതിരപ്പുറത്ത് അതിവേഗത്തിൽ ഓടിച്ചുകൊണ്ടു വരുന്നതു കാണാറായി. ആയാളുടെ മുഖവും വേഷവും മറ്റും മേൽ വിവരിച്ച മാതിരിതന്നെ. പക്ഷേ, വേഷം ആസകലം ധവളവർണ്ണമാണ്. താടിയും വെളുത്തതുതന്നെ വെണ്മഴു ഇല്ല, വാളാണ് ആയുധം. മറ്റു വ്യത്യാസം ഒന്നും ഇല്ല.

ആ വെളുത്ത താടിയുള്ള യവനൻ വേഗത്തിൽ വന്ന് ബദ്ധപ്പാടോടുകൂടി ചിലത് കറുത്ത താടിയുടെ ചെവിയിൽ മന്ത്രിച്ചപ്പോൾ ആയാൾ തന്റെ പക്കൽ ഉണ്ടായിരുന്ന ഒരു ചെറിയ കുഴൽ എടുത്ത്, കൂക്കി വിളിക്കുംപോലെ ഉച്ചത്തിൽ വിളിച്ച്, കിഴക്കോട്ടേക്കു നോക്കിനിന്നു. അര നിമിഷത്തിനുള്ളിൽ ആ ദിക്കിൽനിന്ന് വേറൊരു യവന യോദ്ധാവ് ഓടിച്ചു വന്നു. ആയാളുടെ വേഷവും മുഖവും മേൽപ്പറഞ്ഞവരുടെ മാതിരിതന്നെയാണ്. പക്ഷേ, വസ്ത്രങ്ങൾ ഒക്കയും രക്തവർണ്ണമായിരുന്നു. താടിയും അല്പം ചെമ്പിച്ച നിറമായിരുന്നു. കയ്യിൽ ഒരു വലിയ കുന്തം പിടിച്ചിരിക്കുന്നു, അരയിൽനിന്ന് ഒരു വാൾ തൂക്കീട്ടും ഉണ്ട്.

മൂന്നു പേർക്കും അല്പം ഒരു വിശേഷവിധികൂടിയുണ്ട്. വെള്ളത്താടിക്ക് കറുത്തതും കറുത്ത താടിക്ക് ചുവന്നതും ചുവന്ന താടിക്ക് വെളുത്തതും ആയ ഓരോ പട്ടുറുമാൽ പിൻഭാഗത്തുനിന്ന് വിശദമായി കാണത്തക്കവണ്ണം മടക്കി ചുമലിൽ ഒരു ഭാഗത്തേക്കായിട്ട് കെട്ടീട്ടുണ്ടായിരുന്നു. ഇങ്ങിനെ വേഷംകൊണ്ട് ഏകാകൃതികളാണെങ്കിലും ഉടുപ്പിന്റെ വർണ്ണത്താൽ വ്യത്യാസപ്പെട്ടിരുന്ന ആ യവനന്മാരുടെ സ്വരൂപങ്ങൾ സമാനവർണ്ണങ്ങളായ താടികളാൽ അധികം വ്യത്യാസപ്പെട്ടവയായി തോന്നുകയും ചെയ്തിരുന്നു.

യവനന്മാർ മൂവരും എത്തിക്കൂടിയ ഉടനെ വെള്ളത്താടി വന്ന വഴി ദക്ഷിണഭാഗത്തേക്ക് ആയാളെതന്നെ മുമ്പിലാക്കി മൂന്നു പേരുംകൂടി അല്പം ഓടിച്ചപ്പോഴെക്ക്, കലിംഗമഹാരാജാവിനെ എടുത്തുകൊണ്ടു പോകുന്ന ഡോലിക്കാരും അവരുടെകൂടെ രക്ഷക്ക് പോന്നിട്ടുള്ള ഒരു

കൂട്ടം ഭടന്മാരും ദൂരെ ഒരു വഴിക്ക് പോകുന്നതായി കാണായി. അവർ യവനന്മാരെ കണ്ടില്ല. യവനന്മാർ അവരുടെ ഏതാണ്ട് അടുത്തെത്തിയപ്പോൾ ചില മരങ്ങളുടെ മറവിൽ ഒട്ടും അനങ്ങാതെ അല്പനേരം നിന്നു. അപ്പോഴേക്ക് ഡോലിക്കാരും പകുതി ഭടന്മാരും രണ്ടു കുന്നുകളുടെ നടുവിൽ കൂടിയുള്ള ഒരു ഇടുക്കിന്റെ അങ്ങേഭാഗത്തേക്ക് കടന്നതുകണ്ട് യവനന്മാർ ആ സ്ഥലത്തേക്ക് തക്കമറിഞ്ഞ് ഓടിച്ചെത്തി. കറുത്ത താടി മുമ്പിൽ കടന്ന് തന്റെ വലിയ വെണ്മഴു ഓങ്ങിക്കൊണ്ട്, ആ കുടുങ്ങിയ സ്ഥലത്തിന്റെ മീതെ ചെന്നുനിന്ന് 'അവിടെ വെക്കുവിൻ കള്ളന്മാരെ! നിങ്ങൾ ആരാണെന്ന പരമാർത്ഥം ഇപ്പോൾ പറഞ്ഞിട്ടില്ലെങ്കിൽ നിങ്ങളുടെ അവസാനം അടുത്തിരിക്കുന്നുവെന്ന് കരുതിക്കൊൾവിൻ!' എന്ന് അതിനിഷ്ഠുരതരം പറഞ്ഞപ്പോൾ ഡോലിക്കാർ ഉടനെ ഡോലി താഴത്തുവെച്ചു. ഭടന്മാർ പുറത്തേയ്ക്കു പോകുന്നതിനെ തടുക്കുവാൻ വേണ്ടി, ചുവന്ന താടിയും വെള്ളത്താടിയും, അതിനിടയിൽ, ആ കുടുങ്ങിയ വഴിയുടെ മുമ്പിലും പിമ്പിലും പോയിനിന്നു വഴിയടച്ചു. ഇങ്ങിനെ പെട്ടെന്നു തങ്ങളെ കാലതുല്യന്മാരായ ആ യവനന്മാർ കടുഭാഷണംകൊണ്ട് ഭീഷണിപ്പെടുത്തിയപ്പോൾ ഭടന്മാർ നാലുപുറത്തും നോക്കി തങ്ങളുടെ അപകടത്തെ മനസ്സിലാക്കി നിർവാഹമില്ലെന്നു നിശ്ചയിച്ച് പരമാർത്ഥം മുഴുവനും സമ്മതിച്ചു. 'നല്ലത്, നിങ്ങൾ പരമാർത്ഥം പറഞ്ഞതു നന്നായി. നിങ്ങൾക്ക് പ്രാണനെ കൊതിയുണ്ടെങ്കിൽ ഡോലിയെടുത്തവരൊഴികെ ശേഷമുള്ളവർ ഒരുത്തനെങ്കിലും പിൻതിരിയാതെ, ഇപ്പോൾ ഞങ്ങൾ നോക്കിനില്ക്കെത്തന്നെ കുന്തളരാജ്യത്തേയ്ക്കു പോകണം. താമസിച്ചാൽ മരണം നിശ്ചയം. ഡോലിക്കാരെ ഞങ്ങൾ വേണ്ടുംപോലെ രക്ഷിക്കും' എന്ന് കറുത്ത താടി പിന്നെയും പറഞ്ഞു. ഭടന്മാർ യവനന്മാരുടെ അധികമായ പൗരുഷം കണ്ട് ഭയപ്പെട്ട്, അങ്ങിനെതന്നെയെന്ന് സമ്മതിച്ച് അപ്പോൾത്തന്നെ കുന്തളരാജ്യത്തേയ്ക്ക് വേഗം മടങ്ങിപ്പോവുകയും ചെയ്തു.

യവനന്മാർ ഭടന്മാരെ കാണാതാകുന്നതുവരെ നോക്കിക്കൊണ്ടു നിന്നശേഷം രാജാവിനെ എടുപ്പിച്ചുകൊണ്ടു വേറൊരു വഴിയായി പോയി തരക്കേട് ഒന്നും കൂടാതെ ഒരു ദിക്കിൽ എത്തി രാജാവാണെന്നു പറഞ്ഞ്, അവിടെ ചിലരെ ഏല്പിച്ച് ബദ്ധപ്പെട്ട് അല്പം ഭക്ഷണം കഴിച്ച് ഉടനെ യുദ്ധം നടക്കുന്നേടത്തെക്ക് ഓടിക്കുകയും ചെയ്തു.

(കാരാഗൃഹം)

ഇതൊക്കയും നാഴികക്കുള്ളിലാണ് യവനന്മാർ സാധിച്ചത്. അവർ രാജധാനിയുടെ സമീപം എത്തിയപ്പോൾ ഉള്ളിൽനിന്ന് അതിഘോരമായി സമരം നടക്കുന്നതിന്റെ കോലാഹലം കേൾക്കുമാറായി. യവനന്മാർക്ക് ക്ഷമയില്ലാതായി. അവരുടെ പടക്കുതിരകളും അവരെപ്പോലെതന്നെ യുദ്ധത്തിന്റെ നടുവിലേയ്ക്ക് എത്തുവാൻ താല്പര്യത്തോടുകൂടി ഹേഷാരവം

മുഴക്കി മുന്നോട്ടു കുതിച്ചുതുടങ്ങി. പശ്ചിമഗോപുരത്തിന്റെ സമീപമാണ് അവർ ഒന്നാമതു ചെന്നത്. അതിന്റെ മൂർദ്ധാവിൽ കുന്തളേശന്റെ കൊടി പാറുന്നതു കണ്ട് അതിലൂടെ കടപ്പാൻ എളുതല്ലെന്നു തീർച്ചയാക്കി, ദക്ഷിണഗോപുരത്തിന്റെ നേരെ ചെന്നു. അവിടെ കലിംഗരാജാവിന്റെ കൊടി കണ്ടപ്പോൾ അതിലൂടെ കടപ്പാൻ തുടങ്ങി. അവിടെ നിന്നിരുന്ന ഭടന്മാർ വിരോധം ഭാവിച്ചപ്പോൾ, കറുത്ത താടി "നിങ്ങൾ ഞങ്ങളെ തടുക്കേണ്ട, ഞങ്ങൾ കലിംഗരാജാവിന്റെ ബന്ധുക്കളാണ് സത്യം" എന്ന് ഉച്ചത്തിൽ പറഞ്ഞു. ഭടന്മാർ യവനന്മാർ പറഞ്ഞത് വിശ്വസിക്കയാലൊ ഭയങ്കരന്മാരായ അവരോട് നേരിടുവാൻ ധൈര്യം പോരായ്കയാലോ അവരെ ഒട്ടും തടുത്തില്ല. എന്നുതന്നെയല്ല, യുദ്ധമദ്ധ്യത്തിങ്കലേയ്ക്ക് ചെല്ലുന്ന യവനന്മാരുടെ പിന്നാലെതന്നെ, അവരുടെ സഹായത്തിന്നായിട്ട് വളരെ ഭടന്മാർ കൂടെപോകയും ചെയ്തു.

അഘോരനാഥനും സൈന്യവും കിഴക്കു ഭാഗത്തുനിന്ന് പൊരുതുന്നു. കുന്തളേശനും തന്റെ അനവധി ഭടന്മാരും പടിഞ്ഞാറെ ഭാഗത്തു നിന്ന് വളരെ ശൗര്യത്തോടും പരാക്രമത്തോടും കൂടി അവരെ എതൃത്തു പൊരുതുന്നു. കുന്തളേശനും അഘോരനാഥനും തമ്മിൽ നേരിടുകമാത്രം കഴിഞ്ഞിട്ടില്ല. അഘോരനാഥന്റെ ചെറിയ സൈന്യം വേഗത്തിൽ അധികം ചെറുതാകുന്നു. കുന്തളേശന്റെ സൈന്യത്തിന്നു മദം വർദ്ധിക്കുന്നു. അങ്ങിനെയിരിക്കുമ്പോഴാണ് യവനന്മാർ പോർക്കളത്തിൽ എത്തിയത്. അവരെക്കണ്ടപ്പോൾ കുന്തളേശന്റെ സൈന്യം സന്തോഷിച്ച് ആർത്തുവിളിക്കുകയും അഘോരനാഥന്റെ സൈന്യം ഭയപ്പെടുകയും ചെയ്തു. ആ വസ്തുത കറുത്ത താടി അറിഞ്ഞ ഉടനെ, തന്റെ ചുമലിൽ കെട്ടിയിരുന്ന ഉറുമാൽ അഴിച്ച് മേൽപ്പോട്ട് വലിച്ചെറിഞ്ഞു. അതുകണ്ടപ്പോൾ അഘോരനാഥൻ "അവർ നമ്മുടെ രക്ഷിതാക്കന്മോർ; ഒട്ടും ഭയപ്പെടരുത് ഭയപ്പെടരുത്" എന്ന് ഉച്ചത്തിൽ പറഞ്ഞു, തന്റെ വിഹ്വലമാനസന്മാരായ സേനാനായകന്മാരേയും ഭയപരവശന്മാരായ സൈന്യങ്ങളേയും ധൈര്യപ്പെടുത്തി.

യവനന്മാർ ഒട്ടും നേരംകളയാതെ അവരുടെ ആയുധങ്ങളെ പ്രയോഗിക്കുവാൻ തുടങ്ങി. കറുത്ത താടിയുടെ സമീപത്തേക്ക് കുന്തളേശന്റെ ഭടന്മാർ സ്മരിക്കുന്നതെയില്ല. ആയാൾ ഒരു സംഹാരരുദ്രനെപ്പോലെ, ശത്രുക്കളെ അതിവേഗത്തിൽ കൊന്നൊടുക്കുന്നു. വലത്തെക്കാൽ അങ്കവടിയിൽ ഊന്നി വലത്തോട്ടു ചെരിഞ്ഞ് തന്റെ വലിയ വെണ്മഴുകൊണ്ട് ഊക്കോടുകൂടി വെട്ടുമ്പോൾ അതിൽ തകർന്നുപോകാതെ ഒന്നുംതന്നെയില്ല. ആയാളുടെ കൊത്തുകൊണ്ടു മറിയുന്ന ഭടന്മാരും കുതിരകളും അനവധി. മുറിയുന്ന ആയുധങ്ങൾ അനവധി. അങ്ങിനെ നിസ്തുല്യനായ ആ യവനൻ ജൃംഭിച്ചടുക്കുന്നേടത്തു നിന്ന് ശത്രുക്കൾ പ്രാണരക്ഷക്കായി ഓടിയൊഴിച്ചു തുടങ്ങി. കുന്തളേശനു വളരെ വിസ്മയവും വിസ്മയത്തേക്കാൾ അധികം ഭയവും ഉണ്ടായി. "ഇവരാര്? മഗധേശ്വരന്റെ കൂറ്റുകാരാവാൻ പാടില്ല. എന്നാൽ എന്റെ പ്രതികൂലികളാവുന്നതല്ലായിരുന്നു.

അഘോരനാഥന്റെ മുൻകാഴ്ചകൊണ്ട് എവിടുന്നോ വരുത്തിയവരാണ്. ഏതെങ്കിലും എന്നാൽ കഴിയുന്നത് ചെയ്യണം" എന്നിങ്ങിനെ അദ്ദേഹം കുറച്ചുനേരം വിചാരിച്ച് രണ്ടാമതും വർദ്ധിച്ചിരിക്കുന്ന പരാക്രമത്തോടു കൂടി പൊരുതുവാൻ തുടങ്ങി.

കുന്തളേശന്റെ പരാക്രമവും അല്പമല്ല. ശരീരവും മുഖവും മുഴുവൻ ഇരുമ്പുചട്ടകൊണ്ടു മൂടിയിരുന്നതിനാൽ ശത്രുക്കളുടെ വെട്ടും കുത്തും അദ്ദേഹത്തിന്ന് അല്പംപോലും തട്ടുന്നില്ല. എന്നുതന്നെയല്ല, അദ്ദേഹത്തിന്റെ ഇടത്തുകയ്യിൽ പിടിച്ചിരുന്ന ഒരു ചെറിയ ഇരുമ്പു പരിച കൊണ്ട് വെട്ടുകൾ അതിവിദഗ്ദ്ധതയോടുകൂടി തടുക്കുന്നതും ഉണ്ട്. കവചങ്ങളെക്കൊണ്ട് സുരക്ഷിതനായ തനിക്ക് അപായം വരുവാൻ വഴിയില്ലെന്നുള്ള ധൈര്യത്തോടുകൂടി ശത്രുസൈന്യത്തോടണഞ്ഞു പൊരുതി കുന്തളേശൻ അനവധി ഭടന്മാരെ തെരുതെരെ തന്റെ വാളിന്നൂണാക്കുകയും ചെയ്തിരുന്നു.

അങ്ങിനെ രണ്ടുഭാഗത്തും ഭടന്മാർ മരണംകൊണ്ടും മുറികൊണ്ടും വീണുവീണ് ഒഴിഞ്ഞുതുടങ്ങിയപ്പോഴെക്ക് ഉത്തരഗോപുരത്തിൽനിന്ന് ഒരു കോലാഹലം കേൾക്കുമാറായി. ആയത് കുന്തളേശന്റെ സഹായത്തിന്ന് അദ്ദേഹത്തിന്റെ സംശപ്തകസൈന്യം വരികയായിരുന്നു. അവർ മുന്നൂറ് അശ്വാരൂഢന്മാരായ ഭടന്മാർ-ആയുധവിദ്യയിൽ അതിനിപുണന്മാർ-സമരോത്സവത്തിൽ അതികുതുകികൾ-തങ്ങളുടെ പ്രാണനെ ഉപേക്ഷിക്കുവാൻ ലേശം പോലും മടിക്കാത്തവർ-ജയത്തോടുകൂടിയല്ലാതെ ശത്രുവിന്റെ മുമ്പിൽനിന്ന് ഒഴിയാത്തവർ-നീർക്കുമിളപോലെ അനിത്യമായ മാനത്തെ അസിധാരയിങ്കൽനിന്ന് പൊത്തിപ്പിടിക്കുന്നവർ-അങ്ങിനെയിരിക്കുന്ന ആ ചെറിയ സൈന്യം എത്തിയപ്പോഴെക്ക് കുന്തളേശന്റെ ശേഷിച്ചിരിക്കുന്ന സൈന്യം സന്തോഷംകൊണ്ടാർത്തുവിളിച്ച്, അവരുടെ സമയോചിതമായ വരവിനെ അഭിവാദ്യം ചെയ്യുകയും ചെയ്തു.

അവരുടെ സമാരംഭം എങ്ങിനെയെന്നറിവാൻവേണ്ടി, അവർ എത്തിയ ഉടനെ യവനന്മാർ മൂന്നുപേരും ഒന്നായികൂടി അന്യോന്യം രഹസ്യമായി ചിലത് പറഞ്ഞുകൊണ്ടിരിക്കുമ്പോഴെക്ക്, ആ സംശപ്തകന്മാർ ക്ഷാമംപിടിച്ചിരിക്കുന്ന ഒരുകൂട്ടം ചെന്നായ്ക്കളെപ്പോലെ ഒട്ടുംതന്നെ ക്ഷമ കൂടാതെ വൈരീനിഗ്രഹത്തിന്ന് മുതിർന്നു. അവരുടെ ശൂരതയും അടക്കമില്ലായ്മയും ആയുധമുപയോഗിക്കുന്നതിലുള്ള പടുത്വവും കണ്ട് യവനന്മാർ അല്പനേരം എന്തു ചെയ്യേണ്ടൂ എന്നു തീർച്ചയാക്കാതെ പിൻവാങ്ങി സ്വസ്ഥന്മാരായി ഒതുങ്ങിനിന്നു. യവനന്മാർ എത്തിയ ഉടനെ കുന്തളേശന്റെ ജയത്തെക്കുറിച്ച് സംശയം തോന്നീട്ടുണ്ടായിരുന്നതത്രയും അപ്പോൾ തീർന്നു. കലിംഗാധീശന്റെ പരാജയം കണ്ടല്ലാതെ അന്ന് സൂര്യൻ അസ്തമിക്കയില്ലെന്നു ജനങ്ങൾ മിക്കവരും തീർച്ചയാക്കി. അഘോരനാഥന്റെ സൈന്യം നിരാശപ്പെടുവാനും തുടങ്ങി.

അങ്ങിനെയിരിക്കെ ചുവന്ന താടിയെ മുമ്പിലാക്കി അല്പം വഴിയെ ഇടത്തും വലത്തും മറ്റു രണ്ടു യവനന്മാരും നിന്ന് സംശപ്തകന്മാരോടു മൂന്നുപേരുംകൂടി ഒന്നായി നേരിട്ടു. അപ്പോൾ മുക്കോൺ വടിവിൽനിന്ന് ഏകോപിച്ചു പൊരുതുന്ന ആ യവനന്മാരോടു ജയിക്കുവാനൊ അവരെ

മുറിയേല്പിക്കുവാനൊ സംശപ്തകന്മാർക്കു തരമില്ലാതായി. ചുവന്ന താടിയുടെ കുന്തം കുതിരയുടെ കഴുത്തിൽ തറയ്ക്കുമ്പോഴെക്ക് പുറത്തിരിക്കുന്നവന്ന് ഒരു ഭാഗത്തുനിന്ന് കറുത്ത താടിയുടെ വെണ്മഴു കൊണ്ടൊ, മറ്റെ ഭാഗത്തുനിന്ന് വെള്ളത്താടിയുടെ വാൾകൊണ്ടൊ വെട്ടു കിട്ടി താഴത്തു വീഴുകയും ചെയ്യും. അങ്ങിനെ സംശപ്തകസൈന്യവും യവനന്മാരും തമ്മിൽ രൂക്ഷതരമാകുംവണ്ണം വാശിപിടിച്ച് പോർ തുടങ്ങിയപ്പോഴെക്ക് കിഴക്കെ ഗോപുരത്തിൽകൂടി യുവരാജാവും വേടർക്കരചനും കുന്തളേശന്റെ ആദ്യംവന്ന സൈന്യത്തെ മുഴുവനും നശിപ്പിച്ചു. തങ്ങളുടെ ശേഷിച്ച ഭടന്മാരേയുംകൊണ്ട് എത്തിയതിനാൽ അഘോരനാഥന്റെ സൈന്യം കാർമേഘത്തെ കണ്ട ചാതകങ്ങളെപ്പോലെ വളരെ സന്തോഷിച്ചു, ആർത്തുവിളിച്ചു.

അഘോരനാഥൻ ഉടനെ യുവരാജാവിന്റേയും വേടർക്കരചന്റേയും അടുക്കൽ ചെന്ന് "ആ കാണുന്ന യവനന്മാർ നമ്മെ രക്ഷിക്കുവാൻ വന്നവരാണ്, അവരുടെ പരാക്രമം നോക്കിക്കൊൾക" എന്നു മാത്രം പറഞ്ഞു സംശപ്തകസൈന്യത്തെ വേഗത്തിൽ മുടിക്കുവാൻ വേണ്ടി, താനും യവനന്മാരുടെ സഹായത്തിന്നു ചെന്നു. അപ്പോൾ വെള്ളത്താടി തന്റെ സ്ഥാനത്തുനിന്ന് ഒഴിഞ്ഞ് അവിടെ നിന്നുകൊൾവാൻ അഘോരനാഥനോട് ആംഗ്യം കാണിച്ചു പടയുടെ പിൻഭാഗത്തേയ്ക്കുപോയി വെള്ളം കുടിച്ച് അല്പം ക്ഷീണം തീർത്തശേഷം സൈന്യത്തിന്റെ നടുവിൽ നിന്നു പൊരുതുന്ന കുന്തളേശനെ കണ്ടുപിടിച്ച് അദ്ദേഹത്തെ പോർക്കുവിളിച്ചു. വളരെ സാമർത്ഥ്യത്തോടുകൂടി രണ്ടുമൂന്നു പ്രാവശ്യം കുന്തളേശന്റെ നേരിട്ട് ഉടനെയുടനെ കുതിരയെ ചാടിക്കുകയാൽ, കുന്തളേശനെ അദ്ദേഹത്തിന്റെ സൈന്യത്തിൽനിന്നു വേർതിരിച്ച് ഒറ്റപ്പെടുത്തി. അതു കഴിഞ്ഞപ്പൊഴെക്കാണ് അദ്ദേഹം തന്റെ അപകടസ്ഥിതിയെ അറിഞ്ഞത്. ഉടനെ യുവരാജാവും വേടർക്കരചനും വെള്ളത്താടിയുടെ സഹായത്തിന്നെത്തി കുന്തളേശനെ വളഞ്ഞു. അദ്ദേഹത്തിന്റെ സഹായത്തിന്നു വരുവാൻ ശ്രമിച്ച ഭടന്മാരെ തങ്ങളുടെ ഭടന്മാരെക്കൊണ്ട് തടുത്തു നിർത്തിച്ചു. ഇങ്ങിനെ ഒറ്റയായി ശത്രുക്കളുടെ ഇടയിൽപെട്ടുപോയി എങ്കിലും, കുന്തളേശൻ ഒട്ടും പരിഭ്രമം കൂടാതെ വെള്ളത്താടിയെ ചെറുക്കുന്നതിനിടയിൽ അടുത്തു നിന്നിരുന്ന യുവരാജാവിന്റെ കുതിരയെ വെട്ടി താഴ്ത്തി. അപ്പോൾ അരചൻ തന്റെ കുതിരയെ യുവരാജാവിന്നു കൊടുത്ത് വേറൊരു കുതിരപ്പുറത്തു കയറി. വെള്ളത്താടി രാജകുമാരന്ന് തരക്കേട് ഒന്നും വന്നില്ലല്ലൊ എന്നു നോക്കുമ്പോഴെക്ക് കുന്തളേശൻ ആ തക്കം പാർത്ത് പിൻവാങ്ങി തന്റെ സൈന്യത്തോടു രണ്ടാമതും ചേർന്നു. ആ സൈന്യമോ, കറുത്ത താടിയുടേയും ചുവന്ന താടിയുടേയും അഘോരനാഥന്റേയും അതിസാഹസമായ പ്രയത്നംകൊണ്ട് കുറച്ചുനേരത്തിന്നുള്ളിൽ ശിഥിലമായിത്തുടങ്ങി. സംശപ്തകന്മാരുടെ പരാക്രമംകൊണ്ട് ചുവന്ന താടി മൂന്നു പ്രാവശ്യം കുതിരയെ മാറ്റേണ്ടിവന്നു. ശൂരന്മാരായ അവർ കൂട്ടം കൂട്ടമായി യവനന്മാരോട് ഏറ്റുചെന്ന് അഗ്നിയിൽ ശലഭങ്ങൾ എന്നപോലെ ഒന്നൊഴിയാതെ എല്ലാവരും പൊരുതി മരിച്ചു.

പിന്നെ കുന്തളേശനും കൂറ്റുകാരായ ചില അമാത്യന്മാരും ഇരുനൂ

റിൽ ചിലാനം ഭടന്മാരും മാത്രം ശേഷിച്ചു. അങ്ങിനെയിരിക്കെ കറുത്ത താടി കുറഞ്ഞൊന്ന് പിൻവാങ്ങി അഘോരനാഥനോട് അല്പം ഒന്ന് ചെകിട്ടിൽ മന്ത്രിച്ചു. അപ്പോൾതന്നെ അഘോരനാഥൻ കാഹളം വിളിപ്പിച്ചു "പട നില്ക്കട്ടെ" എന്നു പോർക്കളത്തിൽ നിന്ന് ഉച്ചത്തിൽ വിളിച്ചു പറയിച്ചു. ആയുധങ്ങളുടെ ഝണഝണശബ്ദം നിന്നപ്പോൾ "കുന്തളരാജാവിന്റെ സൈന്യത്തിൽ കീഴടങ്ങുവാൻ മനസ്സുള്ളവരുണ്ടെങ്കിൽ അവരെ നിഗ്രഹിക്കുന്നില്ല," എന്നു രണ്ടാമതും ഉച്ചത്തിൽ പറഞ്ഞതിന്നു "ഞങ്ങളുടെ സ്വാമി കീഴടങ്ങാത്ത പക്ഷം, ഞങ്ങൾ അദ്ദേഹത്തിന്നു വേണ്ടി മരിക്കുവാൻ തെയ്യാറായവരാണ്" എന്നു സവിചന്മാരിൽ പ്രധാനിയായ ഒരാൾ ഉത്തരം പറഞ്ഞു. കുന്തളേശൻ അതുകേട്ടു എങ്കിലും കീഴടങ്ങുവാൻ വിചാരിക്കാതെ വെള്ളത്താടിയുമായി രണ്ടാമതും പോരാടുവാൻ തുടങ്ങിയപ്പോഴെക്ക്, കറുത്ത താടി അവിടേക്കെത്തി. ഒരു അന്തകനെപ്പോലെ അയാൾ തന്റെ മുമ്പിൽ വന്നുംനിന്നപ്പോൾ, കുന്തളേശനുണ്ടായ നിരാശയും ഭയവും വ്യസനവും പറയുന്നതിനേക്കാൾ വിചാരിച്ച് അറിയുകയാണ് എളുപ്പം. കറുത്ത താടി കുന്തളേശനോട് നേരിട്ടു വെള്ളത്താടിയെ പിന്നിലാക്കിയപ്പോൾ കുന്തളേശന്റെ സഹായത്തിന്ന് എത്തുവാൻ ശ്രമിച്ച ചില കൂറുള്ള അമാത്യന്മാരെ അഘോരനാഥനും വെള്ളത്താടിയുംകൂടി തടുത്തുനിർത്തുകയും ചെയ്തു.

കറുത്ത താടി: കീഴടങ്ങാമെന്നുണ്ടെങ്കിൽ നമുക്ക് രണ്ടാൾക്കും കുറെ കാലംകൂടി ജീവിച്ചിരിക്കാം. ഇല്ലെങ്കിൽ നമ്മിൽ ഒരാളുടെ ആയുസ്സ് എങ്കിലും ഇപ്പോൾ അവസാനിക്കേണ്ടിവരുമെന്നു തീർച്ചതന്നെ.

കൃതവീര്യൻ: അവമാനത്തോടുകൂടി ഇരിക്കുന്നതിനെക്കാൾ ധീരതയോടുകൂടി പ്രാണത്യാഗം ചെയ്യുകയാണല്ലോ വീരന്മാരുടെ ധർമ്മം. എന്റെ ജീവനെക്കുറിച്ചു വിചാരപ്പെടേണ്ട.

കറുത്ത താടി: ധൈര്യശാലികളും സ്വാമിഭക്തിയുള്ളവരും ആയ ഈ കാണുന്ന ആളുകളുടെയും, ഇവിടുത്തെയും വിലയേറിയ ജീവനെ അനാവശ്യമായി ദുരഭിമാനം വിചാരിച്ച് അപമൃത്യുവാൽ നശിപ്പിക്കുവാൻ ഒരുങ്ങുന്നതിനേക്കാൾ അധികമായ അപമാനം എന്തുണ്ട്? അങ്ങുന്നൊ ഇത്ര നിർഘൃണനാകേണ്ടത്?

തന്റെ പ്രതിയോഗിയുടെ യുക്തിയുക്തമായ ആ വാക്കു കേട്ട് കുന്തളേശൻ അല്പനേരം ആലോചിച്ച ശേഷം വളരെ പണിപ്പെട്ടു കീഴടങ്ങാമെന്നു സമ്മതിച്ചു. കറുത്ത താടി "എന്നാൽ കുതിരപ്പുറത്തുനിന്ന് ഇറങ്ങി, ആയുധം താഴെവെക്കണം" എന്നു പറഞ്ഞു, അഘോരനാഥനെ വിളിച്ച് ആ വിവരം അറിയിച്ചു. അഘോരനാഥൻ "യുദ്ധം നില്ക്കട്ടെ!" എന്നു രണ്ടാമതും ഉച്ചത്തിൽ പറഞ്ഞു. കുന്തളേശൻ അത്യന്തം വ്രീളാപരവശനായി തന്റെ ഏറ്റവും വാടിയ മുഖം താഴ്ത്തിക്കൊണ്ടു കുതിരപ്പുറത്തുനിന്ന് ഇറങ്ങി ആയുധം വെച്ചു, ആ നിലയിൽതന്നെ ഒരു ചിത്രത്തിൽ എഴുതിയപോലെ നിശ്ചേഷ്ടനായി നിന്നു, കഷ്ടം!

ആയതു കണ്ടപ്പോൾ അദ്ദേഹത്തിന്റെ കൂടെയുള്ളവരൊക്കെയും ഏറ്റവും ഖിന്നന്മാരായി തങ്ങളുടെ ആയുധങ്ങളേയും വെച്ചു. അഘോരനാഥൻ പ്രധാനമന്ത്രിയുടെ നിലയിൽ അവരുടെ മുമ്പാകെ ചെന്നുനിന്ന്

"കൃതവീര്യനെന്ന നാമധേയമായ കുന്തളരാജാവും അദ്ദേഹത്തിന്റെ ഈ കാണാകുന്ന ആൾക്കാരും, ശ്രീ പ്രതാപചന്ദ്രകലിംഗമഹാരാജാവവർകളോട് പടവെട്ടി തോറ്റു കീഴടങ്ങുകയും, മേൽപറഞ്ഞ കുന്തളരാജാവിനേയും ആൾക്കാരെയും ഇന്നു മുതൽ രണ്ടാമത് കല്പനയുണ്ടാകുന്നതുവരെ ദുന്ദുഭീദുർഗ്ഗത്തിൽ തടവുകാരാക്കി പാർപ്പിക്കുവാൻ മഹാരാജാവവർകൾ കല്പിക്കുകയും ചെയ്തിരിക്കുന്നുവെന്ന് കലിംഗമഹാരാജാവവർകളുടെ പ്രജകളായ മഹാജനങ്ങൾ ഇതിനാൽ അറിയുമാറാക" എന്നു വളരെ ഉച്ചത്തിൽ വിളിച്ചുപറഞ്ഞു പടഹമടിപ്പിച്ചു. പിന്നെ വിനയത്തോടുകൂടി കുന്തളേശന്റെ അരികത്തുചെന്നു "മുറപ്രകാരം ഇങ്ങിനെ പറയേണ്ടതാകയാൽ പറഞ്ഞതാണ്. ഇതിൽ കയറി എഴുന്നരുളാം." എന്നു പറഞ്ഞു വിശേഷമായി ചായംകയറ്റിയ ഒരു ഡോലി അദ്ദേഹത്തിന്റെ മുമ്പാകെ വെപ്പിച്ചു.

കുന്തളേശൻ വാഹനമാവശ്യമില്ലെന്നു പറഞ്ഞു. എങ്ങോട്ടാണ് പോകേണ്ടത് എന്നു ചോദിക്കുമ്പോലെ അഘോരനാഥന്റെ മുഖത്തേക്കു നോക്കി. ആയുധപാണികളായ ഭടന്മാർ രണ്ടു വരികളായി നില്ക്കുന്നതിന്റെ നടുവിൽ സേനാപതി കുന്തളേശനെ കൂട്ടിക്കൊണ്ടു പോകുവാൻ ഒരുങ്ങി നില്ക്കുന്നതിനെ കാണിച്ചു കൊടുത്തപ്പോൾ അദ്ദേഹം തല പൊങ്ങിച്ചു നോക്കാതെ അയാളുടെ പിന്നാലെ നടന്നു പോയ്ത്തുടങ്ങി. വാഹനത്തിൽ കയറാമെന്ന് രണ്ടു പ്രാവശ്യം അഘോരനാഥൻ പിന്നേയും പറഞ്ഞു. കുന്തളേശൻ വേണ്ട എന്ന് കൈകൊണ്ടു വിലക്കി എങ്കിലും, ഒടുവിൽ അഘോരനാഥന്റെ അപേക്ഷ സമ്മതിച്ചു ഡോലിയിൽ കയറി. അഘോരനാഥൻ അനുയാത്രയായി കുറെവഴി ഒരുമിച്ചുപോയി ഏറ്റവും വണക്കത്തോടുകൂടി വിടവാങ്ങിപ്പോരുകയും ചെയ്തു.

യുവരാജാവും വേടർക്കരചനും യവനന്മാരോടു വളരെ ആദരവോടുകൂടി ഓരോ വൃത്താന്തങ്ങൾ ചോദിച്ചറിയുമ്പോഴെക്ക് അഘോരനാഥൻ കുന്തളേശനെ ദുന്ദുഭീദുർഗ്ഗത്തിലേക്കയച്ചു മടങ്ങി എത്തി രാജധാനിയെ രക്ഷിക്കുവാൻ വേണ്ടുന്ന ഏർപ്പാടുകൾ അത്രയും ചെയ്ത് സ്ഥലങ്ങൾ എല്ലാം വെടിപ്പു വരുത്തി ശുദ്ധിചെയ്തു മുൻസ്ഥിതിയിൽ ആക്കുവാനും യുദ്ധത്തിൽ മുറിയേറ്റവർക്കു വേണ്ടുന്ന ചികിത്സകൾ ചെയ്വാനും കുന്തളേശനെ വളരെ വണക്കത്തോടുകൂടിയും മാന്യപദവിയായിട്ടും ദുന്ദുഭിയിൽ താമസിപ്പിക്കുവാനും മറ്റും കീഴുദ്യോഗസ്ഥന്മാർക്കു പല പല കല്പനകൾ താരതമ്യംപോലെ കൊടുത്ത്, സകലവും അവരെയും സേനാപതിമാരേയും ഭരമേല്പിച്ചു യവനന്മാരും യുവരാജാവും നില്ക്കുന്നേടത്തേക്ക് ചെന്നു. ചുവന്ന താടിക്കും വേടർക്കരചനും ഒന്നു രണ്ടു ചെറിയ മുറികൾ ഏറ്റിട്ടുണ്ടായിരുന്നത് നല്ലവണ്ണം വെച്ചുകെട്ടിച്ച ശേഷം അസ്തമനത്തിന്നു നാലഞ്ചു നാഴികയുള്ളപ്പോൾ അവരെല്ലാവരുംകൂടി ചന്ദനോദ്യാനത്തിലേക്ക് പോകയും ചെയ്തു.

17

അഭിജ്ഞാനം

യുവരാജാവും യവനന്മാരും അഘോരനാഥനും വേടർക്കരചനും കൂടി ചന്ദനോദ്യാനത്തിലെത്തിയപ്പോൾ അവിടെ വൃദ്ധനായ കലിംഗമഹാരാജാവും സ്വർണ്ണമയീദേവിയും ഉണ്ടായിരുന്നു. യവനന്മാർ രാവിലെ കലിംഗരാജാവിനെ ചന്ദനോദ്യാനത്തിലാണ് കൊണ്ടുചെന്നത്. അവിടുത്തെ പരിചാരകന്മാർ രാജാവിനെ കണ്ടറിഞ്ഞപ്പോൾ അവർക്കു വളരെ അത്ഭുതവും സന്തോഷവുമുണ്ടായി. സ്വർണ്ണമയീദേവി യുദ്ധം തുടങ്ങുന്നതിന്നു രണ്ടു ദിവസംമുമ്പായിട്ടു തന്നെ ചന്ദനോദ്യാനത്തിലേക്കു പാർപ്പു മാറ്റിയിരുന്നു, പട ജയമായി കലാശിച്ചുവെന്നും യുവരാജാവിന്ന് അപകടങ്ങൾ ഒന്നും വന്നിട്ടില്ലെന്നും മറ്റുമുള്ള വിവരം ഒരു ഭൃത്യൻ ഓടിവന്നു, സ്വർണ്ണമയിയെ അറിയിച്ചിട്ടുമുണ്ടായിരുന്നു. അതുകൊണ്ട് അവൾ ഭർത്താവിന്റെയും ഇളയച്ഛന്റെയും വരവ് കാത്തുകൊണ്ടിരിക്കുമ്പോഴെക്ക് അവർ രണ്ടാളുകളും രണ്ടു യവനന്മാരെയും വേടർക്കരചനേയും കൂട്ടിക്കൊണ്ടു വരുന്നതു കണ്ടുതുടങ്ങി. ചുവന്ന താടിയെ ചന്ദനോദ്യാനത്തിൽ എത്തിയപ്പോഴെക്ക് കാണ്മാനില്ലാതായി. എവിടെയെന്ന് യുവരാജാവ് ചോദിച്ചപ്പോൾ താമസിയാതെ വരുമെന്ന് വെള്ളത്താടി ഉത്തരം പറഞ്ഞു.

ശേഷമെല്ലാവരും ഉദ്യാനത്തിൽ എത്തിയ ഉടനെ മാളികയുടെ മുകളിൽ മുമ്പൊരേടത്തു വിവരിച്ചിട്ടുള്ള ആ വലിയ ഒഴിഞ്ഞ അകത്ത് എല്ലാവരും കൂടി ഒരു വട്ടമേശയുടെ ചുറ്റും ഇരുന്നു ചില ഭോജ്യപേയാദികളെക്കൊണ്ട് ക്ഷീണം തീർത്തുകൊണ്ടിരിക്കെ, യവനന്മാർ ചെയ്ത ഉപകാരത്തെപ്പറ്റി അഘോരനാഥൻ ശ്ലാഘിച്ചു പറയുന്നതിനിടയിൽ വലിയ രാജാവിനെ അന്നു രാവിലെ മോചിപ്പിച്ചുകൊണ്ട് വന്ന വിവരവും പറഞ്ഞു. അപ്പോൾ യുവരാജാവിന്നുണ്ടായ വിസ്മയവും സന്തോഷവും ഇത്ര എന്നു പറഞ്ഞുകൂടാ. അദ്ദേഹം തന്റെ സന്തോഷത്തേയും കൃതജ്ഞതയേയും

കുറിച്ചു യവനന്മാരോടു കുറഞ്ഞൊന്നു പറഞ്ഞു. അതിന്റെ ശേഷം അഘോരനാഥൻ കറുത്ത താടിയുടെ ചെവിയിൽ അല്പം ഒന്ന് മന്ത്രിച്ച് അയാളെ മറ്റൊരു അകത്തേക്കു കൂട്ടിക്കൊണ്ടു പോയി. വെള്ളത്താടിയും മനസ്സിനു സ്വസ്ഥതയില്ലാത്തതുപോലെ താഴത്തെക്കിറങ്ങി പടിക്കൽ പോയി നില്ക്കുമ്പോൾ രണ്ടു ഡോലികൾ ഉദ്യാനത്തിലേക്കു വരുന്നതു കണ്ടു. അതിന്റെ പിന്നിൽ ചുവന്ന താടിയും ഉണ്ടായിരുന്നു. ഡോലികൾ അകത്തേക്കുകടത്തി അതിൽനിന്നു രണ്ടാളുകൾ പുറത്തേക്കിറങ്ങി, ഭവനത്തിന്റെ ഇടത്തുഭാഗത്തുള്ള ഒരു കോണിയിന്മേൽകൂടി മുകളിലേക്കു കയറിപ്പോകയും ചെയ്തു.

യുവരാജാവ് അതിന്നിടയിൽ അച്ഛന് തരക്കേട് ഒന്നും ഇല്ലല്ലൊ എന്ന് അറിവാനും അരചനെ അച്ഛന്റെ മുമ്പാകെ കൊണ്ടുപോയി ആയാൾ തനിക്കു ചെയ്ത ഉപകാരത്തേക്കുറിച്ച് അച്ഛനോടു പറയുവാനും വേണ്ടി വലിയ രാജാവിന്റെ സമീപത്തേക്ക് പോയി. സ്വർണ്ണമയി വലിയ രാജാവിന്റെ സമക്ഷത്തിങ്കൽതന്നെയുണ്ടായിരുന്നു. ഭർത്താവ് വരുന്നതു കണ്ടപ്പോൾ അവൾ വേഗത്തിൽ അടുക്കലേക്കു ചെന്നു, യുദ്ധത്തിൽ ആപത്തുകൾ ഒന്നും സംഭവിക്കാതെ ജയിച്ചുപോന്നതിനെക്കുറിച്ചു രണ്ടു പേരും തമ്മിൽ പറഞ്ഞു സന്തോഷിച്ചു. അരചൻ രാജ്ഞിയേയും വലിയ രാജാവിനേയും താണുതൊഴുതു വിനീതനായി നിന്നു. രാജാവ് അരചനോടും പ്രതാപചന്ദ്രനോടും യുദ്ധത്തെക്കുറിച്ച് ഓരോ വർത്തമാനങ്ങൾ ചോദിച്ചപ്പോൾ അവർ രണ്ടുപേരും ഒരുപോലെ യവനന്മാരുടെ സഹായത്തെക്കുറിച്ചു വളരെ പ്രശംസിച്ചു പറഞ്ഞു.

പ്രതാപചന്ദ്രൻ: ആ യവനന്മാർ തന്നെയാണ്, കുന്തളൻ ഇന്ന് അച്ഛനെ ആരും അറിയാതെ കൊണ്ടുപോകുമ്പോൾ തടുത്തുനിർത്തി ഇവിടെ കൊണ്ടുവന്നാക്കിയത്. അവർ നമുക്കുചെയ്ത സഹായത്തിന് നാം ഒരിക്കലും തക്കതായ ഒരു പ്രത്യുപകാരം ചെയ്‌വാൻ കഴിയുകയില്ല. അവർ വന്നിട്ടില്ലെങ്കിൽ നമ്മുടെ കുലമഹിമ ഇന്നു സൂര്യൻ അസ്തമിക്കുന്നതോടുകൂടി മേലാൽ ഉദിക്കാത്തവണ്ണം അസ്തമിക്കുന്നതായിരുന്നുവെന്ന് നിർവ്യാജം പറയാം.

രാജാവ്: ആർത്തത്രാണപരായണനായിരിക്കുന്ന ഈശ്വരൻതന്നെ അശരണന്മാരായ നമ്മുടെ സഹായത്തിന് അവരെ അയച്ചുതന്നിരിക്കയോ! ഇത്ര യോഗ്യന്മാരായ അവരെ എനിക്കു വേഗത്തിൽ കാണേണം. അവർ എവിടെയാണ്?

പ്രതാപചന്ദ്രൻ: അവർ ഈ മന്ദിരത്തിൽത്തന്നെയുണ്ട്. അഘോരനാഥനോടു സംസാരിച്ചുകൊണ്ടിരിക്കുകയാണ്. അദ്ദേഹം ആ യവനന്മാരെ എവിടുന്നോ സഹായത്തിനു ക്ഷണിച്ചുവരുത്തിയിരിക്കയാണ്.

രാജാവ്: "അവരെ വേഗത്തിൽ കൂട്ടിക്കൊണ്ടുവരട്ടെ" എന്നരുളിച്ചെയ്ത ഉടനെ, അവരെ വിളിച്ചുകൊണ്ടു വരുവാൻ ആൾ പോയി. അല്പനേരം ഇരുന്നപ്പോഴേക്ക് അഘോരനാഥൻ രാജാവിന്റെ മുമ്പാകെ

വന്നു കൂപ്പി. "ഇവിടുത്തെ ഭാഗ്യാതിരേകംകൊണ്ട് ഈവിധം ഒക്കെയും കലാശിച്ചു" എന്നുണർത്തിച്ചു.

രാജാവ്: സംശയമില്ല, എന്റെ ഭാഗ്യംതന്നെയാണ്, എനിക്ക് ഇത്ര യോഗ്യനായ ഒരു മന്ത്രിയുണ്ടാവാൻ സംഗതി വന്നത്.

അഘോരനാഥൻ: (മന്ദസ്മിതത്തോടുകൂടി) എന്നെക്കുറിച്ചാണ്, ഇവിടുന്ന് അരുളിച്ചെയ്യുന്നത് എങ്കിൽ എന്നെക്കൊണ്ടു വിശേഷവിധിയായി ഒന്നും ചെയ്വാൻ കഴിഞ്ഞിട്ടില്ലെന്ന് പോർക്കളത്തിൽത്തന്നെയുണ്ടായിരുന്ന ഇവരോടു ചോദിച്ചാൽ അറിയാം, സകലവും മൂന്നു യവനന്മാരുടെ പ്രയത്നത്താലാണ് സാദ്ധ്യമായത്.

പ്രതാപചന്ദ്രൻ: അവരെക്കുറിച്ചുതന്നെയാണ് ഞങ്ങളും ഇതുവരെ അച്ഛനോടു പറഞ്ഞിരുന്നത്.

രാജാവ്: അവരെ വേഗത്തിൽ ഇങ്ങോട്ടു കൂട്ടിക്കൊണ്ടു വരിക. എനിക്ക് ക്ഷമയില്ലാതായി. അവരെ ഞാൻ കാണട്ടെ.

അഘോരനാഥൻ ഉടനെ മറ്റെ അകത്തേക്ക് കടന്ന് തന്നെപ്പോലെ തന്നെ വേഷമായ ഒരാളെ കൂട്ടിക്കൊണ്ടു വന്നു രാജാവിന്റെ മുമ്പാകെ നിർത്തി. "ഇന്നു രാവിലെ ഇവിടുത്തെ ശത്രുക്കളുടെ പക്കൽനിന്നും വീണ്ടുകൊണ്ട ആൾ ഇദ്ദേഹമാണ്" എന്നു പറഞ്ഞു. അപ്പോൾത്തന്നെ അദ്ദേഹം രാജാവിനെ വളരെ വിനയത്തോടുകൂടി തൊഴുതു കുമ്പിട്ടു. അവിടെ ഉണ്ടായിരുന്നവർ എല്ലാവരും അതിവിസ്മയത്തോടുകൂടി തേജോമയനായ അദ്ദേഹത്തെത്തന്നെ ഇമച്ചു മിഴികൂടാതെ നോക്കിത്തുടങ്ങി.

രാജാവ്: അവർ യവനന്മാരാണെന്നല്ലെ ഉണ്ണി പറഞ്ഞത്? അവർ എവിടെ? യവനന്മാർ എവിടെ? എന്നെയും രാജ്യത്തെയും രക്ഷിച്ച യവനന്മാർ എവിടെ?

അഘോരനാഥൻ: യവനവേഷം ധരിച്ചിരുന്നു അത്രമാത്രമെയുള്ളു. ഇദ്ദേഹംതന്നെയാണ് ഇവിടുത്തെ ശത്രുക്കളിൽ നിന്ന് വീണ്ടത്. വിശേഷിച്ച്–

രാജാവ്: വിശേഷിച്ച് എന്താ?

അഘോരനാഥൻ: വിശേഷിച്ച് ഇദ്ദേഹം വളരെക്കാലം ഇവിടുത്തെ പ്രധാനമന്ത്രിയായിരുന്ന കപിലനാഥനാണ്. എന്റെ ജ്യേഷ്ഠനാണ്.

കപിലനാഥന്റെ സൂക്ഷ്മാവസ്ഥയെ ഇപ്രകാരം വെളിപ്പെടുത്തിയപ്പോൾ അവിടെ കൂടീട്ടുണ്ടായിരുന്നവരുടെ ആശ്ചര്യം വാക്കുകളെക്കൊണ്ടു വർണ്ണിക്കുവാൻ പ്രയാസം. അവരിൽനിന്ന് ആശ്ചര്യസൂചകങ്ങളായ പല ശബ്ദങ്ങളും വാക്കുകളും പെട്ടെന്ന് അവരുടെ അറിവു കൂടാതെ പുറപ്പെട്ടു. "എന്റെ അച്ഛനൊ!" എന്നു പറഞ്ഞു സ്വർണ്ണമയീദേവി പിതൃസ്നേഹംകൊണ്ടു വിവശയായി കപിലനാഥനെ കെട്ടിപ്പിടിച്ചു. അദ്ദേഹം ഉടനെ തന്റെ പുത്രിയെ മുറുകെത്തഴുകി ഹർഷാശ്രുക്കളോടുകൂടി മൂർദ്ധാവിൽ പല പ്രാവശ്യം ചുംബിച്ചു.

രാജാവ് 'കപിലനാഥൻ' എന്ന ശബ്ദം കേട്ടപ്പോൾ അസാരം നേരം നിശ്ചേഷ്ടനായി ഇരുന്നു; പിന്നെ ഹർഷാശ്രുപ്ളുതനായി രോമാഞ്ചത്തോ

ടുകൂടി 'ഈശ്വരാ! എന്റെ ഈ അവസ്ഥ ജാഗ്രത്തൊ സ്വപ്നമൊ? സ്വപ്നമാവാനെ സംഗതിയുള്ളു.' എന്നു ഗൽഗദാക്ഷരമായി പറഞ്ഞ് ആസനത്തിന്മേൽനിന്ന് എഴുനീറ്റു വേപിതാംഗനായിക്കൊണ്ടു തന്റെ മുമ്പിൽ സാഞ്ജലിയായി നില്ക്കുന്ന കപിലനാഥനെ ഗാഢമായി ആശ്ളേഷം ചെയ്തു. 'ഉണ്ണീ' എന്നു പ്രതാപചന്ദ്രനെ വിളിച്ച്, 'ഉണ്ണിയെ വളരെ ചെറുപ്പത്തിൽ വിദ്യാഭ്യാസം ചെയ്യിപ്പിച്ച ഗുരുനാഥനാണിത്! വന്ദിക്കു!' എന്നു പറഞ്ഞ ഉടനെ പ്രതാപചന്ദ്രൻ അദ്ദേഹത്തിന്റെ അടുക്കെചെന്നു വന്ദിച്ചു. പ്രതാപചന്ദ്രനേയും കപിലനാഥൻ ആശ്ലേഷിച്ചു. അടുത്തുനിന്നിരുന്ന സ്വർണ്ണമയിയേയും മാറത്തേക്കണച്ചുകൊണ്ട് തന്റെ ആനന്ദബാഷ്പത്താൽ രണ്ടു പേരെയും, പുതുതായി അഭിഷേകം ചെയ്കയും ചെയ്തു.

രാജാവ്: (കണ്ണുനീർ തുടച്ചുകൊണ്ട്) ഈ മഹാപാപിയായ എന്നെ രണ്ടാമതും കാണേണമെന്നു തോന്നിയതു കപിലനാഥന്റെ ബുദ്ധിഗുണംകൊണ്ടുതന്നെയാണ്. എന്റെ അല്പബുദ്ധികൊണ്ട് അങ്ങേക്ക് അനിഷ്ടമായി ഞാൻ പറഞ്ഞതും പ്രവർത്തിച്ചതും സകലവും ക്ഷമിക്കണം. എന്നുമാത്രം ഈ വൃദ്ധന് ഒരു അപേക്ഷയുണ്ട്.

കപിലനാഥൻ: എന്റെ സ്വാമിയുടെ ആജ്ഞ ഇഷ്ടമെങ്കിലും, കഷ്ടമെങ്കിലും അതിനെ ലംഘിച്ചു രാജ്യത്തേയും സ്വാമിയേയും വെടിഞ്ഞു പോവാൻ തോന്നിയത് എന്റെ അവിവേകം കൊണ്ടാണ്. അതിനെക്കുറിച്ച് ഇവിടുത്തേക്ക് എന്റെമേൽ ഇനിയെങ്കിലും സുഖക്കേട് തോന്നാതിരിപ്പാൻ യാചിക്കുന്നു.

രാജാവ്: ദുഷ്ടന്മാരായ ചില സചിവന്മാരുടെ ഉപദേശത്തിന്മേൽ എന്റെ മൂഢതകൊണ്ട് ആ കഠിനമായ കല്പന കല്പിച്ചുപോയതാണ്. കപിലനാഥൻ പോയതിൽപിന്നെ ഞാൻ ചെയ്തതിനെക്കുറിച്ചുണ്ടായ പശ്ചാത്താപംതന്നെ എനിക്കു തക്കതായ ഒരു ദണ്ഡനയായിരിക്കുന്നു. ഇനി ആ കഥയെ രണ്ടാമതും ഓർമ്മപ്പെടുത്തി എന്നെ വ്യഥപ്പെടുത്താതിരിക്കണെ.

കപിലനാഥൻ: ഇവിടുത്തെ ദാസന്ന് ഒരു യാചനകൂടിയുണ്ട്.

രാജാവ്: ഞാൻ എത്രതന്നെ വലിയ ഒരു വരപ്രദാനം ചെയ്താലും അതു കപിലനാഥൻ എനിക്കു ചെയ്തിട്ടുള്ളതിന്നു തക്കതായ ഒരു പ്രത്യുപകാരമാവാൻ പാടില്ല. അതുകൊണ്ട് എന്തുതന്നെ ആയാലും വേണ്ടതില്ല ചോദിക്കാം.

കപിലനാഥൻ: എന്റെ നൈരാശ്യംകൊണ്ടും തത്സമയത്തെ കോപംകൊണ്ടും നാടുവിട്ടു പോകുന്ന സമയം ഇവിടുത്തേക്ക് അത്യന്തം വ്യസനകരമായ ഒരു കാര്യം ഞാൻ പ്രവർത്തിച്ചിട്ടുണ്ട്. എന്റെ സ്വാമിയെ ആ കഠിനമായ ദുഃഖത്തിന്നു പാത്രമാക്കുവാൻ എനിക്കു തോന്നിയതു വിചാരിച്ചു നോക്കുമ്പോൾ എന്നെപ്പോലെ ഇത്ര നിഷ്കണ്ടകനായ ഒരു സ്വാമിദ്രോഹി പണ്ടുണ്ടായിട്ടില്ലെന്നു പ്രത്യക്ഷമാകും.

രാജാവ്: ഏറ്റവും വിശ്വാസത്തോടും സ്വാമിഭക്തിയോടും കൂടിയും നീതിയായിട്ടും രാജ്യകാര്യങ്ങൾ നടത്തിവരുന്ന ഒരു ഉത്തമസചിവന്റെ

ഗുണങ്ങൾ ലേശംപോലും അറിവാൻ കഴിയാതെ, അനർഘമായ ഒരു രത്നം കയ്യിൽ കിട്ടിയ വാനരനെപ്പോലെ ആ സചിവശിരോമണിയെ ഉപദ്രവിക്കാൻ തുനിഞ്ഞ എന്നെ വ്യസനിപ്പിക്കാൻ എന്തു തന്നെ ചെയ്താലും ആയത് അവിഹിതമായി എന്ന് ഒരു കാലത്തും വരികയില്ല.

കപിലനാഥൻ ഏറ്റവും പ്രീതിപൂണ്ട് 'എന്റെ അപരാധങ്ങൾക്ക് മാപ്പു തന്നരുളേണം' എന്നപേക്ഷിച്ച്, ഉടനെ മറ്റെ അകത്തേക്ക് കടന്നുപോയി.

രാജാവും കപിലനാഥനും കൂടി സംസാരിച്ചുകൊണ്ടിരിക്കെ ചന്ദനോദ്യാനത്തിലും അതിനു സമീപവും ഉള്ള ആളുകൾ നാലുപുറത്തും വന്നു നിറഞ്ഞു വളരെ സന്തോഷത്തോടുകൂടി കപിലനാഥനെ നോക്കി നിന്നിരുന്നു. അദ്ദേഹത്തിന്റെ ഭൃത്യന്മാരൊ ആശ്രിതന്മാരൊ അദ്ദേഹത്തിന്റെ ഔദാര്യത്തെ വല്ല പ്രകാരത്തിലും ആസ്വദിച്ചവരോ അല്ലാതെ ആരും തന്നെ ആ ദിക്കിലെങ്ങും ഉണ്ടായിരുന്നില്ല. കപിലനാഥൻ രാജാവിന്റെ മുമ്പാകെ തന്റെ സ്വതേയുള്ള വേഷത്തോടുകൂടി ചെന്നുനിന്നപ്പോഴേക്കു കുറച്ചു നേരത്തിനുള്ളിൽ കേട്ടുകേൾപ്പിച്ച, ഉദ്യാനത്തിലും അതിനു സമീപവുമുള്ള ആളുകൾ അവരവരുടെ പണിയെ വിട്ട് ഓടിയെത്തീട്ടുണ്ടായിരുന്നു. കപിലനാഥൻ മരിച്ചിരിക്കുന്നുവെന്നായിരിന്നൂ എല്ലാവരുടേയും പരക്കെയുള്ള വിശ്വാസം. അതിനാൽ അധികം അത്ഭുതമുണ്ടായി. അവർ വാതിൽക്കലും കിളിവാതിലുകളിൽ കൂടേയും കപിലനാഥനെ കാണുവാൻ വേണ്ടി ക്ഷമകൂടാതെ തിക്കിത്തിരക്കി നോക്കിക്കൊണ്ടു നില്ക്കെ അവർക്കു നയനാനന്ദകരനായിരിക്കുന്ന ആ കപിലനാഥൻ ദിവ്യമായിരിക്കുന്ന വസ്ത്രാഭരണങ്ങളേക്കൊണ്ട് അതിമനോഹരമാകുംവണ്ണം അലംകൃതമായി ഏറ്റവും സൗഭാഗ്യവതിയായ ഒരു കന്യകാരത്നത്തിന്റെ കയ്യും പിടിച്ചുകൊണ്ടു രാജാവിന്റെ മുമ്പിൽ വന്നുനിന്നു. രാജാവും കണ്ടുനിന്നിരുന്ന മറ്റെല്ലാവരും അല്പനേരം അത്യാശ്ചര്യംകൊണ്ടു പാവകളെപ്പോലെ അനിമീലിതനേത്രന്മാരായി.

കപിലനാഥൻ ' കുന്ദലതെ, ഇനിമേലാൽ എന്നെ അച്ഛാ എന്നു വിളിക്കേണ്ട. അച്ഛൻ കലിംഗമഹാരാജാവായ ഇദ്ദേഹമാണ്. വന്ദിക്കു!' എന്നു പറഞ്ഞു. അപ്പോൾ കുന്ദലതയ്ക്കുണ്ടായ അത്ഭുതവും, രാജാവിന്നുണ്ടായ സന്തോഷവും എല്ലാവരുടേയും വിസ്മയവും ആരെക്കൊണ്ടു പറവാൻ കഴിയും! കുന്ദലത അച്ഛന്റെ മുമ്പാകെ സാഷ്ടാംഗം നമസ്കരിച്ചു. രാജാവ് സംഭ്രമത്തോടുകൂടി പുത്രിയെ എഴുനീല്പിച്ചു തന്റെ മാറത്തെക്കണെച്ചു സന്തോഷപരവശനായി പിന്നോക്കം ചാരിയിരുന്നു, കുറെ നേരം ഒന്നും സംസാരിക്കാതെ കണ്ണീർ വാർത്തു. പിന്നെ കുന്ദലത 'അച്ഛാ, എന്നെ അനുഗ്രഹിക്കേണമെ!' എന്നു മധുരതരമാകുംവണ്ണം പറഞ്ഞപ്പോൾ, രാജാവ് ആ ആനന്ദമൂർഛയിൽനിന്നുണർന്ന് കുന്ദലതയെ ഗാഢമായി പിന്നെയും പിന്നെയും ആശ്ലേഷിച്ചു, മൂർദ്ധാവിൽ പലവുരു ചുംബിച്ച ശേഷം രണ്ടു കൈകളെക്കൊണ്ടും തലതൊട്ടനുഗ്രഹിക്കുകയും ചെയ്തു.

രാജാവ്: ഈശ്വരൻ ഇന്ന് എന്നെ സന്തോഷംകൊണ്ടു കൊല്ലുവാൻ നിശ്ച

യിച്ചിരിക്കുന്നുവോ? ഈ മോദഭാരം വഹിക്കുവാൻ എനിക്ക് ഒട്ടും ശക്തി പോരാ. ഇനി എനിക്ക് ഗംഗാതീരത്തേക്കും മറ്റും പോകണ മെന്നാഗ്രഹമില്ല. ഈ സന്തോഷം അനുഭവിച്ചുകൊണ്ടുതന്നെ പര ലോകപ്രാപ്തിക്കു സംഗതി വന്നാൽ മതിയായിരുന്നു. ഇത്ര അപരി മിതമായ സന്തോഷം ഇതിൻ കീഴിൽ ഉണ്ടായിട്ടില്ല നിശ്ചയം. മേലാൽ എത്ര കാലം ഇരുന്നാലും എവിടെത്തന്നെ പോയാലും എന്തുതന്നെ ചെയ്താലും ഈവിധം സന്തോഷം ഉണ്ടാകുന്നതും അല്ല.

കപിലനാഥൻ: ഇവിടുത്തെ ആഗ്രഹം സാധിക്കുന്നതായാൽ അതു ഞങ്ങൾക്കു വലിയൊരിച്ഛാഭംഗത്തിന്നു കാരണമാണ്. ദയാപയോ ധിയായിരിക്കുന്ന അങ്ങുന്ന്, ഞങ്ങളുടെ ഇടയിൽ രാകാസുധാകര നെപ്പോലെ ആഹ്ളാദകരനായി ഇനിയും ചിരകാലം ഇരിക്കേണമെ ന്നാണ് ഞങ്ങളുടെ പ്രാർത്ഥന.

പിന്നെ കപിലനാഥൻ "ഇത് ജ്യേഷ്ഠനാണ്" എന്നു പറഞ്ഞ് കുന്ദ ലതക്ക് പ്രതാപചന്ദ്രനെ കാണിച്ചുകൊടുത്തു. അവർ തമ്മിൽ തങ്ങളുടെ സ്നേഹത്തെ കാണിച്ചശേഷം കപിലനാഥൻ കുന്ദലതയെ മറ്റെല്ലാവരു ടേയും അടുക്കൽ കൊണ്ടുപോയി. ഓരോരുത്തരെ വെവ്വേറെ വിവരം പറഞ്ഞ് കാണിച്ചു. കുന്ദലതയ്ക്കു പണ്ടു താൻകാണാത്ത ആളുകളേയും സ്ഥലങ്ങളേയും സാധനങ്ങളേയും കാണുകയാൽ ഒരു പുതിയ ലോകത്തു വന്നതുപോലെ തോന്നി; നാലു ഭാഗത്തേക്കും വിസ്മയ ത്തോടുകൂടെ നോക്കിക്കൊണ്ടു സ്വർണ്ണമയീദേവിയുടെ സമീപത്തുപോയി ഇരുന്നു. കുറച്ചുനേരംകൊണ്ടുതന്നെ സ്വർണ്ണമയിയും കുന്ദലതയും തമ്മിൽ ഊഢമായ സൗഹാർദ്ദം സംഭവിക്കുകയാൽ, പ്രതാപചന്ദ്രനും കപിലനാഥനും വളരെ സന്തോഷമാകയും ചെയ്തു.

അഘോരനാഥൻ രണ്ടാളുകളെക്കൂടെ രാജാവിന്റെ മുമ്പാകെ കൊണ്ടുവന്നു നിർത്തി. യവനന്മാരുടെ വേഷം ധരിച്ചിരുന്ന മറ്റു രണ്ടാ ളുകൾ ഇവരാണെന്നുണർത്തിച്ചു.

രാജാവ്: (അവരുടെ മുഖത്തേക്കു സൂക്ഷിച്ചുനോക്കി) "ഇത് താരാനാത നല്ലേ?" എന്നു ചോദിച്ചു.

അഘോരനാഥൻ: അതെ, താരാനാഥൻ തന്നെ. ഇവിടെ നിന്നു പോയിട്ട് ഒരു സംവത്സരത്തോളമായി. ദൈവാനുകൂലംകൊണ്ട് ആപത്തൊ ന്നും കൂടാതെ പല ദിക്കുകളിൽ സഞ്ചരിച്ച് ജ്യേഷ്ഠന്റെ അടുക്കെ ത്തന്നെയാണ് ഒടുവിൽ ചെന്നെത്തിയത്.

രാജാവ്: അത്ഭുതം! പ്രകൃത്യാ ദേഹികൾതമ്മിലുള്ള സ്നേഹം അവ രുടെ അറിവുകൂടാതെയും അവരെ അന്യോന്യം ആകർഷിക്കുമോ! മറ്റെആളെ എനിക്കു മനസ്സിലായില്ല.

അഘോരനാഥൻ: ഇവൻ ജ്യേഷ്ഠന്റെ ഭൃത്യനാണ്. മുപ്പത് സംവത്സര ത്തിൽപ്പുറമായി ജ്യേഷ്ഠന്റെ കൂടെത്തന്നെ താമസിച്ചു വരുന്നു. വളരെ വിശ്വാസയോഗ്യനാണ്. ജ്യേഷ്ഠന്റെ ഗൂഢവാസത്തിലും കൂടെ

യുണ്ടായിരുന്നു. രാമദാസൻ എന്നാണ് പേര്.

രാജാവ് രാമദാസനോടും തന്റെ സന്തോഷം കാണിച്ചു.

താരാനാഥൻ രാജാവിനോട് സംസാരിച്ചു കഴിഞ്ഞപ്പോഴെക്ക്, ആയാളെ പ്രതാപചന്ദ്രൻ കൈപിടിച്ചു വേറൊരേടത്തേക്കു കൂട്ടിക്കൊണ്ടു പോയി. അവിടേക്ക് സ്വർണ്ണമയിയും എത്തി. പ്രതാപചന്ദ്രൻ വളരെ സ്നേഹത്തോടുകൂടി താരാനാഥനെ ആശ്ലേഷം ചെയ്തു. താരാനാഥനും അവരുടെ കല്യാണം കഴിഞ്ഞതിനെക്കുറിച്ചും മറ്റും തന്റെ സന്തോഷത്തെ പ്രദർശിപ്പിച്ചു. കുന്ദലത അടുക്കെനിന്ന് അതൊക്കെയും കണ്ടു സന്തോഷത്തോടുകൂടി താരാനാഥനെ കടാക്ഷിക്കുകയും ചെയ്തു.

പ്രതാപചന്ദ്രൻ: എന്റെ പരുഷവാക്കുകൊണ്ടു സുഖക്കേടായിട്ടാണ് താരാനാഥൻ പോയത്, അല്ലെ? ഞാൻ തല്ക്കാലത്തെ കോപംകൊണ്ടു വല്ലതും പറഞ്ഞുപോയിട്ടുണ്ടെങ്കിൽ അത് ക്ഷമിക്കണെ.

താരാനാഥൻ: എന്റെ പ്രവൃത്തികൊണ്ട് അങ്ങിനെ ശങ്കിപ്പാൻ വഴിയുണ്ടായിരിക്കാം. എന്നാൽ വസ്തുത അങ്ങിനെയല്ലതാനും. അതു നിങ്ങളെ അറിയിക്കുന്നതിനും വിരോധമില്ല. നിങ്ങൾ രണ്ടാളുംകൂടി എന്നെ കൂട്ടാതെ ഓരോന്നു പറകയും നടക്കുകയും ചെയ്കയാലും, എനിക്കു സല്ലാപത്തിനും സഹവാസത്തിന്നും വേറെ ആരും ഇല്ലാതിരുന്നതിനാലും കുണ്ഠിതംതോന്നി ആരോടും പറയാതെ എങ്ങോട്ടെങ്കിലും പോകുവാൻ നിശ്ചയിച്ചതാണ്. അല്ലാതെ നിങ്ങളുടെ നേരെ നീരസം തോന്നുകയാലാണെന്ന് ഒരിക്കലും നിങ്ങൾക്കു തോന്നരുത്. മേലിൽ നിങ്ങൾ അങ്ങിനെ ചെയ്യുന്നതിന്ന് എനിക്ക് ഒട്ടും ഖേദം ഉണ്ടാകാൻ അവകാശമില്ലതാനും.

പ്രതാപചന്ദ്രൻ: താരാനാഥൻ പോയതിൽ പിന്നെ ഇതാ ഇപ്പോൾ തമ്മിൽ അറിഞ്ഞു കണ്ടു സംസാരിച്ചവരേയും എന്റെ വാക്കുകളായിരിക്കുമോ താരാനാഥന്റെ പ്രവൃത്തിക്കു കാരണം എന്നൊരു ശല്യം എപ്പോഴും വിട്ടുപോകാതെ ഞങ്ങളുടെ മനസ്സിലുണ്ടായിരുന്നു.

മേൽപ്രകാരം താരാനാഥനുണ്ടായിരുന്നുവെന്നു വിചാരിച്ചിരുന്ന സുഖക്കേടു പറഞ്ഞുതീർത്തതിൽ പിന്നെ താരാനാഥൻ ഓരോ ദിക്കുകളിൽ സഞ്ചരിച്ചതും കുന്ദലതയേയും കപിലനാഥനേയും കണ്ടെത്തിയതും, മറ്റും വിശേഷങ്ങൾ സോദരീസോദരന്മാർ നാലുപേരും കൂടിയിരുന്നു സംഭാഷണം ചെയ്യുന്നതുകണ്ട കപിലനാഥനും അഘോരനാഥനും വളരെ സന്തോഷിച്ചു.

അതിന്റെ ശേഷം കപിലനാഥൻ തന്റെ പണ്ടത്തെ ഭൃത്യന്മാരെയും സമീപം ദിക്കുകളിൽനിന്നു തന്നെ കാണ്മാനായി വന്നിരുന്നവരും തന്റെ ആശ്രിതന്മാരുമായ മറ്റു പലരേയും കണ്ടു കുശലം ചോദിപ്പാനായി അവരുടെ മുമ്പിലേക്കു ചെന്നു. അപ്പോൾ അവർക്കുണ്ടായ സന്തോഷം ഇത്ര എന്നു പറഞ്ഞുകൂടാ. അദ്ദേഹം കണ്ടറിഞ്ഞതിൽ മന്ദസ്മിതത്തോടുകൂടി എല്ലാവരെയും പ്രത്യേകംപ്രത്യേകം നോക്കി മിക്കവരോടും ഒന്നുരണ്ടു വാക്ക് സംസാരിച്ചു. ചിലർ കാക്കൽ വീണിട്ടും ചിലർ കരഞ്ഞിട്ടും

മറ്റുപ്രകാരത്തിലും അവർ തങ്ങളുടെ ആന്തരമായ സ്നേഹത്തേയും ഭക്തിയേയും കൃതജ്ഞതയേയും സന്തോഷത്തേയും വെളിപ്പെടുത്തി. അസാരന്മാരാണെങ്കിലും അവരുടെ മനഃപൂർവ്വമായും ഏറ്റവും നിർവ്യാജമായും ഉള്ള ആ സ്നേഹസൂചകങ്ങളെ കണ്ടപ്പോൾ വളരെ ദയാലുവായ കപിലനാഥന്നു മനസ്സലിയുകയും ചെയ്തു.

അന്നത്തെ രാത്രി ഉദ്യാനത്തിൽ എല്ലാവരും പുതുതായി വന്നവരോടു സംഭാഷണം ചെയ്തുകൊണ്ടും അവരുടെ ഓരോ കഥകളെ കേട്ടുകൊണ്ടുംതന്നെ, നേരം കഴിച്ചു. ഭൃത്യന്മാരുടെ ഇടയിലും സന്തോഷത്തിന്ന് ഒട്ടും കുറവുണ്ടായിരുന്നില്ല. രാമദാസന്റെ അമ്മയും പെങ്ങളും ഒരേടത്ത് അവനെ അരികത്തിരുത്തി അവൻ പോയതിൽ പിന്നെയുണ്ടായതത്രയും ചോദിച്ചറിഞ്ഞു. മറ്റൊരേടത്തു രണ്ടാളുകൾ തങ്ങളുടെ ചെറിയമ്മയായ പാർവതിയോട് വർത്തമാനങ്ങൾ ചോദിച്ചു. വേറെ പല ദിക്കുകളിലും രണ്ടുംനാലും ആളുകളായി കൂടിയിരുന്ന് യവനന്മാരുടെ പരാക്രമത്തേയും, കുന്തളേശന്റെ അപജയത്തേയും, വേടർക്കരചന്റെ കൂറിനേയും മറ്റും പലസംഗതികളേക്കുറിച്ചും പറഞ്ഞുരസിച്ചുകൊണ്ടിരുന്നു. എന്നാൽ കപിലനാഥന്റെ യോഗ്യതയേയും കുന്ദലതയുടെ സൗഭാഗ്യാദിഗുണങ്ങളേയും പിന്നേയുംപിന്നേയും പറഞ്ഞ് അതിശയപ്പെടാത്തവർ ആരുംതന്നെയുണ്ടായിരുന്നതുമില്ല.

18

വിവരണം

പിറ്റേന്നാൾ എല്ലാവരുടേയും സ്നാനഭോജനാദികൾ കഴിഞ്ഞു രാജാവും കപിലനാഥനുംകൂടി സംസാരിച്ചുകൊണ്ടിരിക്കെ മറ്റെല്ലാവരേയും വിളിക്കുവാനായി രാജാവ് കല്പിച്ചു. അപ്പോൾ സ്വർണ്ണമയീദേവിയും കുന്ദലതയും പ്രതാപചന്ദ്രനും താരാനാഥനും രാജാവിന്റെ മുമ്പിൽ വന്നിരുന്നു. രാമദാസനേയും വിളിക്കുവാൻ രാജാവ് കല്പിക്കുകയാൽ അവനും വന്നു. അഘോരനാഥൻ ചില രാജ്യകാര്യങ്ങൾ അന്വേഷിപ്പാൻ പുലർച്ചെ രാജധാനിയിലേക്ക് പോയിരുന്നു. അദ്ദേഹവും അപ്പോഴേക്ക് മടങ്ങിയെത്തി. അങ്ങിനെ എല്ലാവരും എത്തിക്കൂടിയപ്പോൾ കപിലനാഥൻ പോയതിൽപിന്നെ ഉണ്ടായ ചരിത്രം മുഴുവനും, വിവരമായി അറിയേണമെന്ന് രാജാവ് ആവശ്യപ്പെട്ടു. കപിലനാഥൻ, താൻ നാടു വിട്ടുപോയി വിലാദ്രിയുടെ മുകളിൽചെന്ന് അവിടെ ഒരു ഭവനം ഉണ്ടാക്കി താനും കുന്ദലതയും അവിടെ താമസിച്ച പ്രകാരവും മറ്റും സംക്ഷേപമായി പറഞ്ഞു.

പ്രതാപചന്ദ്രൻ: അങ്ങുന്നും എന്റെ സോദരിയും മരിച്ചുവെന്നാണല്ലോ ഞങ്ങൾ എല്ലാവരും വിശ്വസിച്ചിരുന്നത്?

കപിലനാഥൻ: ഞാൻ പോകുന്നിടത്തേക്ക് ആരും തിരഞ്ഞുവരാതിരിപ്പാൻ വേണ്ടി, ഞാൻ ഒരു ഉപായം പ്രവർത്തിച്ചതുകൊണ്ടായിരിക്കണം ആ വിശ്വാസം ഉളവായത്. എന്നെ കാരാഗൃഹത്തിലാക്കുവാൻ കല്പിച്ച ദിവസം രാത്രി തന്നെ ഞാൻ കുന്ദലതയെ ആരും അറിയാതെ രാമദാസന്റെ പക്കൽ കൊടുത്തയച്ചു. കാട്ടിൽ ഒരേടത്ത് ഒരു കോഴിയെ അറുത്തു രക്തം ഒലിപ്പിച്ച്, അതിനരികത്ത് കുന്ദലതയുടെ ഒരു അങ്കവസ്ത്രം വെച്ചേക്കുവാനും പറഞ്ഞിട്ടുണ്ടായിരുന്നു. അതു പ്രകാരം രാമദാസൻ ചെയ്കയാൽ ആയിരിക്കണം കുന്ദലതയെ കള്ളന്മാർ കൊണ്ടുപോയി കൊലപ്പെടുത്തി എന്നൊരു സംസാരം

ഉണ്ടായത്. പിന്നെ കുന്ദലതയെ കാണാതായി. എല്ലാ ദിക്കിലും തിരച്ചിൽതുടങ്ങിയന്നു രാത്രി ഞാനും രാജധാനിയിൽനിന്നു ഗോപ്യമായി പുറപ്പെട്ടു. പോകുമ്പോൾ ഞാൻ പ്രാണത്യാഗം ചെയ്യുവാൻ നിശ്ചയിച്ചിരിക്കുന്നു എന്ന് ഒരു എഴുത്ത് ഇവിടെ എഴുതിവെച്ചിരുന്നത് കൂടാതെ, പോകുന്നവഴിക്ക് കാട്ടിൽ ഒരു വലിയ ചിതകൂട്ടി അതിന്ന് തീ കൊളുത്തി അതിന്നരികെ എന്റെ ഉത്തരീയവസ്ത്രവും, ചില താക്കോലുകളും എന്റെ ചില കത്തുകളും വലിച്ചെറിഞ്ഞിട്ടുണ്ടായിരുന്നതിനാൽ ആ എഴുത്തിൽ കണ്ടപ്രകാരം ഞാൻ ആത്മഹത്യ ചെയ്തിരിക്കുന്നു എന്ന് ജനങ്ങൾ വിശ്വസിച്ചതായിരിക്കണം.

സ്വർണ്ണമയി: അച്ഛൻ ഞങ്ങളെ എല്ലാവരേയും വെടിഞ്ഞു കാട്ടിൽ ഏകാന്തമായ സ്ഥലത്തു പാർക്കുവാൻ ചിലപ്പോഴെങ്കിലും ഞങ്ങളെ വിചാരിച്ചു വ്യസനിക്കുകയില്ലേ?

കപിലനാഥൻ: ആ ഒരു വലിയ വ്യസനത്തിനു പുറമെ ആദിയിൽ എനിക്ക് വേറെയും വ്യസനകാരണങ്ങൾ ഉണ്ടായിരുന്നു. ഘോരവനം-ഞാനും പാർവതിയും രാമദാസനും കരഞ്ഞുകൊണ്ടു കുന്ദലത എന്റെ കയ്യിലും. വേറെ സമീപം മനുഷ്യർ ആരും ഇല്ലാതേയും, അങ്ങിനെയുള്ള സ്ഥിതിയിൽ ചോർച്ചകൂടാതെ ഒരു ചെറിയ പുര വെച്ചുകെട്ടിയുണ്ടാകുന്നവരെ ഞങ്ങൾക്കെല്ലാവർക്കും വ്യസനവും ഭയവുമുണ്ടായി.

കുന്ദലത: കഷ്ടം! ഞാൻ അപ്പോൾ അച്ഛനെ എത്ര ബുദ്ധിമുട്ടിച്ചിട്ടുണ്ടായിരിക്കും!

കപിലനാഥൻ: അങ്ങിനെയല്ലേ! കുന്ദലത എന്റെ പരിതാപപ്രശമത്തിന് ഒരു സിദ്ധൗഷധമായിരുന്നു; എന്റെ ജീവധാരണത്തിന് ഏകകാരണമായിരുന്നു; കുന്ദലതയുടെ മന്ദസ്മിതങ്ങൾ എനിക്ക് ധൈര്യവർദ്ധനങ്ങൾ-കുന്ദലതയുടെ കളവചനങ്ങൾ എനിക്ക് ആമോദദായകങ്ങൾ-ഇങ്ങിനെയാണ് കഴിഞ്ഞുവന്നിരുന്നത്. കുന്ദലത എന്റെ ഒരുമിച്ചുണ്ടായിരുന്നില്ലെങ്കിൽ ഞാൻ എഴുതിവെച്ചു പോയിരുന്ന പ്രകാരം ചെയ്‌വാൻ തന്നെ സംശയിക്കയില്ലായിരുന്നു. ഞാൻ പോകുന്നത് ആരേയും അറിയിച്ചിട്ടില്ലെന്നില്ല. മരിച്ചിട്ടില്ലെന്നു മാത്രം അഘോരനാഥനെ അറിയിച്ചിട്ടുണ്ടായിരുന്നു. ഇന്നദിക്കിലാണെന്നും മറ്റും വിവരം ഇയ്യിടെയാണ് അറിയിച്ചത്.

അഘോരനാഥൻ: യുവരാജാവിന്ന് അഭിഷേകമുണ്ടായതിന്റെ അല്പം മുമ്പായി ഒരു വൈരാഗി വന്നിരുന്നത് ഈ രാമദാസനായിരുന്നു. അവൻ ഇവിടെ കൊടുത്ത എഴുത്ത് കണ്ടപ്പോൾത്തന്നെ എനിക്കു ജ്യേഷ്ഠന്റെ കയ്യക്ഷരമാണെന്നു സംശയം തോന്നി.

ഇതു കേട്ടപ്പോൾ എല്ലാവരും വളരെ വിസ്മയിച്ചു. രാമദാസൻ പുഞ്ചിരിക്കൊണ്ടു തലതാഴ്ത്തി.

സ്വർണ്ണമയി: അതത്രയും ഭോഷ്ക്കാണെന്നു ഞാൻ അന്നു തന്നെ പറയുകയുണ്ടായി. എന്റെ അച്ഛനെക്കുറിച്ചു പറഞ്ഞത് എങ്കിലും ഞാൻ വിശ്വസിച്ചില്ലല്ലോ, കഷ്ടം! നഷ്ടപ്രശ്നം പറഞ്ഞത് ഇത്രസൂക്ഷ്മ

മായി ഒക്കുക ഇതിൻകീഴിൽ ഉണ്ടായിട്ടില്ല അമ്പത്തുനാലുവയസ്സ്! ഹാ! എത്ര കൃത്യം!

പ്രതാപചന്ദ്രൻ: (സംശയം തീരായ്കയാൽ) "രാമദാസാ! നീ തന്നെയോ വൈരാഗിവേഷം ധരിച്ചു വന്നത്?" എന്നു ചോദിച്ചു.

രാമദാസൻ വളരെ പണിപ്പെട്ട് "അതെ" എന്നു സമ്മതിച്ചു.

പ്രതാപചന്ദ്രൻ: എന്റെ സംശയം തീർന്നു. സൈകതപുരിയിലാണ് ഇവനെ ആദിയിൽ കണ്ടെത്തിയത്. അവിടെ നഷ്ടപ്രശ്നംകൊണ്ടു പലരേയും വിസ്മയിപ്പിച്ചിട്ടാണത്രെ രാജധാനിയിലേക്ക് വന്നത്.

രാമദാസൻ: ഞാൻ വേഷച്ഛന്നനായി എന്റെ വീട്ടിൽത്തന്നെയാണ് ഒന്നാമതു ചെന്നത്. സമീപം ആളുകളെയും സ്ഥലങ്ങളെയും എനിക്കു നല്ല പരിചയമുണ്ടാകയാൽ ഞാൻ നഷ്ടം പറഞ്ഞതു മിക്കതും ശരിയായി. എല്ലാവരും ഞാൻ ഒരു ദിവ്യൻതന്നെയാണെന്നു തീർച്ചയാക്കി. പല വീടുകളിൽനിന്നും എനിക്കു ഭിക്ഷയും ദക്ഷിണയും മറ്റും ഉണ്ടായി. ആ വിധം ഉപജീവനമായവർക്കു നാൾ കഴിപ്പാൻ ഒട്ടും സ്വല്ലയില്ലെന്നും തോന്നി.

അഘോരനാഥൻ: വിശേഷതസ്സർവ്വവിദാംസമാജെ വിഭൂഷണം മൗനമപണ്ഡിതാനാം എന്ന സുഭാഷിതത്തിന്റെ സാരം ഗ്രഹിക്കുകയാലായിരിക്കുമോ, രാമദാസൻ മൗനവ്രതം അനുഷ്ഠിക്കുവാൻ തീർച്ചയാക്കിയത്?

പ്രതാപചന്ദ്രൻ: കഷ്ടം! വിശിഷ്ടനായ ഒരു വൈരാഗിയാണെന്നല്ലെ ഞാൻ വിശ്വസിച്ചത്? ആളുകളെ ചതിക്കുവാൻ ഇത്ര എളുപ്പമുണ്ടല്ലോ! അത്ഭുതം! എല്ലാ വൈരാഗിമാരും ഇങ്ങനത്തവരല്ലെന്നാരറിഞ്ഞു!

കപിലനാഥൻ: ഞങ്ങൾക്കെല്ലാവർക്കുംകൂടി ഇങ്ങോട്ടു വരേണ്ടതിന്ന് വിരോധമുണ്ടോ എന്നു തീർച്ചയാക്കേണ്ടതിലേക്ക് ഇവിടുത്തെ വിവരങ്ങൾ മുഴുവനും അറിയേണ്ടത് ആവശ്യമാകയാൽ രാമദാസനെ ഇങ്ങോട്ട് അയച്ചതാണ്. എന്റെ ഗൂഢവാസം പ്രസ്താവമാവാതെ കഴിവാൻവേണ്ടി, അവന്റെ യുക്തംപോലെ വേഷംമാറ്റി പോകേണമെന്നു രാമദാസനോടു പറഞ്ഞിട്ടുണ്ടായിരുന്നു. വേഷംമാറിയ നിലയിൽ അവന്നു അഘോരനാഥനോടു സ്വകാര്യമായി സംസാരിപ്പാൻ തക്കം കിട്ടേണ്ടതിന്ന് ഉപകാരമായി തീരുമെന്നു രാമദാസൻ പറകയാൽ അവന്റെ ആവശ്യപ്രകാരം ആ ഓല ഞാൻ എഴുതിക്കൊടുത്തു.

അഘോരനാഥൻ: ആ എഴുത്തു ഞാൻ കണ്ട ഉടനെ വൈരാഗിയെ കണ്ടുപിടിക്കുവാൻ പല ദിക്കിലേക്കും ആളെ അയച്ചു. അപ്പോഴെക്കു രാമദാസൻ എന്നെ കാണ്മാൻ ഇങ്ങോട്ടുതന്നെ വന്നു. അതും വേഷച്ഛന്നനായിട്ടാകയാൽ ഇവിടെ മറ്റാർക്കും അവനെ അറിവാൻ കഴിഞ്ഞതുമില്ല.

കപിലനാഥൻ: ഞാൻ താമസിച്ചിരുന്ന വനത്തിനു സമീപം ഉള്ള ധർമ്മപുരി എന്ന ഗ്രാമത്തിൽ നിന്ന് ഒരു വഴിപോക്കനെ കണ്ടുസംസാരിച്ചപ്പോഴാണ് പ്രതാപചന്ദ്രന്ന് വിവാഹം നിശ്ചയിച്ചിരിക്കുന്നൂ എന്നറിഞ്ഞത്. അതിന്റെ സൂക്ഷ്മം അറിവാനും രാമദാസനെ ഏല്പിച്ചിട്ടുണ്ടായിരുന്നു. അവൻ ഇങ്ങോട്ടു പോന്നിരിക്കുമ്പോൾ താരാനാഥൻ അവിടെ എത്തി. ധർമ്മപുരിയിൽവെച്ചു ഞങ്ങൾ തമ്മിൽ യദൃച്ഛ

യായി കണ്ടെത്തി, ഞാൻ എന്റെ ഭവനത്തിലേക്കു കൂട്ടിക്കൊണ്ടു പോയി താമസിപ്പിച്ചു.

താരാനാഥൻ: ഞാൻ എന്റെ പരമാർത്ഥം അപ്പോൾതന്നെ അറിയിച്ചിരുന്നുവെങ്കിൽ, അച്ഛന്ന് എത്ര സന്തോഷമുണ്ടായിരുന്നു.

കപിലനാഥൻ: എന്റെ സന്തോഷത്തിന് ഒട്ടും കുറവുണ്ടായിരുന്നില്ലെന്നു തന്നെ പറയാം. താരാനാഥനെ കണ്ടപ്പോൾതന്നെ എനിക്കു സംശയം തോന്നി. പിന്നെ രാമദാസൻ മടങ്ങിവന്നപ്പോൾ കൊണ്ടുവന്ന അഘോരനാഥന്റെ എഴുത്തുകൊണ്ടു മിക്കതും തീർച്ചയായി. അതിനുശേഷം ഒരു ദിവസം താരാനാഥൻ കുതിരപ്പുറത്തുനിന്നു വീണപ്പോഴാണ് എനിക്ക് നല്ല തീർച്ചയായത്. അരയിൽ കുട്ടിക്കാലത്തുതന്നെ അവന്ന് ഒരു മറു ഉള്ളത് എനിക്കു സൂക്ഷിച്ചുനോക്കി കാൺമാൻ, വീണു മോഹാലസ്യപ്പെട്ടു കിടക്കുമ്പോൾ തരംവന്നു. അതു കണ്ടപ്പോൾ സംശയം ഒക്കെയും തീരുകയും ചെയ്തു.

കുന്ദലത: രാമകിശോരൻ കുതിരപ്പുറത്തുനിന്നു വീണതിൽപിന്നെ അച്ഛന്നു രാമകിശോരനെക്കുറിച്ചു പ്രതിപത്തി അധികമായി കണ്ടു. അതിന്റെ കാരണം ഇപ്പോഴാണ് എനിക്കു മനസ്സിലായത്.

താരാനാഥൻ: (ചിരിച്ചുകൊണ്ട്) രാമകിശോരൻ എന്ന്, എന്റെ അജ്ഞാതവാസകാലത്തെ പേരാണ്. ഇപ്പോൾ, ഞാൻ പണ്ടേത്തെ താരാനാഥൻ തന്നെയായി എന്നു പറഞ്ഞപ്പോൾ എല്ലാവരും ഒന്നു ചിരിച്ചു, കുന്ദലത അല്പം നാണംപൂണ്ടു.

രാജാവ്: ഇവരുടെ ചരിത്രം ആശ്ചര്യംതന്നെ. ഇതൊക്കെയും എഴുതിവെച്ചാൽ വായിക്കുന്നവർക്കു വളരെ നേരംപോക്കുണ്ടാകും. അജ്ഞാതവാസവും, പ്രച്ഛന്നവേഷവും കൈതവനാമവും. ചിത്രം! ചിത്രം!

കപിലനാഥൻ: താരാനാഥനും ഞാനും ഗുരുശിഷ്യന്മാരുടെ നിലയിലായിരുന്നു. ഇങ്ങോട്ടു പോരുന്നതിന്റെ തലേന്നാളാണ് താരാനാഥനോട് എന്റെ വസ്തുത അറിയിച്ചത്.

താരാനാഥൻ: കഷ്ടം! അതുവരേയും അച്ഛൻ എന്നെ പരമാർത്ഥം അറിയിക്കാതെ കഴിച്ചുവല്ലോ. എങ്കിലും എനിക്ക് അതുകൊണ്ട് അധികം വ്യസനിക്കുവാനില്ല. അച്ഛനാണെന്ന് അറിഞ്ഞിട്ടില്ലെങ്കിലും എന്റെ സ്നേഹത്തിന്നും ബഹുമാനത്തിന്നും ഒട്ടും കുറവുണ്ടായിട്ടില്ല. പക്ഷേ, വസ്തുത മുൻകൂട്ടി അറിഞ്ഞാൽ എനിക്കു വളരെ സന്തോഷവും കൂടെയുണ്ടാകുന്നതായിരുന്നു.

കപിലനാഥൻ: താമസിയാതെ അറിയിക്കേണമെന്നുതന്നെയായിരുന്നു എന്റെ വിചാരം. കുന്ദലതയ്ക്ക് യൗവനമായി. എന്റെ സ്വാമിക്കു സ്വർഗ്ഗപ്രാപ്തി വരുന്നതിനുമുമ്പായി, കുന്ദലതയെ തിരുമുമ്പാകെ കൊണ്ടുവന്നുതന്ന് എന്റെ അപരാധങ്ങളെ ഒക്കെയും ക്ഷമിക്കുവാൻ അപേക്ഷിക്കേണമെന്നും, അതിന്ന് ഇങ്ങോട്ടു മടങ്ങിവരുവാൻ ഒരു സംഗതിയുണ്ടാകേണമെന്നും ഉണ്ടായശേഷം താരാനാഥനെ

വസ്തുത ഒക്കെയും അറിയിക്കാമെന്നും, ആലോചിച്ചുകൊണ്ടിരിക്കുമ്പോഴാണ് യുദ്ധമുണ്ടാവുമെന്നുള്ള വർത്തമാനം അറിഞ്ഞത്.

പ്രതാപചന്ദ്രൻ: അതെങ്ങനെ അറിഞ്ഞു?

അഘോരനാഥൻ: കുന്തളരാജ്യത്തേക്കു ദൂതനെ അയച്ച് വിവരം ഇവിടുന്ന് എന്നോടു പറഞ്ഞപ്പോൾതന്നെ, ഒട്ടുംതാമസിയാതെ ഞാൻ രാജധാനിയിൽ നിന്ന് ഇവിടെ വന്ന് ഒന്നാമതുചെയ്തത് ജ്യേഷ്ഠനെ വിവരം അറിയിക്കുവാൻ ഒരു ദൂതനെ എഴുത്തുംകൊടുത്ത് അയയ്ക്കുകയാണ്.

സ്വർണ്ണമയി: ആ ദൂതനും അച്ഛനെ കണ്ടിട്ടറിഞ്ഞില്ലേ?

കപിലനാഥൻ: അവൻ എന്റെ പക്കൽ നേരിട്ട് എഴുത്തുതരികയില്ല. ധർമ്മപുരിയിൽ എന്റെ പരിചയക്കാരനായ ഒരു ബ്രാഹ്മണന്റെ പക്കൽ ഒരു പെട്ടികൊണ്ടുപോയി കൊടുക്കുവാനാണ് അഘോരനാഥൻ അവനെ അയച്ചിരുന്നത്. ആ പെട്ടി പിറ്റെദിവസംതന്നെ അദ്ദേഹം എനിക്കുതന്നു. അതിൽ എനിക്ക് ഒരു എഴുത്തും ഒരു പട്ടുറുമാലും ഉണ്ടായിരുന്നു. പട്ടുറുമാൽ ഞാൻ വേഷച്ഛന്നനായി വരുന്ന സമയം കണ്ടറിവാൻ അടയാളത്തിന്നു വേണമെന്നുകരുതി അഘോരനാഥൻ അയച്ചുതന്നതു വളരെ ഉപകാരമായിത്തീർന്നു.

താരാനാഥൻ: അച്ഛാ! നമുക്കു കുതിരകളേയും ആയുധങ്ങളെയും കിട്ടിയതോ?

കപിലനാഥൻ: അഘോരനാഥന്റെ ദീർഘദൃഷ്ടിയുടെ വൈഭവം വേറെ ഒരു സംഗതിയിലാണ് എനിക്ക് അനുഭവമായത്. ഞങ്ങൾ ഇങ്ങോട്ടു വരുമ്പോൾ എനിക്കും താരാനാഥനും ഓരോ കുതിരയുണ്ടായിരുന്നു. ധർമ്മപുരിക്കു സമീപമുള്ള ഒരു കൊല്ലനെക്കൊണ്ടു പണിയിച്ച ചില ബലം കുറഞ്ഞ ആയുധങ്ങളും എന്റെ പക്കൽ ഉണ്ടായിരുന്നു. അഘോരനാഥന്റെ എഴുത്തിൽ കണ്ടപ്രകാരം, രാജധാനിയിൽ നിന്ന് ഏഴെട്ടുകാതം വടക്കായി ഞങ്ങൾക്കു പോരേണ്ടുംവഴിക്ക് ഒരേടത്ത് ഒരുവനെ കണ്ട് ആ പട്ടുറുമാൽ അടയാളംകാണിച്ചപ്പോൾ, അകത്തു പോയി അവന്നും ഒരു ഉറുമാൽ എടുത്തുകൊണ്ടുവന്നു. നൂർത്തി നോക്കിയപ്പോൾ രണ്ടും ഒരിണയാണെന്നും ബോദ്ധ്യം വന്ന ഉടനെ അവൻ ഞങ്ങളെ കൂട്ടിക്കൊണ്ടുപോയി അഞ്ചു കുതിരകളെയും പല ആയുധങ്ങളേയും കാണിച്ചുതന്ന് ആവശ്യമുള്ളത് എടുക്കാമെന്നു പറഞ്ഞു. അവയിൽ ഏറ്റവും മേത്തരമായ ഒരു കുതിരയെ ഞാൻതന്നെ എടുത്തു. വേറെ നല്ല രണ്ടു കുതിരകളെ താരാനാഥന്നും രാമദാസന്നും ഞാൻതന്നെ തിരഞ്ഞെടുത്തുകൊടുത്തു. വേണ്ടുന്ന ആയുധങ്ങളെയും ഞങ്ങൾ എടുത്തുകൊണ്ടു പോരികയും ചെയ്തു. ഇത് അഘോരനാഥൻ ചെയ്തിട്ടില്ലെങ്കിൽ ഞങ്ങൾ പോർക്കത്തിൽ ചെയ്തതിന്റെ പകുതിപോലും ഞങ്ങളെക്കൊണ്ടു ചെയ്യാൻ കഴികയില്ലായിരുന്നു.

പ്രതാപചന്ദ്രൻ: നമ്മുടെ കപിലനാഥന്റെ വെണ്മഴുവിനാൽ എത്ര വീരന്മാരാണ് നശിച്ചതെന്ന് പറയുവാൻ പ്രയാസം. ഇദ്ദേഹം പോർക്കളത്തിൽചെയ്ത പരാക്രമം കണ്ടിരുന്നാൽ ഇദ്ദേഹത്തിന്ന് ഇത്ര പ്രായ

മായി എന്ന് ഒരിക്കലും തോന്നുകയില്ല. ചണ്ഡപ്രതാപനായ കുന്ത ളനെ കീഴടക്കുവാൻ താരാനാഥനും വേടർക്കരചനും ഞാനുംകൂടി അധി കനേരം ശ്രമിച്ചു. അയാളുടെ ബാഹുബലംകൊണ്ടും ശിക്ഷാവൈ ഭവത്താലും ഞങ്ങൾക്കു സാധിച്ചില്ല. പിന്നെ കപിലനാഥനെ, മൂർത്തീ കരിച്ചിരിക്കുന്ന മൃത്യുവിനെപ്പോലെ പുരോഭാഗത്തിങ്കൽ കണ്ടപ്പോ ഴാണ് ആയാളുടെ അതിദുസ്സഹമായ ഗർവ്വംശമിച്ചു തല താണത്.

രാജാവ്: ഉണ്ണീ! പുരുഷശിരോമണികളായ ഈ രണ്ടു സോദരന്മാർ നമ്മുടെ സചിവന്മാരാവാൻ സംഗതിവന്നതാണ് നമ്മുടെ വലിയ ഭാഗ്യം. നമ്മുടെ രാജ്യം ഇങ്ങിനെ ഐശ്വര്യവതിയായി നില്ക്കുന്ന തും പ്രബലന്മാരായ ശത്രുക്കളുടെ ദുർമ്മോഹം നമ്മോടു ഫലിക്കാ ത്തതും നമ്മുടെ കുലമഹിമ ഉജ്ജ്വലിക്കുന്നതും ഈ രണ്ടു സഹോ ദരന്മാരുടെ ബുദ്ധികൗശലംകൊണ്ടാണ്. നമ്മുടെ രാജ്യത്തിൽ പുഷ്ടി വർദ്ധിച്ചതും ഇവരുടെ ദാക്ഷിണ്യംകൊണ്ട്-നമ്മുടെ പ്രജകളുടെ ആർത്തി അസ്തമിച്ചതും ഇവരുടെ ഉത്സാഹംകൊണ്ട്-നമ്മുടെ കീർത്തി വിസ്തരിച്ചതും ഇവരുടെ ഓജസ്സുകൊണ്ട്-ഇവർ നമ്മുടെ രാജ്യമാകുന്ന ഗൃഹത്തിൽ രണ്ടു പ്രധാന ദീപങ്ങൾ-ഇവർ നമ്മുടെ രാജലക്ഷ്മിയുടെ അധിഷ്ഠാനമണ്ഡപങ്ങൾ-ഇവർ നമ്മുടെ പ്രതാ പാനലന്റെ ബാഹുയുഗളങ്ങൾ. നാം എന്തുതന്നെ ചെയ്താലും ഇവർ നമുക്കു ചെയ്തതിന്ന് ഒരു തക്കതായ പ്രതിഫലമാവുകയില്ല.

കപിലനാഥൻ: സ്വാമിക്കു ഞങ്ങളെക്കുറിച്ചുള്ള കൃപതന്നെയാണ് ഈ വാഗ്ധോരണിക്കു കാരണം. ഇവിടുത്തെ പിതാവ് ഞങ്ങളെ ബാല്യ കാലത്തു വിദ്യാഭ്യാസം ചെയ്യിച്ചു സന്മാർഗ്ഗങ്ങളിൽകൂടിത്തന്നെ നടത്തി വളരെ നിഷ്കർഷയോടുകൂടി വളർത്തുകയാൽ ഇപ്പോൾ ഞങ്ങൾ ഇവിടുത്തേക്ക് ഉപകാരമായിത്തീർന്നുവെങ്കിൽ ഇവിടുത്തെ പിതാവിന്റെ പ്രയത്നം വളരെ നിഷ്ഫലമായില്ല എന്നല്ലാതെ എന്താണ് പറവാനുള്ളത്? ഞങ്ങളാൽ കഴിയുന്നേടത്തോളം ശ്രമി ച്ചിട്ടുണ്ട്. അതിന്നു ഞങ്ങളുടെ സ്വാമിയായ ഇവിടുത്തെ പ്രീതിയും ഞങ്ങളുടെ മനസ്സാക്ഷിക്കുണ്ടാകുന്ന സമാധാനവുമല്ലാതെ എന്തൊരു പ്രതിഫലമാണ് ഞങ്ങൾ കാംക്ഷിക്കുക? അതുകൊണ്ട് ഇപ്പോൾ സ്വാമിക്കു ഞങ്ങളുടെമേലുള്ള പ്രീതി മേല്ക്കുമേൽ വർദ്ധി ച്ചിരിക്കത്തക്കവണ്ണം ഓരോ ക്രിയകൾ ഞങ്ങളെക്കൊണ്ടു മേലാലും ഞങ്ങളുടെ ദേഹപതനാവധിവരെയ്ക്കും ചെയ്‌വാൻ സംഗതി വരു മാറാകട്ടെ എന്നാണ് ഞങ്ങൾ ഈശ്വരനെ പ്രാർത്ഥിക്കുന്നത്.

പ്രതാപചന്ദ്രൻ: അച്ഛാ! താരാനാഥന്റെ പരാക്രമവും അല്പമല്ല. താരാനാഥൻ ഒരിക്കൽ കുന്തളേശനെ അയാളുടെ സൈന്യത്തിൽനിന്നു വേർതിരിച്ച് ഒറ്റപ്പെടുത്തി ഭയങ്കരനായിരിക്കുന്ന ആയാളെക്കൂടി ഒന്നു ഭയപ്പെടുത്തി. പിന്നെ എന്റെ കുതിരയ്ക്കു വെട്ടുകൊണ്ടു ഞാൻ താഴത്തുവീണ തക്കത്തിലാണ് കുന്തളേശൻ താരാനാഥന്റെ മുമ്പിൽ നിന്ന് ഒഴിച്ചത്.

അഘോരനാഥൻ: അതു താരാനാഥൻ ചെയ്തത് കുറെ സാഹസമായി പ്പോയി. ആ യവനൻ താരാനാഥനാണെന്നു ഞാൻ അപ്പോൾ അറി

ഞ്ഞിരുന്നുവെങ്കിൽ അവനെ അതിന്നു സമ്മതിക്കുകയില്ലായിരുന്നു.

രാജാവ്: അച്ഛന്റെ ഗുണങ്ങൾ മക്കളിൽ പ്രതിബിംബിക്കുന്നത് അത്ഭുതമല്ലല്ലോ. താരാനാഥനെ ഇന്നുമുതൽ നമ്മുടെ പ്രധാന സേനാപതിയായി നിശ്ചയിച്ചിരിക്കുന്നു.

മഹാരാജാവിന്റെ ആ കല്പന എല്ലാവർക്കും വളരെ സന്തോഷകരമായി. കപിലനാഥനും അഘോരനാഥനും തങ്ങൾക്കു താരാനാഥന്റെ പ്രായത്തിൽ ആവിധം വലിയ സ്ഥാനമാനങ്ങൾ കിട്ടുവാനിട വന്നിട്ടില്ലെന്നു പറഞ്ഞ് അനുമോദനത്തോടുകൂടി താരാനാഥനെ ആശ്ലേഷം ചെയ്തു. മറ്റേവർ വേറെപ്രകാരത്തിൽ തങ്ങളുടെ സന്തോഷത്തെ കാണിക്കുകയും പറകയും ചെയ്തു.

അതിന്റേശേഷം കപിലനാഥൻ യുദ്ധമുണ്ടാവുമെന്ന് അറിഞ്ഞ ഉടനെ തന്റെ വനഭവനത്തെ ശൂന്യമാക്കിവിട്ടേച്ച് എല്ലാവരുംകൂടി വേഗേന പുറപ്പെട്ടുപോന്നതും, ധർമ്മപുരിയിൽ എത്തി ഒരു വാഹനം സമ്പാദിച്ചതും വഴിയിൽ ഓരോ താവളങ്ങളിൽ അല്പാല്പം താമസിച്ചു യുദ്ധം തുടങ്ങുന്നതിന്റെ തലേദിവസം രാജധാനിയുടെ വടക്കുഭാഗത്ത് ഒരു വഴിയമ്പലത്തിൽ എല്ലാവരുംകൂടി അന്നേരത്തെ രാത്രി അവിടെ കഴിച്ചതും പുലർച്ചെ രാമദാസനെയും താരാനാഥനെയും ഏല്പിച്ച് കുന്ദലതയേയും പാർവ്വതിയേയും അയച്ചതും മറ്റും വിവരമായി പറഞ്ഞു.

താരാനാഥൻ, താനും രാമദാസനുംകൂടി സൈകതപുരിയിൽ രാമദാസന്റെ വീട്ടിലെത്തി കുന്ദലതയേയും പാർവ്വതിയേയും ഒരു അകത്തു കൊണ്ടുപോയിരുത്തിയതും രാമദാസനെ കണ്ടറിഞ്ഞപ്പോൾ അവന്റെ അമ്മയ്ക്കും പെങ്ങൾക്കും ഉണ്ടായ സന്തോഷവും പിന്നെ തങ്ങൾ കപിലനാഥന്റെ ഒരുമിച്ചുകൂടി യവനവേഷം ധരിച്ചതും മറ്റും വിസ്തരിച്ചു പറഞ്ഞു.

കുന്ദലതയും ഒന്നും പറഞ്ഞില്ലെന്നില്ല. തനിക്കു രാമദാസന്റെ അമ്മയും പെങ്ങളും വളരെ ദയ കാണിച്ച വിവരവും വൈകുന്നേരം രാമദാസൻ യവനവേഷത്തോടുകൂടെ മടങ്ങിച്ചെന്നുതന്നെയും പാർവ്വതിയേയും ഡോലിയിൽ കയറ്റിയപ്പോൾ രാമദാസന്റെ അമ്മയേയും പെങ്ങളേയുംകൂടെ കൊണ്ടുപോരേണമെന്നു താൻ ആവശ്യപ്പെട്ടപ്രകാരം അവരെ വേറൊരു ഡോലിയിൽ തന്റെകൂടെ കൊണ്ടുവന്നതും മറ്റും പറഞ്ഞു.

ഇങ്ങിനെ എല്ലാവരും ഈ വർത്തമാനങ്ങൾ അത്രയും കേട്ട് അത്ഭുതപ്പെട്ടും, അന്യോന്യം പറഞ്ഞുസന്തോഷിച്ചും നാലഞ്ചുദിവസം ചന്ദനോദ്യാനത്തിൽതന്നെ താമസിച്ചു. വേടർക്കരചൻ യുവരാജാവിന്നു ചെയ്ത ഉപകാരത്തിന്നുവേണ്ടി വലിയ രാജാവ് ആയാൾക്കു വളരെ സമ്മാനങ്ങളും വേടർക്കരചർക്കു പണ്ടില്ലാത്ത ചില സ്ഥാനമാനങ്ങളും കൊടുത്തു വളരെ സന്തോഷമാക്കി പറഞ്ഞയക്കുകയും ചെയ്തു.

19

വിമോചനം

കലിംഗമഹാരാജാവും യുവരാജാവും കപിലനാഥൻ മുതലായവരും ചന്ദനോദ്യാനത്തിൽനിന്നു പുറപ്പെട്ടു രാജധാനിയിലേക്ക് എത്തുമാറായപ്പോഴെക്ക് പൗരന്മാർ അനവധി ജനങ്ങൾ സന്തോഷത്തോടുകൂടി എഴുന്നരുളത്തിനെ എതിരേറ്റു. തോരണങ്ങളെക്കൊണ്ടും മറ്റും അഴകിൽ അലങ്കരിച്ചിരുന്ന രാജവീഥിയുടെ ഇരുഭാഗത്തുമുള്ള സൗധങ്ങളിലും വീഥിയിലും കുന്ദലതയേയും കപിലനാഥനേയും കാണ്മാൻ ജനങ്ങൾ തിക്കിത്തിരക്കി നിന്നിരുന്നു. പലേടങ്ങളിൽനിന്നും ജനങ്ങൾ അവരെ പുഷ്പവൃഷ്ടി ചെയ്തുകൊണ്ടും ജനങ്ങളുടെ കോലാഹലശബ്ദത്തോടും വാദ്യഘോഷത്തോടുംകൂടിയും താമസിയാതെ എല്ലാവരുംകൂടി രാജധാനിയിൽ എത്തി.

ആ രാജധാനിയാകട്ടെ, യുദ്ധം കഴിഞ്ഞതിൽപിന്നെ വളരെ ശുദ്ധി വരുത്തി കേടുതീർത്തു മനോഹരമാകുംവണ്ണം അലങ്കരിച്ചിരുന്നു. എല്ലാവരും ചെന്നിറങ്ങി രാജധാനിയുടെ വിലാസമായ പൂമുഖത്ത് അല്പം നേരം നിന്നശേഷം കപിലനാഥൻ കുന്ദലതയുടെ കയ്യുംപിടിച്ചു രാജധാനിക്കുള്ളിൽ ഓരോ സ്ഥലങ്ങൾ പറഞ്ഞു കാണിച്ചുകൊടുപ്പാൻ തുടങ്ങി. ആസ്ഥാനമണ്ഡപത്തിന്റെ സമീപത്തുചെന്നപ്പോൾ പണ്ടു വളരേക്കാലം കപിലനാഥന്റെ ആജ്ഞയിൻകീഴിൽ ഉദ്യോഗം ഭരിച്ചിരുന്ന പല ഉദ്യോഗസ്ഥന്മാരും ഏറ്റവും പ്രീതിയോടുകൂടി അദ്ദേഹത്തിന്റെ കീഴിൽ പണിയെടുത്തിരുന്ന നല്ല കാലങ്ങളെ സ്മരിച്ചുകൊണ്ടും, തങ്ങളുടെ മേധാവിയായിരുന്ന കപിലനാഥനെ വന്നുവണങ്ങി. കപിലനാഥൻ അവരോടെല്ലാവരോടും സന്തോഷമാകുംവണ്ണം അല്പം സംസാരിച്ചു. പിന്നെക്കാണാമെന്നു പറഞ്ഞു കുന്ദലതയേയും കൊണ്ടു മറ്റു ദിക്കുകളിലേക്കു പോയി

ഓരോന്നായി പ്രധാനപ്പെട്ട സ്ഥലങ്ങൾ ഒക്കയും അവൾക്കു കാണിച്ചു കൊടുക്കുകയും ചെയ്തു.

കപിലനാഥൻ രാജധാനിയിൽ എത്തി രണ്ടുദിവസം കഴിഞ്ഞ ശേഷം കുന്തളേശനെ ഒട്ടുംതാമസിയാതെ വിട്ടയക്കുകയാണ് നല്ലതെന്നും പ്രബലന്മാരുടെ വൈരം ആപൽക്കരമാണെന്നും രാജാവിനെ പറഞ്ഞു ബോദ്ധ്യംവരുത്തി അതിന്നു അനുജ്ഞവാങ്ങി താരാനാഥനെയും കൂട്ടിക്കൊണ്ടു ദുന്ദുഭീദുർഗ്ഗത്തിലേക്കുപോയി രണ്ടുപേർ കാണ്മാൻ വന്നിരിക്കുന്നുവെന്നു കുന്തളേശനെ അറിയിച്ച് കാണ്മാൻ സമ്മതംവാങ്ങി, അടുത്തുചെന്നു വന്ദിച്ചു. കുന്തളേശൻ രണ്ടുപേരെയും സൂക്ഷിച്ചു നോക്കി, "ഞാൻ കപിലനാഥനെയല്ലെ എന്റെമുമ്പാകെ കാണുന്നത്?" എന്നു ചോദിച്ചു.

കപിലനാഥൻ: അതെ ആയാളെത്തന്നെ. ആശ്ചര്യം.

കൃതവീര്യൻ: മറ്റെമുഖം എനിക്കു പരിചയമില്ല.

കപിലനാഥൻ: ഇത് എന്റെ പുത്രനായ താരാനാഥനാണ് അങ്ങുന്ന് അറിവാൻ സംഗതിയില്ല.

കൃതവീര്യൻ: കപിലനാഥനെത്തന്നെ ഞാൻ ഒരിക്കലെ കണ്ടിട്ടുള്ളു. അതും ഇരുപതോളം സംവത്സരംമുമ്പെയാണ് എങ്കിലും കണ്ടപ്പോൾ അറിവാൻ അധികം പ്രയാസം ഉണ്ടായില്ല.

കപിലനാഥൻ: കുറെ കാലമായിട്ടു ഞാൻ നാടുവിട്ടുപോയിരുന്നു. ഈയിടെ യുദ്ധമുണ്ടാവുമെന്നറിഞ്ഞപ്പോൾ എന്റെ സ്വാമിക്ക് എന്നെക്കൊണ്ടു കഴിയുന്ന സഹായം ചെയ്‌വാൻവേണ്ടി മടങ്ങിവന്നതാണ്.

കൃതവീര്യൻ: ഞാൻ കീഴടങ്ങിയത് അങ്ങേക്കുതന്നെയൊ എന്നറിവാൻ എനിക്ക് ആഗ്രഹം പെരികെയുണ്ട്.

കപിലനാഥൻ: എന്റെ അപേക്ഷ പ്രകാരമാണ് ഒടുവിൽ അങ്ങു യുദ്ധം നിർത്തിയത്. കീഴടങ്ങി എന്നു പറവാൻ നാം തമ്മിൽ ഏല്ക്കുകതന്നെയുണ്ടായിട്ടില്ലല്ലോ.

കൃതവീര്യൻ: ആവു! ഇപ്പോൾ എന്റെ വിഷാദവും ദൈന്യവും പകുതിയിൽ അധികം നശിച്ചു. ഇത്ര വലിയ ഒരു യോദ്ധാവിന്നു കീഴടങ്ങേണ്ടി വന്നതുകൊണ്ട് എനിക്കു ലേശംപോലും ലജ്ജ തോന്നുന്നില്ല. ഇതുവരെയും എങ്ങാനും കിടക്കുന്ന ഒരു യവനനോടു ഞാൻ തോറ്റുവല്ലൊ എന്നു വിചാരിച്ചു വിഷണ്ണനായി എന്റെ പൗരുഷത്തെ ഞാൻ വൃഥാവിൽ വളരെ ധിക്കരിച്ചു. എനിക്ക് ഒന്നുകൂടെ അറിവാൻ കുതുകമുണ്ട്. എന്നെ ഒരിക്കൽ എന്റെ വ്യൂഹമദ്ധ്യത്തിങ്കൽ നിന്നു വേർപെടുത്തി കുറച്ചുനേരം തടുത്തുനിർത്തിയ അങ്ങേടെ വിരുതനായ ആ സഖാവ് ആരാണ്.

കപിലനാഥൻ: (മന്ദസ്മിതത്തോടുകൂടി) അത് ഈ നിൽക്കുന്ന താരാനാഥനാണ്.

കൃതവീര്യൻ: (താരാനാഥനോട്) അങ്ങേടെ യുദ്ധവൈദഗ്ദ്ധ്യത്തെക്കണ്ടു ഞാൻ ആശ്ചര്യപ്പെടുന്നു.

കപിലനാഥൻ: ഞാൻ ഒരു കാര്യം ഇവിടെ പറവാനായിട്ടു രാജാവ് അയച്ചു വന്നിരിക്കുകയാണ്.

കൃതവീര്യൻ ഉടനെ ലജ്ജകൊണ്ടു തലതാഴ്ത്തി, പറയാമെന്നു മന്ദാക്ഷരമായിട്ടു പറഞ്ഞു.

കപിലനാഥൻ: ഇവിടന്ന് സ്വരാജ്യത്തിലേക്ക് പോകുന്നതിന്നുമുമ്പായി എന്റെ സ്വാമിയോടു രഞ്ജിപ്പായി പിരിയേണമെന്നും മേലാൽ കുന്തള കലിംഗരാജ്യങ്ങൾ തമ്മിൽ വൈര്യമില്ലാതെ കഴിയേണമെന്നും, എന്റെ സ്വാമിക്ക് ഒരു വാഞ്ഛിതം ഉള്ളത് ഇവിടെ അറിയിച്ച് രാജധാനിയിലേക്കു പോരേണമെന്ന് ഇവിടുത്തോട് അപേക്ഷിക്കുവാനാണ് എന്നെ അയച്ചിരിക്കുന്നത്.

കൃതവീര്യൻ: ഞാൻ സ്വരാജ്യത്തിലേക്ക് പോകുന്നത് എന്ന്? ഇപ്പോൾ കലിംഗരാജാവിന്റെ കാരാഗൃഹത്തിൽ അല്ലേ.

കപിലനാഥൻ: യുദ്ധത്തിന്റെശേഷം മുഖ്യമായ ചില രാജ്യകാര്യങ്ങളിൽ ദൃഷ്ടിവെക്കേണ്ടിവരികയാൽ ഇവിടുത്തെ യാത്രയാക്കുവാൻ അല്പം താമസംവന്നതാണ്. ഇവിടുത്തെ കാരാഗൃഹത്തിൽ താമസിപ്പിക്കുവാൻ എന്റെ സ്വാമിക്ക് ഒട്ടും മനസ്സില്ല. ഇവിടുത്തെ കുന്തളരാജ്യത്തേക്ക് അയയ്ക്കുവാൻ പ്രധാനമന്ത്രിയായ അഘോരനാഥൻ അകമ്പടിയോടുകൂടി ഇപ്പോൾ ഇവിടെ എത്തും. അതിന്നു മുമ്പായി ഇവിടുന്ന് രാജധാനിയിൽവന്നു തമ്മിൽകണ്ടു പിരിയേണമെന്നാണ് സ്വാമിയുടെ ആഗ്രഹം.

കൃതവീര്യൻ: ഞാൻ അദ്ദേഹത്തിനുചെയ്ത ഉപദ്രവം ഓർത്തു നോക്കുമ്പോൾ അദ്ദേഹത്തിന്റെ പക്കൽനിന്ന് ഇത്ര ദയ അനുഭവിക്കേണ്ടവനല്ല. എന്റെ അവിവേകംകൊണ്ട് ചില അബദ്ധങ്ങൾ ഞാൻ പ്രവർത്തിച്ചുപോയത് ഒക്കയും പൊറുക്കുവാനായി അങ്ങുന്നു തന്നെ എന്റെ പേർക്ക് അദ്ദേഹത്തോടു യാചിക്കേണം. കൃതവീര്യനോട് ഇന്നു കാണിച്ച ഈ ഔദാര്യം ആയാൾ ഒരിക്കലും മറക്കുകയില്ല. ഈ ദൈന്യസ്ഥിതിയിൽ എന്നെ രാജധാനിയിൽ വരുവാൻ മാത്രം ആവശ്യപ്പെടരുത്. പക്ഷേ, താമസിയാതെ ഒരിക്കൽ രാജാവിനെ വന്നുകണ്ട്എന്റെ കൃതജ്ഞതയെ വഴിപോലെ കാണിക്കുവാൻ ഞാൻ സംഗതി വരുത്തിക്കൊള്ളാം. ഇപ്പോൾതന്നെ വന്നുകാണാത്തത് എന്റെ കാലുഷ്യം കൊണ്ടാണെന്നു തോന്നുകയും അരുത്. ഈ വിവരം രാജാവിനെ അറിയിക്കേണം.

കപിലനാഥൻ: സകലവും ഇവിടുത്തെ ഹിതംപോലെ സ്വരാജ്യത്തേക്കു തന്നെ പോവുകയെന്നാണ് തീർച്ചയാക്കിയത് എങ്കിൽ, പുറപ്പെടുവാൻ ഇവിടുന്ന് ഒരുങ്ങേണ്ട താമസമേയുള്ളു.

കൃതവീര്യൻ: എന്റെ ആൾക്കാരും എന്റെ ഒരുമിച്ചുതന്നെ എല്ലാവരും പോരികയില്ലേ?

കപിലനാഥൻ: ഇവിടുന്ന് പുറപ്പെട്ടാൽ ആൾക്കാർ ഒന്നൊഴിയാതെ കൂടെയുണ്ടാകും.

കൃതവീര്യൻ: (അല്പം പുഞ്ചിരിയോടുകൂടി) എനിക്ക് ഒരു അപേക്ഷയുണ്ട്. അങ്ങുന്നും താരാനാഥനും താമസിയാതെ ഒരിക്കൽ എന്റെ പുരയിൽ വന്നുകാണ്മാൻ സംഗതി വരുത്തേണം.

കപിലനാഥൻ: അങ്ങിനെതന്നെ. ഞങ്ങൾക്കും അതു വലിയ ഒരു ബഹുമാനവും വളരെ സന്തോഷവുമാണ്. ഇവിടുത്തെ ആശ്രിതന്മാരായ ഈ ഞങ്ങളെക്കുറിച്ചും സ്മരണ പ്രത്യേകമുണ്ടായിരിക്കേണമെന്നാണ് ഞങ്ങളുടെ അപേക്ഷ.

ഇങ്ങിനെ പറഞ്ഞു കപിലനാഥൻ കുന്തളേശനെ വളരെ വണക്കത്തോടുകൂടി പല്ലക്കിൽ കയറ്റി കരാഗൃഹത്തിൽ കിടന്നിരുന്ന അദ്ദേഹത്തിന്റെ ആൾക്കാരെയും അകമ്പടിക്കു കലിംഗരാജാവിന്റെ നൂറു ഭടന്മാരേയും അഘോരനാഥൻ ഒരുമിച്ചു യാത്രയാക്കി, കപിലനാഥനും അനുയാത്രയായി കുറെദൂരം ഒരുമിച്ചുപോയി കുന്തളേശന്നു തന്നെക്കുറിച്ചു പണ്ടേയുണ്ടായിരുന്ന ബഹുമാനത്തേയും വിശ്വാസത്തേയും അധികം ദൃഢമാക്കി തമ്മിൽ പിരിയുകയും ചെയ്തു.

20

കല്യാണം

കുന്ദലതയും കപിലനാഥനും രാജധാനിയിൽ എത്തിയശേഷം രാജാവിന്റെ ഇഷ്ടപ്രകാരം അദ്ദേഹത്തിന്റെ മന്ദിരത്തിൽതന്നെയാണ് അവർ താമസിച്ചു വന്നിരുന്നത്. താരാനാഥൻ പ്രധാന സേനാപതിയാക യാൽ ആയാൾക്ക് പ്രത്യേകിച്ച് ഒരു മന്ദിരവും ഉണ്ടായിരുന്നു. ഇങ്ങിനെ കുന്ദലതയും താരാനാഥനും വെവ്വേറെ മന്ദിരങ്ങളിലാണ് താമസിച്ചിരു ന്നത് എങ്കിലും, രാജാവിന്റെ മന്ദിരത്തിൽ വെച്ചോ യുവരാജാവിന്റെ മന്ദി രത്തിൽ വെച്ചോ ദിവസേന അവർ തമ്മിൽകണ്ടു കുറെനേരം ഒരുമിച്ചു കഴിക്കുക പതിവായി.

ഏകദേശം നാലുമാസത്തോളം അങ്ങിനെ കഴിഞ്ഞശേഷം അവർക്കു തങ്ങളുടെ സൂക്ഷ്മാവസ്ഥയെ വെളിപ്പെടുത്തേണമെന്ന് ആഗ്രഹം തോന്നിത്തുടങ്ങി. പക്ഷേ, അതിന്നു മുമ്പുകാണാത്ത ചില തടസ്ഥങ്ങൾ ഉണ്ടായിത്തീർന്നു. കുന്ദലതയുടെയും താരാനാഥന്റെയും സ്ഥിതികൾക്ക് ഇതിന്നിടയിൽ വളരെ അന്തരംവന്നു. കുന്ദലത രാജസ്ത്രീയുടെ പദവി യിലായി. താരാനാഥന്ന് എത്രതന്നെ ബഹുമാനവും വലിപ്പവും ഉണ്ടെ ങ്കിലും രാജാവിന്റെ ഒരു സചിവൻ എന്നല്ലാതെ വരികയില്ലല്ലൊ. ആക യാൽ, താരാനാഥൻ കുന്ദലതയുടെ പാണിഗ്രഹണത്തിന്നു രാജാവോട് അനുജ്ഞക്കപേക്ഷിക്കുവാൻ ഭംഗി പോരാതെയായി. കുന്ദലത സ്ത്രീയാ കയാൽ തന്റെ ആ അഭിലാഷം താൻതന്നെ ഒരുവനോടു പറയുന്നതും ഉചിതമാവുകയും ഇല്ല. എങ്കിലും ആ തടസ്ഥങ്ങളെ ഇല്ലാതാക്കുവാൻ കുന്ദലത വേഗത്തിൽ വഴികണ്ടു. ഒരു ദിവസം താൻ സ്വർണ്ണമയിയുമായി സംസാരിക്കുമ്പോൾ വളരെ സാമർത്ഥ്യത്തോടുകൂടി തന്റെ വിവാഹസം ഗതിയെക്കുറിച്ചു ചോദിക്കുവാൻ സംഗതി വരുത്തുകയും, ചോദിച്ചപ്പോൾ വസ്തുതകളെയും സ്വർണ്ണമയിയോടു തുറന്നുപറയുകയും ചെയ്തു.

സ്വർണ്ണമയിക്ക് ഏറ്റവും സന്തോഷകരമായ ആ വർത്തമാനം ഒട്ടുംതാമസിയാതെ പ്രതാപചന്ദ്രനോടറിയിച്ചപ്പോൾ "എന്റെ സോദരിക്ക് ഇതിലധികം യോഗ്യനായ ഒരു ഭർത്താവിനെ കിട്ടുവാൻ പ്രയാസമാണ്. അവളുടെ ഹിതം സാധിപ്പിക്കുവാൻ ഞാൻതന്നെ വേണമെങ്കിൽ ഉദ്യോഗിക്കാമല്ലോ" എന്നു പറഞ്ഞു സ്വർണ്ണമയിയെ ധൈര്യപ്പെടുത്തി.

സ്വർണ്ണമയി: അങ്ങുന്നല്ലാതെ അവരുടെ അഭിലാഷം സാധിപ്പിക്കുവാൻ അത്രതരത്തിൽ ആരെയും എനിക്കു തോന്നുന്നില്ല. അങ്ങേടെ സഹായം ഇപ്പോൾ അവർക്കു വളരെ ആവശ്യവുമായിരിക്കും.

പ്രതാപചന്ദ്രൻ: താരാനാഥൻ എന്റെ സോദരിക്ക് ഏറ്റവും അനുരൂപൻ തന്നെ.

സ്വർണ്ണമയി: കുന്ദലതയുടെ അവസ്ഥ വിചാരിച്ചുനോക്കിയാൽ ജ്യേഷ്ഠനേക്കാൾ വളരെ അധികം ആഭിജാത്യവും മഹിമയും ഉള്ള ഒരാൾ അവളെ വിവാഹം ചെയ്യേണ്ടതാണെന്ന് ജനങ്ങൾ പറയുമായിരിക്കാം. കുന്ദലതയുടെ സ്വയംവരം ഉണ്ടെന്ന് പ്രസിദ്ധപ്പെടുത്തിയാൽ അവളുടെ പാണിഗ്രഹണത്തെ കാംക്ഷിച്ചുവരാത്ത കിരീടപതി രാജാക്കന്മാർ ഉണ്ടെന്നു തോന്നുന്നില്ല.

പ്രതാപചന്ദ്രൻ: അച്ഛന്ന് ആവക മോഹങ്ങൾ ഒന്നും ഉണ്ടെന്നു തോന്നുന്നില്ല. അഥവാ ഉണ്ടെങ്കിൽതന്നെ കപിലനാഥന്റെ മനോരഥത്തെ തെറ്റി നടക്കുകയുമില്ല.

സ്വർണ്ണമയി: അച്ഛൻ ജ്യേഷ്ഠന്നുവേണ്ടി ഒന്നും ഈ കാര്യത്തിൽ പറയുകയില്ല നിശ്ചയംതന്നെ. രാജാവിന്നു കുന്ദലതയെ ഒരു രാജപത്നിയായിക്കാണേണമെന്നുതന്നെ ആഗ്രഹമുണ്ടെന്നു വരികിൽ, ഇനി ജ്യേഷ്ഠനെ ഒരു രാജാവാക്കുകയല്ലാതെ ഒരു നിർവ്വാഹവുമില്ല.

പ്രതാപചന്ദ്രൻ: (വിസ്മയത്തോടുകൂടി) അതെന്തുകൊണ്ട്?

സ്വർണ്ണമയി: കുന്ദലത ജ്യേഷ്ഠനെ വരിച്ചിരിക്കുന്നു. അത് അവർ വിലാദ്രിയുടെ മുകളിൽനിന്നുതന്നെ കഴിച്ചിരിക്കുന്നുപോൽ. ഇനി അവരുടെ അന്തർഗതം അറിഞ്ഞ് കല്യാണം നിശ്ചയിച്ചിട്ടില്ലെങ്കിൽ കുന്ദലതതന്നെ രാജാവിനോടു പറയുവാൻ നിശ്ചയിച്ചിരിക്കുന്നു എന്നും, അവൾതന്നെയാണ് എന്നോടു പറഞ്ഞത്.

പ്രതാപചന്ദ്രൻ അതുകേട്ട ഉടനെ കുന്ദലതയെ ചെന്നുകണ്ടു വിവരം അത്രയും ചോദിച്ചറിഞ്ഞു. അധികം താമസിയാതെ തന്റെ സോദരിയുടെ മനോരഥം അച്ഛനേയും അറിയിച്ചു.

രാജാവ്: ഇതു ഞാൻ ഒട്ടും ഓർത്തില്ല. താമസിയാതെ കുന്ദലതയ്ക്ക് സ്വയംവരം നിശ്ചയിക്കേണമെന്നായിരുന്നു എന്റെ മനോരാജ്യം. അത് ഒന്നുംകൂടാതെ കഴിഞ്ഞു. രാജകന്യകമാർക്കു രാജകുമാരന്മാരെങ്കിലും വേണമെന്നുതന്നെയായിരിക്കും അധികം ജനങ്ങളുടെ അഭിപ്രായം. ആയത് അധികം മാന്യതയുള്ളതാണെന്ന് ധരിച്ചും അയൽ രാജാക്കന്മാരുടെ മൈത്രിയെ കാംക്ഷിച്ചും ആചരിച്ചുപോരുന്ന ഒരു പഴയനടപ്പാണ്. അവരെല്ലാവരുടെയും മൈത്രിയേക്കാൾ ഈ മന്ത്രി

പ്രവരന്മാരുടെ മൈത്രിതന്നെയാണ് നമുക്ക് അധികം വലുതായിട്ടുള്ളത്. എന്നുതന്നെയുമല്ല താരാനാഥനെപ്പോലെ ഇത്ര പൗരുഷവും ഓജസ്സും ബുദ്ധിശക്തിയും മറ്റുഗുണങ്ങളും തികഞ്ഞിട്ടുള്ള രാജകുമാരന്മാർ വളരെ ദുർലഭവുമാണ്. അതുകൊണ്ട് ഈ ശുഭകർമ്മത്തിന്ന് ഒട്ടും താമസിക്കരുത്.

എന്നുംപറഞ്ഞു കുന്ദലതയേയും താരാനാഥനേയും ആളെ അയച്ചു വരുത്തി, ഏറ്റവും സന്തോഷത്തോടുകൂടി തന്റെ അനുജ്ഞയും ആശിസ്സും നൽകി. കപിലനാഥനേയും വിവരം അറിയിച്ചു. കപിലനാഥന്ന് ആ സംയോഗം സംഭവിക്കുമെന്നു തീർച്ചയുണ്ടായിരുന്നു എങ്കിലും, രാജാവിന്റെ അനുമതിയോടുകൂടി വിവാഹം നിശ്ചയിച്ചുവെന്നറിഞ്ഞപ്പോൾ വളരെ പ്രമോദമുണ്ടായി.

കാലതാമസം കൂടാതെ അഘോരനാഥൻ ജാഗ്രതയായി രാജാവിന്റെ കല്പനപ്രകാരം കുന്ദലതയുടെ വിവാഹോത്സവത്തിന്ന് ഒരുക്കുകൾ കൂട്ടിത്തുടങ്ങി. കലിംഗരാജ്യത്തെ പ്രഭുക്കന്മാരും നാടുവാഴികളും പടനായകന്മാരും സ്ഥാനികളും ആയ വളരെ ആളുകൾ കല്യാണത്തിന്നു വേണ്ടുന്ന ഓരോ സംഭാരങ്ങളോടുകൂടി എത്തിത്തുടങ്ങി. കുന്ദലതയുടേയും കപിലനാഥന്റേയും ആശ്ചര്യമായ ചരിതം കലിംഗരാജ്യത്തിന്നു സമീപമുള്ള രാജ്യങ്ങളിലും പല ദൂരദേശങ്ങളിലുംകൂടി അഞ്ചാറുമാസംകൊണ്ടു പ്രസിദ്ധമായിത്തീർന്നിരുന്നു. ആയതുകൊണ്ടു കുന്ദലതയുടെ അനുപമമായ ബുദ്ധിവൈശിഷ്യത്തേയും ലാവണ്യാദി ഗുണങ്ങളേയും കേട്ടു ആ കമനീരത്നത്തേയും അവളുടെ ഭാഗ്യശാലിയായ കമിതാവിനേയും കണ്ടുനയനസാഫല്യം വരുത്തുവാൻ ആഗ്രഹത്തോടുകൂടി പലദിക്കുകളിൽനിന്നും അനവധി ജനങ്ങൾ വന്നുകൂടി.

ജനബാഹുല്യത്തെ ഭയപ്പെട്ടു രാജധാനിയുടെ പുറത്തുഭാഗത്തു തന്നെ ഒരു മൈതാനത്തിൽ അഘോരനാഥൻ മൂന്നു വലിയ നെടുമ്പുരകൾ കെട്ടിച്ചിരുന്നു. അവയിൽ നടുവിലുള്ള ഏറ്റവും വലിയ വൃത്താകാരമായ നെടുമ്പുരയിൽ വളരെ ജനങ്ങൾ ഒന്നായിട്ടിരുന്നു കാണത്തക്ക വിധത്തിൽ ചുറ്റും മഞ്ചങ്ങളും പീഠങ്ങളും വെച്ചുകെട്ടി. അതു വളരെ കൗതുകമാകും വണ്ണം അലങ്കരിച്ചിട്ടുണ്ടായിരുന്നു. ഔന്നത്യംകൊണ്ടു സമീപമുള്ള എല്ലാ മന്ദിരങ്ങളേയും നീചങ്ങളാക്കിത്തീർത്തിരുന്ന ആ ഉത്തുംഗമായ നെടുമ്പുര വിവിധ വർണ്ണങ്ങളായി പവനോദ്ധൂളിതങ്ങളായിരിക്കുന്ന പതാകാശതങ്ങളെക്കൊണ്ടു ഭൂഷിതയായി നിൽക്കുന്നതു കണ്ടാൽ, അതിന്റെ അന്തർഭാഗത്തിൽവെച്ചു സംഭവിക്കുവാൻ പോകുന്ന ഉദ്വാഹമഹോത്സവം സ്വർഗ്ഗലോകത്തിൽവെച്ചു കഴിയേണ്ടതാണെന്നുറച്ച് അതിന്നുവേണ്ടി മേല്പെട്ട് പറക്കുവാൻ ചിറകുകൾവിരുത്തി തെയ്യാറായി നില്ക്കുകയൊ എന്നുതോന്നും. അങ്ങനെയിരിക്കുന്ന ആ വലിയ നെടുമ്പുരയിൽ വിവാഹത്തിന്നു നിശ്ചയിച്ച ദിവസം. മുഹൂർത്തത്തിന്നു നാലു നാഴികമുമ്പായിട്ടു മഹാജനങ്ങൾ വാതിലുകളിൽക്കൂടി തിക്കിത്തിരക്കി കടന്നു കടുകിട്ടാൽ ഉതിരുവാൻ പഴുതില്ലാതെ നിറഞ്ഞിരുന്നു. നടുവിൽ

മഹാരാജാവും കപിലനാഥൻ മുതലായവരും പുരോഹിതന്മാരും വിശിഷ്ടന്മാരായ ബ്രാഹ്മണരും മാന്യന്മാരായ മറ്റുജനങ്ങളും മണിമയങ്ങളായ ആസനങ്ങളിന്മേൽ വന്നിരുന്നു.

അങ്ങിനെ ആ സദസ്സു നിറഞ്ഞു മുഹൂർത്തസമയം സമീപിച്ചപ്പോൾ സ്വർണ്ണമയമായ ഒരു പല്ലക്കിൽ കുന്ദലതയും മറ്റുരണ്ടു പല്ലക്കുകളിൽ അഘോരനാഥന്റെ പത്നിയും സ്വർണ്ണമയീദേവിയും വന്നിറങ്ങി, കുന്ദലതയെ നടുവിലാക്കി മൂന്നു പേരുംകൂടി നടന്നു സഭയുടെ ഇടത്തുഭാഗത്തുള്ള ഒരു മണ്ഡപത്തിൻമീതെ രത്നഖചിതങ്ങളായ ആസനങ്ങളിന്മേൽ ചെന്നിരുന്നു. കുന്ദലതയും തോഴിമാരും എത്തിയപ്പോഴെക്ക് വീണാവേണു മൃദംഗാദികളുടെ മഞ്ജുളനാദംകൊണ്ടും മറ്റും അതുവരെ ശബ്ദായമാനമായിരുന്ന ആ സദസ്സ് ഏറ്റവും നിശ്ശബ്ദമായി രാജകുമാരിയുടെ അസീമമായ കോമളിമാവ് കാണികളായ മഹാജനങ്ങളുടെ കണ്ണുകൾക്കു പീയൂഷമായി ഭവിച്ചു. ആ കണ്ണുകളാവട്ടെ, മധുപാനകേളിയിങ്കൽ ആസക്തിയോടുകൂടി സാദ്ധ്യസംഫുല്ലങ്ങളായ പ്രസൂനനിചയങ്ങളിൽ പ്രവേശിച്ചിരിക്കുന്ന ഭ്രമരപടലികളെപ്പോലെ ആയതിനെ പിന്നേയും പിന്നേയും ആദരവോടുകൂടെ ആസ്വദിച്ചിട്ടും തൃപ്തിയെ പ്രാപിച്ചിട്ടില്ല.

കുന്ദലത ആസനത്തിന്മേൽ വന്നിരുന്ന ഉടനെ ചുറ്റും ഇരിക്കുന്ന മഹാജനങ്ങളെ വിസ്മയത്തോടുകൂടി നോക്കിക്കണ്ടു ചില പ്രധാനികളെ അഘോരനാഥന്റെ പത്നിയോടു ചോദിച്ചറിയുമ്പോഴേക്ക് ദൂരത്തുനിന്നു ചിലർ കുതിരപ്പുറത്തു കയറിവരുന്ന ശബ്ദം കേൾക്കുമാറായി. എല്ലാവരും സശ്രദ്ധന്മാരായി വരുന്നവരെ കാത്തുകൊണ്ടിരിക്കെ താരാനാഥനും യുവരാജാവും അഘോരനാഥനും എത്തി. കുതിരപ്പുറത്തുനിന്നിറങ്ങി, താരാനാഥനെ നടുവിലാക്കിക്കൊണ്ടു മൂന്നുപേരും സഭയിലേക്കു കടന്നു. ഏറ്റവും ചേർച്ചയുള്ള കഞ്ചുകോഷ്ണീഷങ്ങൾക്കു പുറമേ, കുന്തളേശനുമായുണ്ടായ യുദ്ധത്തിൽ തന്റെ പരാക്രമം കണ്ടുസന്തോഷിക്കുകയാൽ യുവരാജാവിനാൽ രാജസഭയിൽവെച്ചു കുറെദിവസംമുമ്പു സമ്മാനിക്കപ്പെട്ടതും മരതകവൈഡൂര്യാദികളെക്കൊണ്ടു ഖചിതമായി ചന്ദ്രക്കലയുടെ ആകൃതിയാൽ ദീപ്തികലർന്നതുമായ ഒരു കീർത്തിമുദ്ര താരാനാഥൻ തന്റെ മാറിടത്തിൽ ഇടതുഭാഗത്തു ധരിച്ചിട്ടുണ്ടായിരുന്നു. മുഖം സ്വതേ രക്തപ്രസാദമുള്ളതാകയാലും അപ്പോൾ കുതിരപ്പുറത്ത് ഓടിച്ചുവന്നതാകയാലും താരാനാഥൻ കാണുന്നവർക്ക് ഏറ്റവും മോഹനീയാകൃതിയായിത്തോന്നി. മൂന്നാളുംകൂടി സഭയിലേക്കു കടന്നപ്പോൾ വാദ്യഗാനങ്ങളുടെ ഘോഷവും മറ്റും നിന്നു. സഭ രണ്ടാമതും നിശ്ശബ്ദമായി. താരാനാഥൻ മഹാജനങ്ങൾക്കു തന്റെ വന്ദനത്തെ കാണിപ്പാൻ രണ്ടു മൂന്നു പ്രാവശ്യം തലകുമ്പിട്ടു. അഘോരനാഥനും യുവരാജാവും ഒരുമിച്ചു സഭയുടെ വലത്തു ഭാഗത്ത് അലങ്കരിച്ചു വച്ചിരിക്കുന്ന ആസനങ്ങളിന്മേൽ കുന്ദലതയ്ക്ക് അഭിമുഖനായിട്ട് ഇരിക്കുകയും ചെയ്തു.

മുഹൂർത്തത്തിനു രണ്ടു വിനാഴികകൂടി ഉണ്ടായിരുന്നതിനാൽ, താരാനാഥനും കുന്ദലതയും തങ്ങളുടെ പാണിഗ്രഹണമഹോത്സവത്തെ

കാണ്മാൻ വന്നവരായ മഹാജനങ്ങളെ നോക്കി വിസ്മയിച്ചുകൊണ്ടും അവരുടെ നേത്രാവലിയെ തങ്ങളുടെ രൂപമാധുര്യത്താൽ കുളുർപ്പിച്ചു കൊണ്ടും ഇരുന്നു. ആ മഹാജനങ്ങളും കുന്ദലതാതാരാനാഥന്മാരുടെ സൗഭാഗ്യത്തെയും ദമ്പതിമാരാകുവാൻപോകുന്ന അവരുടെ അന്യോന്യ മുള്ള ചേർച്ചയെയും മറ്റു ഗുണങ്ങളെയുംകുറിച്ചു വളരെ കൊണ്ടാടി സ്തുതിക്കുകയും ചെയ്തു.

മുഹൂർത്തസമയത്ത് പുരോഹിതൻ അഗ്നിസാക്ഷിയായി താരാനാഥനും കുന്ദലതയും തമ്മിൽ പാണിഗ്രഹണം ചെയ്യിച്ചു. അപ്പോൾത്തന്നെ പുറത്തുനിന്നു പല മംഗളശബ്ദങ്ങളും മുഴങ്ങി. മേഘനിസ്വനംപോലെ അതിഗംഭീരമായ ശംഖധ്വനി എല്ലാറ്റിന്നും ഉച്ചത്തിൽ കേൾക്കുമാറായി. എല്ലാ ജനങ്ങൾക്കും ആ അവസ്ഥയുടെ ഗൗരവം നല്ലവണ്ണം മനസ്സിൽ തോന്നി. മുമ്പുതന്നെ ഹൃദയങ്ങൾ തമ്മിൽ ഐക്യംപ്രാപിച്ചിട്ടുള്ള ആ സ്ത്രീപുരുഷന്മാർക്ക് ഈ ലൗകികമായ പാണിഗ്രഹണം എന്ന മംഗല ക്രിയകൊണ്ട് അല്പംപോലും അധികമായ ഒരു സംബന്ധം ഉണ്ടാവാനില്ല. എങ്കിലും അവർ ലോകമര്യാദയെ അനുസരിച്ച് അന്യോന്യം പാണി ഗ്രഹണംചെയ്തു നില്ക്കുമ്പോൾ അവർ പ്രാപിച്ചിരിക്കുന്ന ആ നിരന്ത രമായ സംബന്ധത്തിന്റെ ഗൗരവം മുഴുവനും അവർക്ക് അനുഭവമായി. ആ സമയം അന്തരംഗത്തിൽ തിങ്ങിവിങ്ങുന്നതായ പലവിധ വികാരം ഹേതുവായി പുളകിതമായിരിക്കുന്ന ഗാത്രങ്ങളോടു അല്പം ഉന്നമ്രമാ യിരിക്കുന്ന വദനാരവിന്ദങ്ങളോടുംകൂടി പരസ്പരം പാണിഗ്രഹണം ചെയ്തുകൊണ്ടുനില്ക്കുന്ന ആ ദമ്പതിമാരുടെ തലയിൽ പല പ്രാവശ്യം പുഷ്പവൃഷ്ടി ചെയ്കയും ശംഖനാദം പിന്നെയും പിന്നെയും മുഴക്കുക യും, കാണികൾ പലവിധമായ മംഗളവാദ്യങ്ങളെ ഘോഷിക്കുകയും ചെയ്തു.

പാണിഗ്രഹണം കഴിഞ്ഞ് അഗ്നികുണ്ഡത്തെയും സഭയിൽ അഗ്രാ സനാസീനന്മാരായ യോഗ്യന്മാരെയും പ്രദക്ഷിണംചെയ്തശേഷം ആ ജായാപതിമാരായ യുവാക്കളെ മഹാരാജാവും കപിലനാഥനും മറ്റും ആശീർവാദം ചെയ്തു. പിന്നെ പലവിധ വാദ്യഗാനങ്ങളോടും മഹാജന ങ്ങൾ ജയശബ്ദം ഘോഷിച്ചുകൊണ്ടും കുന്ദലതയും താരാനാഥനും ഒരേ പല്ലക്കിൽത്തന്നെ കയറി രാജവീഥിയിൽക്കൂടി രണ്ടു പുറത്തും ഉറ്റുനി ല്ക്കുന്ന പട്ടണവാസികൾ കാൺകെ രാജധാനിയിലേക്കു മടങ്ങിപ്പോ കയും ചെയ്തു.

www.ingramcontent.com/pod-product-compliance
Lightning Source LLC
LaVergne TN
LVHW040746051026
849519LV00007BA/2457
* 9 7 8 9 3 8 2 1 6 7 4 3 3 *